व्हाय मेन वाँट सेक्स अँड विमेन नीड लव्ह

व्हाय मेन वॉंट सेक्स अँड विमेन नीड लव्ह

अॅलन + बार्बारा पीज

MANJUL
मंजुल पब्लिशिंग हाउस

First published in India by

MANJUL

Manjul Publishing House Pvt. Ltd.

Corporate Office:
2nd Floor, Usha Preet Complex,
42 Malviya Nagar, Bhopal 462 003 - India
Email: manjul@manjulindia.com Website: www.manjulindia.com

Sales & Marketing Office:
7/32, Ground Floor, Ansari Road, Daryaganj, New Delhi 110 002 - India
Email: sales@manjulindia.com

Allan and Barbara Pease asserts the moral right to be identified as the authors of this work.

This edition first published in India in 2013

Published by agreement with Pease International Pty. Ltd. Australia,
c/o Dorie Simmonds Literary Agency

ISBN 978-81-8322-371-3

Printed & bound in India by Thomson Press (India) Ltd.

Why not use Allan Pease as guest speaker for your next conference or seminar?

PEASE INTERNATIONAL PTY LTD

PO Box 1260, Buderim 4556, Queensland, AUSTRALIA
Tel: +61 7 5445 5600

Email: info@peaseinternational.com
Website: www.peaseinternational.com

Allan and Barbara Pease are the most successful relationship authors in the business. They have written a total of 15 bestsellers - Including 9 number ones- and give seminars in up to 30 countries each year. Their books are available in over 100 countries, are translated into 51 languages and have sold over 25 million copies. They appear regularly in the media worldwide and their work has been the subject of 9 television series, a stage play and a number one box office movie which attracted a combined audience of over 100 million.

Their company, Pease International Ltd, produces videos, training courses and seminars for business and governments worldwide. Their monthly relationship column was read by over 20 million people in 25 countries. They have 6 children and 5 grandkids and are based in Australia and the UK.

Also by Allan Pease:

DVD Programs

Body Language Series
Silent Signals Series
How To Be A People Magnet - It's Easy Peasey
The Best Of Body Language
How To Develop Powerful Communication Skills - Managing the Differences Between Men & Women

Audio Programs

The Definitive Book Of Body Language
Why Men Don't Listen & Women Can't Read Maps
Why Men Don't Have A Clue & Women Always Need More Shoes
How To Make Appointments By Telephone
Questions Are The Answers
It's Not What You Say

Books

The Body Language of Love
Body Language in the Work Place
The Definitive Book Of Body Language
Why Men Don't Listen & Women Can't Read Maps
Why Men Lie & Women Cry
Why Men Want Sex & Women Need Love
You Can! People Skills For Life
Questions Are The Answers
Why He's So Last Minute & She's Got It All Wrapped Up
Why Men Can Only Do One Thing At A Time & Women Never Stop Talking
How Compatible Are You? Your Relationship Quiz Book
Talk Language
Get It Write

आभार

तुम्ही कदाचित ओळखत असाल किंवा नसाल, पण पुढील लोकांचा ह्या पुस्तकाच्या निर्मितीत मोलाचा सहभाग आहे :
केली ब्रॅडके, अॅन्ड्र्यु अॅन्ड जोन पॅरीश, डेसिमा मेकॉले, रिबेका शेल, मेलीसा स्टिवॉर्ट, जस्मीन पिस, कॅमेरॉन पिस, ब्रॅन्डटन पीस, बेला पीस, अॅडम सेलर्स, जॉन मॅकेन्टॉश, नॉर्मन लिओनार्ड, केन राईट, अमान्डा गोरे, डॅनिअल क्लार्क, डॉ जेनेट हॉल, कोल अॅन्ड जिल हास्टे, किर्स्टी अॅन्ड स्कॉड गुडरहॅम, फिल ग्रे, शर्ली निएल, डॅनी रेडमन देस विल्मोअर, बेरी डीसुझा, डॉ. जेम्स मॉईर, हेलेन अॅन्ड इयॅन बेल्चर, रॉजर लॉनन, इव्हाना फुर्गॅलॉट, डॉ. जेनेडी पोलोन्स्की, ख्रिस्टाईन वॉल्डिंग, जेफ टर्नर, जॉन लेनस्मिथ, सॅली बगोफर, रॉब अॅन्ड स्यू किम, डेव्ह स्टिवर्ट, डेव्हिड स्मिथ, डॉ. जॉन टिकेल, प्रो. ग्रेम जॅकसन, निकोल किलपॅट्रीक, जोसेफाईन अॅन्ड रिक, ग्लेन फ्रेझर, टोनी रीच, डॉ. मिशेल वॉश, अॅग्नस वुडहेड, फिओना हेडगर, ग्रे क्रीक, अॅन्थोनी गॉर्मन, ब्रिअन ट्रेसी, जेनी कुपर, आयव्हॉर अॅशफिल्ड ट्रेव्हर वेल्ड, जो अॅबट, अॅलन हॉलीडेज, ग्रेमी शिल्स, शॉर्टी टुली, केरी अॅनी केनार्की, स्यु विल्यम्स, जेनाइन गुड, बर्ट न्युटन, ग्रॅहम स्मिथ, केव्हिन फ्रेझर, डॉ. फिलिप स्ट्रीकर, इमा अॅन्ड ग्रॅहॅम स्टिल अॅन्ड ग्लेन्डा लिओनार्ड.
आणि डोरी सायमन्डस् आणि रे व रुथ पिस ह्यांचे खास आभार.

अनुक्रम

प्रास्ताविक

सूझन फार संतापली होती कबूल आहे की तिने सावळ्या रंगाचे धारदार नाकाचे फिल्मस्टार सारखे मूल मागितले होते, पण हे फारच विचित्र मूल तिच्या पदरात पडले होते.

आपल्या पूर्वजांना यापूर्वी कधीही न पडलेल्या प्रणयाच्या समस्यांना आणि वैचित्र्यपूर्ण परिस्थितीला आज आपण तोंड देत आहोत. आता मूल होणे हे देवाघरचे देणे वगैरे राहिलेले नाही, कारण आपल्याकडे वंध्यत्वावर अनेक उपाय आहेत जसे, की हार्मोन्सचा डोस देणे, कृत्रिम गर्भधारणा आणि आणखी एक म्हणजे आता जोडीदार मिळवून देणाऱ्या अनेक एजन्सीज कार्यरत आहेत. इंटरनेटवरसुद्धा असा धुमाकूळ चालू आहे. आता आपले रुपडे आपण हवे तसे बदलू शकतो, म्हणजे चपटे नाक धारदार करू शकतो, रंग गोरा बनवू शकतो, अंगावरची चरबी कापून काढू शकतो, याचाच अर्थ आपल्या खिशाला परवडले तर आपल्या ताटात आपण पाहिजे तो पदार्थ घेऊ शकतो. अनोखे बुफे डिनर आहे हे! माणसाशिवाय दुसऱ्या कोणत्याही प्राणिमात्राला हे करणे शक्य नाही.

मानव जात अत्यंत प्रगल्भ आहे आणि त्यामुळे स्त्री-पुरुष, नर-मादी यांच्या कोषामधून निर्माण होणाऱ्या प्रजातींचा अभ्यास करणे त्यांना सहज शक्य आहे. या प्रजातींच्या कृती, स्वभावधर्म याबद्दलचे भाकीत करणे आणि त्या बदलवणेसुद्धा आपल्याला शक्य आहे. काही जनुकीय बदल करून आपण रूपसुद्धा पालटवू शकतो. जेव्हा जोडीदार निवडण्याची वेळ येते तेव्हा अनेक स्त्री-पुरुष यात

अपयशी ठरतात. मनुष्य प्राण्यांसाठी हे जरी अवघड असले तरी प्राण्यांमध्ये हे फारसे अवघड नसते. जोडीदार निवडणे, नातेसंबंध सुरळीत चालू ठेवणे हे मुद्दे त्यांच्यात नसतातच! त्यांच्यामध्ये जेव्हा मादी माजावर येते तेव्हा नर तिच्याशी संग करतो आणि बस्स! विषय संपला!!

> मानव ही एकच जमात अशी आहे की जी प्रणयक्रीडेबद्दल प्रचंड संभ्रमित आहे.

आपल्या जोडीदाराबरोबर आपले असलेले संबंध किंवा बिघडलेले संबंध या दोन्ही गोष्टी म्हणजे जगभर सर्वत्र आवडणारा, चर्चिला जाणारा विषय आहे. विशेष करून बायकांचा तर हा प्रमुख चर्चेचा विषय आहे. काही गोष्टी आपल्याला आनंद, उभारी देतात, पण त्याचवेळी त्या वेदना व निराशासुद्धा निर्माण करतात. प्रेमाला संगीतात, कथा-कादंबऱ्यांमध्ये, सिनेमात, टी.व्ही.च्या मालिकांमध्ये, काव्यात, साहित्यात नेहमीच अग्रस्थान देण्यात आले आहे. प्रत्येक संस्कृतीमधील लोकांनी प्रेम अनुभवलेले असते आणि प्रत्येक संस्कृतीत प्रेम व्यक्त करण्यासाठी साजेसे शब्द असतात.

मग हे प्रेम म्हणजे नक्की काय? हा प्रश्न हजारो वर्षांपासून विचारला जात आहे. अनेक वेगवेगळ्या ठिकाणच्या संशोधकांनी प्रेमाचे स्वरूप निश्चित करण्याचा प्रयत्न केला, पण त्यांपैकी कोणाचेच उत्तर अंतिम निर्णयापर्यंत येऊन पोहोचत नाही. या मताधिक्यामुळे प्रेम ही सतत बदलत्या व्याख्यांची आणि आकलनाची बाब झाली आहे.

आपण प्रणय तरी का करतो? पुरुषांमध्ये अशा सतत कोणत्या अंत:प्रेरणा असतात ज्या त्याला प्रणयाच्या मागावर पाठवतात? स्त्रियांमध्ये अशा कोणत्या अंत:प्रेरणा असतात ज्या पुरुषांकडून वचनबद्धतेचा पाठपुरावा करतात? या पुस्तकामधून आपण यासंबंधीचे अनेक प्रश्न विचारणार आहोत. आम्ही तुम्हाला प्रेमाची, प्रणयाची आणि रोमांचक नातेसंबंधांबद्दलची अधिक माहिती; त्यामागची शास्त्रीय सत्ये; त्यांची मेंदूमधील स्थाने या सगळ्यांची सचित्र माहिती या पुस्तकात देणार आहोत, त्यासाठी आम्ही अनेक शास्त्रीय पुस्तकांचा, अहवालांचा, सत्य उदाहरणांचा आणि त्यासोबत खुसखुशीत विनोदाचा वापर केला आहे, जेणेकरून हे सगळे लक्षात ठेवणे तुम्हाला सोपे जावे!

योग्य जोडीदाराचा शोध

आपल्यापैकी सगळेचजण मनात असा विश्वास ठेवून मोठे होतात की एक ना एक दिवस आपल्या मनासारखा जोडीदार आपल्याला मिळणार आहे. असा खास माणूस की ज्याच्याबरोबर आपण आपले उभे आयुष्य आनंदात घालवणार आहोत, पण वास्तवात असे घडते का? अनेक लोकांच्या बाबतीत त्यांच्या अपेक्षा फोल ठरतात. त्यांच्या अपेक्षेप्रमाणे त्यांचा जोडीदार असत नाही. जे लोक आपल्याला आवडणाऱ्या जोडीदाराबरोबर लग्न करतात व आयुष्यभर एकत्र राहण्याच्या शपथा घेतात त्यांच्यातसुद्धा घटस्फोटाचे प्रमाण ५०%पेक्षा जास्त आहे आणि विवाहबाह्य संबंधांचे प्रमाण ३० ते ६०% आहे.

> ज्या जोडप्यांनी लग्नाअगोदर एकत्र राहून एकमेकांना पारखून घेतले व नंतर लग्न केले त्यांच्यातील घटस्फोटांचे प्रमाण कॅनडा व स्पेनमध्ये २५% आहे, तर स्वीडन, नॉर्वे आणि फ्रान्समध्ये ते ५०% पेक्षा जास्त आहे.

वैवाहिक आयुष्यातील अपयश समाज वैयक्तिक अपयश समजतो व त्या जोडप्याला समुपदेशकाकडे पाठवले जाते, पण नातेसंबंधांतील संघर्ष ही गोष्ट मनुष्यप्राण्यातील सर्वच जाती जमातीत अटळ आहे.

> प्रणय हा हवेसारखा असतो. जोपर्यंत तो मिळतो तोपर्यंत त्याचे महत्त्व समजत नाही.

इ.स. १९८०मध्ये सर्वसाधारणपणे असे मानले गेले की मानवी वर्तणूक ही आकलनीय आहे आणि त्यामध्ये बदल केले जाऊ शकतात, पण आता इ.स. २०१०पर्यंत आपल्याला हेसुद्धा समजले की ते आपल्याला घट्ट चिकटलेले असते. खरेतर २०व्या शतकाच्या शेवटी सायन्सने मानवी वर्तणुकीच्या बाबतीत खूप संशोधन करून शोधनिबंध प्रकाशित केले, त्यावरून हे स्पष्ट होते की आपण जन्मजातच मेंदूमध्ये असे काही नेटवर्क घेऊन येतो की, ज्याचा आपल्या कृतीवर प्रभाव पडतो, आपल्याला हेही माहिती आहे की, अनेक सांस्कृतिक घटक आणि शिक्षक, मित्र, पालक, मालक या सगळ्यांचा आपल्या विचारांवर व कृतींवर प्रभाव पडतो, याचा परिणाम असा होतो की

आपल्या मेंदूतील हे नेटवर्क आणि सभोवतालच्या गोष्टी बेमालूम रीतीने एकमेकांमध्ये मिसळून जातात. असा विचार करा की, तुमच्या मेंदूमध्ये कॉम्प्युटरप्रमाणेच एक ऑपरेटिंग सिस्टीम आहे. तुम्ही हे जन्मतःच घेऊन आला आहात, पण आपल्या आयुष्यातील ताणतणावांचा त्यावर वाईट परिणाम होऊन त्यामध्ये दोष उत्पन्न होतो. हा त्याचा 'नेचर' भाग आहे- म्हणजे मेंदूमधील हार्डवेअर, पण नर्चर भाग म्हणजे सभोवतालचे लोक, परिसर हे झाले सॉफ्टवेअर - जे आपण या कॉम्प्युटरमध्ये घालतो.

नेचर - आपल्या मेंदूतील हार्डवेअर
नर्चर - आपल्या सभोवतालच्या गोष्टी

याचा अर्थ असा नव्हे की, आपण सगळे आपल्या डीएनएच्या हातचे बाहुले आहोत. मानवी मेंदूचे कपाळ हेसुद्धा फार महत्त्वाची भूमिका निभावते आणि आपली कृती आपल्याला निवडण्याची परवानगी देते, पण तरीही एक गोष्ट ही लक्षात ठेवली पाहिजे की आपल्या पूर्वजांनी आपल्याकडे बरेच सामान देऊन ठेवले आहे. आपल्या मेंदूतील कॉर्टेक्सची वाढ, आपल्या स्पर्शेंद्रियांकडून गोळा केलेली माहिती - स्मरणशक्ती, विचारशक्ती यामुळे आपण विचार करू शकतो. निवडीचे स्वातंत्र्य आपल्याला मिळते आणि निसर्गदत्त देणग्यांचा योग्य वापर करून आपण स्वतःमध्ये जाणीवपूर्वक प्रगती करू शकतो, त्याचप्रमाणे जर प्रेम, प्रणय या बाबतीत विचार करायचा झाला तर आपल्या मेंदूतील जाळे आपल्याला आपल्या पूर्वजांप्रमाणेच प्राधान्यक्रम देण्यास भाग पाडते. तुमच्या लक्षात आले असेलच की, त्यामधून आपली सुटका नाही. कधीकधी तुमच्या ऑपरेटिंग सिस्टिममध्ये बिघाड होतो. जर तुमच्या मेंदूरूपी कॉम्प्युटरवर फार ताण पडला तर त्याचे कार्य सुसंगत नसते. प्रत्येक मानवाच्या सभोवतालची परिस्थिती भिन्न असते आणि आपण विनाकारणच अशी अपेक्षा धरतो, की सगळेजण एकाच पद्धतीने विचार करतील, हे चूकच आहे. हार्डवेअर जरी सारखे असले तरी सॉफ्टवेअर सारखे नाही, त्यामुळे गोंधळ उडणारच!

स्त्री आणि पुरुष म्हणूनसुद्धा आपल्या प्रेमाकडे, प्रणयाकडे बघण्याचा दृष्टिकोन वेगळा असतो, त्यापासूनच्या अपेक्षा वेगळ्या असतात. चांगल्या किंवा वाईट असे काहीच म्हणायचे नाही. फक्त वेगळ्या! स्त्रियांचे व पुरुषांचे हार्डवेअर

वेगळे आहे आणि या अपेक्षा, दृष्टिकोन हार्डवेअरकडूनच नियंत्रित केल्या जातात. आपण सावधपणे आपल्याला काय हवे याचा विचार करून आपली निवड ठरवू शकतो, पण आपल्या हार्डवेअरचा आग्रह आपल्याला भलत्याच ठिकाणी नेण्याचा असतो.

हे पुस्तक तुम्हाला असे दाखवून देईल की बायकांनासुद्धा प्रणयामध्ये पुरुषांइतकीच रुची असते, पण त्या त्याला 'प्रेम करणे' असे गोंडस नाव देतात, तसेच स्त्रिया व पुरुष यांची कामवासना सभोवतालचे वातावरण, परिस्थिती आणि प्राधान्यक्रम यांच्यानुसार बदलती असते. आपण या पुस्तकात स्त्री व पुरुष यांना नक्की एकमेकांपासून काय हवे आहे तसेच सहज उपलब्ध प्रणयाकडे ते कशा रीतीने पाहतात, तसेच भानगड किंवा प्रेमप्रकरण म्हणजे नेमके काय या गोष्टी उलगडून पाहणार आहोत. अनेक लोकांना प्रेम आणि प्रणय याबद्दल जी माहिती नाही ती त्यांना देणार आहोत. या प्रेमप्रकरणांना अधिक रंगतदार करून तुमची मार्केट व्हॅल्यू वाढवणाऱ्या युक्त्यापण तुम्हाला सांगणार आहोत.

तो तिच्याशी संभोग करतो यालाच ती प्रेमालाप म्हणते.

व्हिक्टोरिया राणीच्या काळात पाश्चिमात्त्य लोकांची प्रणयाच्या बाबतीत काय मते होती?

ब्रिटनची राणी व्हिक्टोरीया व तिचे पती अल्बर्ट हे अत्यंत कर्मठ विचारांचे होते. व्हिक्टोरिया राणीने १८३७ ते १९०१पर्यंत राज्यकारभार केला. तिच्या काळातील नीतिमूल्ये अत्यंत कडक होती. व्यभिचार वगैरेंसारखे शब्द हद्दपार होते आणि गुन्हेगारीचे प्रमाणही अत्यल्प होते. बायकांमधील समलिंगी संबंधांवर कायद्याने बंदी होती. आजचा हा स्वैराचार पाहिला की खरोखर व्हिक्टोरिया मूल्यांना आणि ब्रिटिश राजवटीला- जी त्या काळात सर्वदूर पसरली होती- तिला सलाम ठोकावासा वाटतो.

व्हिक्टोरियन युगातील कळस म्हणजे असा की, त्या काळात फर्निचरचे पायसुद्धा झाकून ठेवावे लागत; का? तर कोणाच्याही वासना उद्दीपीत होऊ नयेत म्हणून. पियानो, टेबल यांच्या पायांवर बुरखा घालण्यात येई. त्या काळातील स्त्रिया व पुरुष यांचे बेदिंग गाऊन्स म्हणजे पायघोळ अंगरखा असे. व्हिक्टोरिया

राणीने कोर्टाकडून असा फतवा काढला होता की 'चिकन ब्रेस्ट' हा शब्द कोणीही उच्चारू नये. त्याऐवजी 'बुझम्' हा शब्द वापरावा. त्या काळात तिने स्त्रियांच्या अंतर्वस्त्रांच्या जाहिरातींवर बंदी घातली होती. त्यानंतरचा आजपर्यंतचा प्रवास मात्र आश्चर्यजनक आहे. आज समाजाला नग्नता आणि प्रणयभावनांचे उद्दीपन हे दोन समान अर्थी शब्द वाटतात.

> व्हिक्टोरियन काळातील विद्वानांच्या मते स्त्री-पुरुष एकत्र असताना 'लेग' हा शब्द वापरणे शिष्टाचाराला धरून नव्हते त्याऐवजी 'लिंब' हा शब्द त्यांनी प्रचलित केला.

व्हिक्टोरियन काळातील स्त्रियांना असे शिकवले गेले होते की त्यांनी त्यांच्या प्रणयी भावनांचे कधीही प्रदर्शन करायचे नाही आणि आपल्या नवऱ्याला, कुटुंबाला आणि देशाला समर्पित व्हायचे. पुरुषाला सामाजिक प्रतिष्ठा ही त्याची पत्नी किती आज्ञाधारक आहे यानुसार प्राप्त व्हायची आणि असे गृहीत धरले जायचे की स्त्रियांना त्यांच्या स्वतःच्या प्रणयी भावना, इच्छा, आकांक्षा नसतात. त्या काळातील लाडके तत्त्वज्ञान असे होते की स्त्रियांना प्रणय आवडतच नाही. पुरुषच त्यांच्यावर प्रणयाची सक्ती करतात. त्या काळातील प्रकाशित झालेल्या पुस्तकांमध्ये असे लिहिलेले असायचे की कोणताही सभ्य पुरुष आपल्या बायकोकडे सहा महिन्यांतून एकदाच समागमाची मागणी करतो आणि याच पुस्तकातून पुरुषांनी आपल्या प्रणयी भावना कशा दाबून ठेवाव्यात याबद्दलचे सल्ले असत. थोडक्यात काय तर बायकांना असा सल्ला असे की, डोळे मिटून बसा आणि देशाचा विचार करा.

> इंग्लिश माणसाला आपली पत्नी मेली आहे हे कसे कळत असे, तर प्रणय चालूच असे; फक्त सिंकमध्ये डिशेसची चळत लागे.

अशी शक्यता आहे की, तुमच्या आजोबांचा किंवा पणजोबांचा जन्म या काळात झाला असेल आणि तोच व्हिक्टोरियन दृष्टिकोन तुमच्या वडिलांमध्ये उतरला असेल. जर तुम्हाला प्रणयाचे नाव काढले तर अवघड वाटत असेल किंवा फाजील विनोदांचे तुम्हाला वावडे असेल तर तुमच्यावर व्हिक्टोरियन जीवनशैलीचा

प्रभाव आहे असे समजावे, यामुळेच इतर युरोपियन देशांपेक्षा ब्रिटनमध्ये नीतिमूल्ये वेगळी आहेत. नीतिमूल्यांच्या कल्पना, जात, देश, धर्म यानुसार वेगवेगळ्या असतात.

संख्याशास्त्र

आज विवाहातील अपयशाची शक्यता ५०% आहे आणि कदाचित पुढे जाऊन ती ८५% होणार आणि बायकोकडूनच पुढाकार घेतला जाणार हे सांगायला ज्योतिष्याची गरज नाही, फक्त इंग्लंडमध्ये अंदाजे रोज ३ माणसे आत्महत्या करतात. नातेसंबंध जपणे, कुटुंबसंस्थेचा हिस्सा होणे आणि मुलांना जन्म देणे यामुळे तुमचे आयुष्य अधिक समृद्ध होऊ शकते.

पण जर या नातेसंबंधात वितुष्ट आले व ते संपले तर तुमचे मानसिक स्वास्थ्य हरवते. तुम्ही आजारी पडता आणि आत्महत्येला प्रवृत्त होता, म्हणून योग्य जोडीदार निवडणे हे किती आवश्यक आहे हे तुमच्या लक्षात आले असेल.

युरोपमध्ये आजमितीला एका लग्नाबरोबर एक घटस्फोट होतो. याचा अर्थ असा की आता कमी लोक लग्न करतात आणि पूर्वी झालेल्या लग्नांचा शेवट घटस्फोटात होतो. जवळपास ३०% पुनर्विवाहांचा पण घटस्फोट होतो.

हे पुस्तक ताज्या संशोधनावर आधारलेले आहे. या नुसत्या दंतकथा किंवा रोचनीय साहित्य असे नाही. या पुस्तकाच्या जास्तीतजास्त भाग पुराव्यांसह सिद्ध केलेला आहे. नातेसंबंधांचे अनेक शास्त्रीय अहवाल आम्ही हे पुस्तक लिहिताना मागवून घेतले आणि देशोदेशी फिरून माहिती गोळा केली. ज्या गोष्टींचा आम्हाला पुरावा मिळाला नाही किंवा ज्या गोष्टी आम्हालाच पटल्या नाहीत त्या तुम्हाला पटवून देण्याचा खटाटोप आम्ही केला नाही. आम्ही जे संदर्भ वापरले त्या पुस्तकांची नावे पाठीमागे दिली आहेत.

हे पुस्तक लिहिण्यासाठी आणि पुरावे गोळा करण्यासाठी ६ वर्षे लागली. या ६ वर्षांच्या कालावधीत आम्ही २ मुलांना जन्म दिला! तोही IVF पद्धतीने. प्रोस्टेट कॅन्सरशी झगडलो आणि त्याच्या साईडइफेक्ट्सना सामोरे गेलो आणि अशाही काही संकटांना तोंड दिले- ज्यामुळे कोणत्याही जोडप्याचे वैवाहिक

जीवन संपुष्टात येईल! म्हणूनच या पुस्तकाकडे फक्त पुस्तक म्हणूनच बघू नका तर ते आमचे व्यक्तिगत अनुभव आहेत, आमचे निरीक्षण आहे आणि वापरलेल्या युक्त्या आहेत आणि अर्थातच आम्हाला रोज भेटणाऱ्या माणसांचे ते अनुभव आहेत. मजा करा!

- ॲलन ॲण्ड बार्बरा पीज

प्रकरण १

प्रणय मेंदूत असतो

ह्या पुस्तकात सांगितलेय, ''नंतर टॅन A स्लॉट B मध्ये घाला.

भावनांचा उद्रेक, भुरळ, प्रणय, भडक प्रेमकथा, काल्पनिक प्रेम, बीअर गॉगल्स हे सगळे शब्द काय दर्शवतात, तर प्रत्येक व्यक्तीने आयुष्यात असे अत्यानंदाचे, उत्साहाचे, जोमाचे, स्वर्गीय सुखाचे क्षण कोणत्या न कोणत्या प्रकाराने उपभोगलेले असतात, पण हे क्षण एकटे येत नाहीत तर त्यांच्याबरोबर कष्ट, यातना, दु:ख, भोग, विरह यांचाही सामना करावा लागतो. हजारो वर्षांपासून विचारवंत उन्मादक प्रणयाची व्याख्या करण्याचा प्रयत्न करत आहेत आणि शेवटी याच निर्णयाला येत आहेत की हे प्रेम बाह्य घटकांकडून नियंत्रित केले जावे, म्हणजे एखाद्या दिव्य शक्तीकडून, आध्यात्मिक बैठकीतून किंवा अमानवी सामर्थ्यातून! आपण आपल्या नैराश्य, काळजी, चिंता, काल्पनिक दु:ख या आकांक्षांना वेगवेगळ्या कप्प्यांमध्ये बंदिस्त करून ठेवावे.

१९७०पासून तर मानवी प्राण्यांना प्रेमाची विशेष आसक्ती जाणवायला लागली आहे. ही अशी आसक्ती का वाटायला लागली? तर आपले मित्र, आपला परिवार, आपले शेजारी यांना आपण जे गृहीत धरले होते, त्या आपल्या अपेक्षांना तडे जायला लागले. आपल्या उत्क्रांतीवादामुळे आपण एकमेकांवर अवलंबून असणारे, एकमेकांवर प्रेम करणाऱ्या, एकमेकांचे रक्षण करणाऱ्या

समाजांचे घटक होतो. आपला समाज व आपले कुटुंब हे आपल्यासाठी महत्त्वाचे होते. आपले आजी-आजोबा लहानग्या नातवंडांना सांभाळत घरी बसायचे. आपले आई-वडील बाहेर काम करून पैसे मिळवत असत. रोज रात्री घरातील आजी-आजोबा नातवंडांना गोष्टी सांगत; इसापनीतीच्या, ऐतिहासिक घटनांबद्दलच्या आणि आपल्या देशाच्या, संस्कृतीच्या उच्च वारशाबद्दलच्या! आता या पद्धतीची कुटुंबरचना फार प्रतिगामी घरांमध्येच पाहायला मिळते. मध्य-पूर्व देशांच्या आशियात, अजून काही ठिकाणी ही संस्कृती पाहायला मिळते. आता तर विवाहसंस्थाच धोक्यात आल्यामुळे आणि एकेकटे राहण्याच्या खुळामुळे मोठी सांस्कृतिक दरी निर्माण झाली आहे. खरेतर लाखो वर्षांपासून समाजाने स्त्री व पुरुष यांना एकत्र बांधून ठेवण्याचे प्रयत्न केले, पण आत्ताचा समाज त्यांना एकमेकांपासून दूर करतो आहे. घटस्फोटाचे प्रमाण लक्षणीयरित्या वाढले आहे, याचा वाईट परिणाम म्हणजे नीतिमूल्यांचा ऱ्हास झाला आहे. लहान मुलांना पित्याच्या आधाराचे सुख मिळत नाही आणि भावनिक गुंतागुंत वाढायला लागली आहे.

ध्येय एक परि मार्ग अनेक

जेव्हा प्रेम आणि प्रणय या विषयाशी स्त्री व पुरुष येऊन थांबतात तेव्हा त्याबद्दल त्यांचे विचार वेगळे असतात आणि हे अगदी पूर्वापार चालत आलेल्या ठाम समजुतींना अनुसरूनच असतात. अगदी मूलभूत गोष्ट अशी की पुरुष स्त्रियांच्या

> प्रेमात ज्यांचा बळी जातो अशा लोकांना नैराश्य येते. आत्महत्येचे विचार मनात येतात. त्यावरील उपचारार्थ अनेक दवाखाने उघडले गेले आहेत.

फोटोंना पाहून, त्यांच्या कमनीय बांध्याकडे पाहून त्यांच्या जननक्षमतेचा आणि तारुण्याचा अंदाज घेऊन आकर्षित होतो, तर बायका पुरुषांची क्रयशक्ती किती आहे, बाहेरच्या जगात त्यांची प्रतिष्ठा किती आहे, ते वचनबद्धतेला मानतात की नाही आणि त्यांचा पैशाचा स्रोत कसा आहे याचा विचार करूनच पुरुषाकडे आकृष्ट होतात. पूर्वीही असेच होते.

खरे सांगायचे तर फार काही बदलले नाही. प्रणयाची आसक्तीही तीच आहे, पण आजच्या या सुसंस्कृत आणि सुशिक्षित जगात असे म्हणण्याची फॅशन आहे की स्त्री आणि पुरुष समान आहेत, त्यांचे विचार समान आहेत,

त्यांच्या मागण्या समान आहेत, त्यांचे प्राधान्यक्रम समान आहेत, त्यांच्या इच्छा-आकांक्षा समान आहेत; पण तुम्ही जसजसे पुढे वाचत जाल तसतसे तुमच्या असे लक्षात येईल की हे खरे नाही. खरे सांगायचे तर तुमच्या मनाच्या खोल कप्प्यात तुम्ही कोठेतरी हे कबूलही करता! पण स्त्री-पुरुष समानतेचा नारा लावण्यात स्त्री मुक्ती संघटना, चर्चचे पाद्री, संधिसाधू राजकारणी, नोकरशाही आघाडीवर आहेत. स्त्री-पुरुष समानतेच्या गप्पा मारणे सोपे आहे की त्यांचे विचार सारखे आहेत, त्यांना समान दर्जा आहे, त्यांच्या मागण्या समान आहेत, पण जेव्हा तुम्ही एकत्र काम करता, मुलगा व मुलगी अशा दोन्ही अपत्यांना वाढवता तेव्हा तुमच्या लक्षात येते की हे खरे नाही!

प्रेमाची ताकद

ऑस्टिन येथील टेक्सास विद्यापीठातील मानसशास्त्राचे आंतरराष्ट्रीय कीर्ती असलेले प्रो. डेव्हिड बस यांचा जोडीदार निवडीबद्दलचा - स्त्री व पुरुष यांच्या दृष्टिकोनातील फरकाबद्दलचा निबंध मान्यताप्राप्त आहे. त्यांनी व त्यांच्या सहकाऱ्यांनी जगभरातील १४७ संस्कृतींचा अभ्यास केला. त्यांनी गुहेतील चित्रे, शिलालेख, कविता, गीते व पुस्तके या सगळ्यांपासून माहिती घेऊन प्रयोग व निरीक्षणावर आधारित उन्मादक प्रेमाबद्दलची काही सत्ये शोधून काढली. अनेक लोक प्रेमाची फक्त धोकादायक बाजूच बघतात. त्यांना असे वाटते की, प्रियकराच्या डोळ्यात डोळे घालून बघणे, हात हातात घालून बागडणे, प्रेमगीत गाणे आणि प्रेमात चिरकाल डुंबून राहणे एवढ्याच गोष्टी प्रेमात समाविष्ट असतात, पण प्रेमाला एक नकारात्मक बाजूसुद्धा असते. प्रो. बस आणि त्यांच्या सहकाऱ्यांनी हे मानवाच्या इतिहासातून सप्रमाण सिद्ध केले आहे की प्रेमात विषाचा घोटसुद्धा असतो. प्रेमात फसवे क्षणसुद्धा असतात, प्रेमात प्रतारणा असते, प्रेमात आत्महत्या असते, प्रेमात खून असतात, प्रेमात चेहऱ्यावर ॲसिड फेकणेसुद्धा असते! प्रेमात हारजीत असते! खरे सांगायचे तर चार खुनांमागे एका खुनाचे कारण हे असफल प्रेमप्रकरण असते, प्रेमाचे पर्यवसन प्रेमी युगलांच्या मृत्यूत होऊ शकते. जवळपास प्रत्येक संस्कृतीत रोमिओ-ज्युलिएटची कहाणी असतेच. अशा प्रेमकथांमधील नाट्यमय प्रसंगांमुळे आपल्या मनात एकाच वेळी उत्कट प्रणयाच्या, निराशेच्या, सूडाच्या, भीतीच्या अशा अनेक भावना उमटतात!

> प्रेम म्हणजे आपल्या मेंदूतील अनेक भावनांची रासायनिक प्रतिक्रिया आहे.

आणि म्हणूनच असे वाटते की प्रेम हे त्रिकालबाधित सत्य आहे आणि प्रत्येक मानवी संस्कृतीत हे असतेच; त्या अर्थी प्रेमाचे मूलभूत तत्त्व जीवशास्त्रात आहे. दुसऱ्या शब्दात सांगायचे तर मूर्तीपूजा किंवा धर्म यांसारखी ती फक्त सांस्कृतिक रचना नाही. प्रेम हे निश्चितच फार शक्तिमान आहे आणि ते आपल्या मेंदूत एका निश्चित ठिकाणी आहे.

प्रेमाचे जीवशास्त्र

माणूस प्रेमात पडल्यावर त्याच्या मेंदूचे चालचलन कसे असते याचा शोध घेणारे शास्त्रज्ञ शेवटी या निर्णयाप्रत आले की, प्रेमालाप आणि पुनरुत्पादन यामध्ये तीन वेगळ्या यंत्रणा कार्यरत असतात. एक म्हणजे उत्कट प्रेम, दुसरी म्हणजे वासना आणि तिसरी म्हणजे जिव्हाळा.

या तिन्ही प्रणाली एकमेकींशी वेगवेगळ्या हार्मोन्सच्या कार्यतत्त्वानुसार जोडलेल्या असतात. ज्या हार्मोन्समुळे प्रेमिकांच्या मनात काही विशिष्ट भावना व वर्तणुकीतील बदल घडून येतात, जेव्हा प्रेमाचा तुम्ही या दृष्टिकोनातून विचार करता तेव्हा ती व्यक्तीसुद्धा कोणत्या अवस्थेत आहे यावरून तिची वर्तणूक समजून येणे सोपे जाईल.

या प्रकरणात आमचा हाच प्रयत्न राहील की तुम्हाला मेंदूची मूलभूत कार्ये समजावीत की जी प्रेम, वासना व जिव्हाळा नियंत्रित करतात. आम्ही शक्य तेवढ्या सोप्या पद्धतीने तुम्हाला हे समजावून सांगण्याचा प्रयत्न करत आहोत. जेव्हा आपण मेंदूतील विशिष्ट जागांविषयी बोलणार आहोत आणि त्या-त्या जागेचे महत्त्वाचे कार्य समजून घेणार आहोत तेव्हा आपल्याला मेलबॉर्न येथील 'ब्रेन रिसर्च इन्स्टिट्यूट' मधील प्रो. जॅकसन यांचे आभार मानलेच पाहिजेत. आपल्या वाचकांसाठी जरी आम्ही या गोष्टी सोप्या करून सांगत आहोत तरी त्या समजून घेणे तेवढे सोपे नाही याची आम्हाला जाणीव आहे, पण या संकल्पना समजून घेणे गरजेचे आहे, कारण संपूर्ण पुस्तकात याचे संदर्भ आहेत. जेथे गरज आहे तेथे आम्हाला वैद्यकशास्त्रातील ही परिभाषा वापरणे अपरिहार्य आहे, पण तुम्ही तुमच्या व्यक्तिगत प्रेमजीवनाशी याचा संबंध जोडू शकाल. आम्ही इथे चर्चिलेली तत्त्वे ही बहुतांश लोकांच्या बाबतीत खरी ठरतील तरी त्याला अपवाद हे असणारच!

मेंदूच्या विशिष्ट भागातील काही रसायने आणि तेथील पेशींची परिक्रमा यांचा परिणाम म्हणजे प्रेम असे संशोधन सांगते. साध्या शास्त्रीय भाषेत सांगायचे

झाले तर मेंदूतील डोपेमाईन, ऑक्सिटोसीन, टेस्टोस्टिरॉन, अॅस्ट्रोजेन, नोरेपाईन्फ्राईन या रासायनिक द्रव्यांच्या सरमिसळीमुळे प्रेम उफाळून येते. ही रसायने सस्तन प्राण्यांना आपला जोडीदार शोधण्यासाठी उद्युक्त करतात. आता त्यासाठी कोणत्या कसोट्या लावायच्या, हे कसे ठरवतात याची चर्चा आपण नंतर करू. मेंदू जोडीदार निवडण्यासाठी पोषक वातावरण निर्माण करण्यातही भाग घेतो, ज्यामुळे एखादी व्यक्ती आकृष्ट होईल.

मानवी इतिहासात इथून-तिथून सगळीकडे ठरवून केलेली लग्ने ही सांपत्तिक स्थिती, घराण्याची इज्जत, प्रतिष्ठा, खानदानी शत्रुत्व, राजकारण, जाती-जमातीतील तेढ यांवर अवलंबून असतात. पाश्चिमात्त्य देशात मात्र आजमितीला हा दृष्टिकोन बदलला आहे आणि बहुतांशी लोक प्रेमाची परिणती लग्नात करतात असे दिसते.

मित्र-मैत्रिणी अनेक असले तर आयुष्याचा जोडीदार म्हणून नजर स्थिर करताना कोणा एकाचीच निवड होते आणि माणूस आणि प्राणी यामध्ये हाच फरक आहे. माजावर आलेले कबुतर आपले पंख फुगवून जमेल तेवढ्या माद्यांशी संग करेल. तरुण मुलगा मुलींची एक अंतिम यादी तयार करेल, पण त्यांपैकी एकीलाच आपले लक्ष्य बनवेल.

प्रथमदर्शनी प्रेम

'प्रथमदर्शनी प्रेमा'चे चित्रस्वरूप शास्त्रीय दृष्टिकोनातून तपासले गेले आहे आणि जवळपास सगळ्याच प्रजातींमध्ये त्याचे सारखेच परिणाम दिसून आले.

संदीप एकदा एका मोठ्या मॉलमध्ये खरेदी करत होता, तेवढ्यात त्याचे लक्ष कॉर्नफ्लेक्सच्या पुड्यांमधून पलीकडे गेले. त्याने जे काय पाहिले त्यामुळे एक रोमांचक लहर त्याच्या अंगातून गेली. कित्येक क्षण तो त्याच अमलाखाली होता. तेथे एक स्त्री उभी होती जिने त्याचे लक्ष वेधून घेतले होते. सर्वसाधारण नजरेतून सुंदर म्हणावी अशी ती नक्कीच नव्हती, पण तिच्यामध्ये नक्कीच असे काही होते ज्यामुळे तो अंतर्बाह्य हेलावून गेला होता. एखाद्या चुंबकाप्रमाणे तो तिच्याकडे आकर्षित झाला होता. तिच्याकडे केवळ टक लावून पाहण्याने तो उत्तेजित झाला होता आणि त्याच्या मनात फुलपाखरे उडायला लागली होती.

मनाच्या या उन्मादक स्थितीतसुद्धा त्याच्या मनात नैराश्याचे ढग

दाटून आले होते; कारण त्याच्या मेंदूत कोठेतरी त्याला जाणीव होत होती की त्याच्यासाठी ती अप्राप्य आहे.

तुम्हाला असा कधी प्रथमदर्शनी प्रेमाचा अनुभव आहे का? अशा वेळी तुमच्या मेंदूमध्ये मोठ्या प्रमाणात डोपेमाईन व नोरेपाईन्फ्राईन या रासायनिक द्रव्यांचा स्राव होत असतो. ज्यामुळे तुम्ही सातव्या आसमानात असता. इतर प्राण्यांमध्येसुद्धा हे आहे. उदाहरणासाठी गवताळ प्रदेशातील एखादी उंदरीण घ्या, तिला जर एखाद्या उंदराच्या विष्ठेचा वास जरी आला तरी तिच्या मेंदूतसुद्धा असेच डोपेमाईन व नोरेपाईन्फ्राईन स्रवते. एक शोधनिबंध असे दाखवतो की जर मादी मेंढीला बोकडाचे चित्र दाखवले तरी तिच्या मेंदूतील नोरेपाईन्फ्राईनची पातळी वाढते; अर्थात प्राण्यांमधील हा बदल काही सेकंदांसाठी किंवा मिनिटांपर्यंतच टिकतो, पण मानवी मेंदूमध्ये तो कित्येक महिन्यांपर्यंत वा वर्षांपर्यंत टिकतो.

शास्त्रज्ञांनी आता मान्य केले आहे की, प्रथमदर्शनी प्रेम हे प्रेमाचे खरे स्वरूप आहे. शास्त्रज्ञांचे असे म्हणणे आहे की, सध्याच्या समाजात ज्यांना सतत मृत्यू भेडसावणार नसतो, युद्धाचे भय नसते, नातेसंबंधांची टांगती तलवार नसते त्यांना आपल्या जाती-प्रजातींचे अस्तित्व टिकवण्याचा हा हमखास उपाय आहे.

डार्विननेच हे करायला भाग पाडले आहे

टेस्टोस्टोरोन व ॲस्ट्रोजन या संप्रेरकांच्या अचानक उद्दीपनामुळे वासना निर्माण होते, ही संप्रेरके शारीरिक उपभोगासाठी उद्युक्त करतात. वासना निर्माण होते. तेव्हा मेंदूतील दोन मुख्य भाग कार्यरत असतात. एक म्हणजे आपला हायपोथॅलॅमस जो मुख्य इच्छांना नियंत्रित करतो, जसे- तहान-भूक वगैरे आणि दुसरा म्हणजे अमिग्डेल जेथे वासनांचे उद्दीपन होते. वासनेमध्ये फार मोठ्या प्रमाणात डोपेमाईन स्रवते आणि ते टेस्टोस्टॉरॉनच्या निर्मितीला जागृत करते, ज्यामुळे प्रणयी भावना निर्माण होतात. हे तेव्हा घडते जेव्हा तुम्ही एखाद्याच्या प्रथमदर्शनी प्रेमात पडता आणि त्याला किंवा तिला मिळवण्याची तुम्हाला प्रबळ इच्छा होते.

२००६मध्ये शिकागो विद्यापीठातील एका चर्चासत्रात असे प्रयोगांती दाखवण्यात आले की, एखाद्या अनोळखी स्त्रीबरोबर फक्त गप्पा मारूनसुद्धा पुरुषांमधली टेस्टोस्टॉरोनची पातळी वाढू शकते आणि जेवढ्या त्याच्या या भावना प्रबळ असतील तेवढे त्याच्या वर्तणुकीत नाट्यमय बदल घडतात. या शोधनिबंधातून असेही सांगितले आहे की विवाहित पुरुष आणि पिता यांच्यातील टेस्टोस्टोरोनची पातळी जाणवण्याइतकी अविवाहित पुरुषांपेक्षा कमी असते; याचे कारण असे

की पित्यामध्ये संगोपनाच्या आणि वडीलकीच्या भावना निर्माण झाल्यामुळे त्यांच्यात ऑक्सिडोसिनची पातळी अविवाहित पुरुषांपेक्षा कमी असते जे ऑक्सिडोसिन आपले बीज रोवायला कुरणाचा शोध घेत फिरत असतात.

अर्थातच वासनेचा उगम त्याच कारणासाठी झाला आहे, की मानव जात पिढ्यान्‌पिढ्या टिकून राहावी, पुनरुत्पादन व्हावे. अत्यंत बिकट परिस्थितीतसुद्धा जेव्हा उत्कट प्रेमाचा, ओलाव्याचा शोध लागला नव्हता तेव्हासुद्धा वासनेमुळेच मानव जात टिकून राहिली. मानव जातीतील स्त्रिया वर्षातून एकदाच प्रसवू शकतात. जर वासना ही भावना नसती तर आत्तापर्यंत मानव ही जात नष्ट झाली असती, कारण आपण निसर्गतः अत्यंत धीमे पुनरुत्पादक आहोत, म्हणूनच निसर्गाची ही दैवी योजना आहे की युद्धासारख्या संकटकाळात पुरुषांमध्ये कामवासना निर्माण होऊन ते अनोळखी स्त्रीबरोबरसुद्धा समागम करू शकतात. जेव्हा पुरुष संकटात असतो तेव्हा त्याची कामवासना प्रबळ असते.

थोडक्यात असे की, वासना, प्रथमदर्शनी प्रेम, हेतुपुरस्सर प्रेम या सगळ्या स्त्री व पुरुष यांचे मीलन होण्यासाठी निसर्गाच्या योजना आहेत, त्यामुळे मानवी जातीचे पिढ्यान्‌पिढ्या अस्तित्व टिकून आहे.

आपण एकमेकांना चिकटून राहू

टेस्टॉस्टेरॉन हे पुरुषांमध्ये प्रणयी भावना चेतवणारे महत्त्वाचे संप्रेरक आहे आणि ते स्त्रियांपेक्षा १० ते २० पटीने जास्त आहे. पुरुषांची कामवासना इतकी प्रबळ आणि निकडीची असण्याचे कारण हेच आहे. टेस्टॉस्टेरॉनमुळेच पुरुषांच्या अंगावर खूप जास्त केस असतात. ते जास्त आक्रमक असतात आणि त्यांच्या डोक्यात नेहमी प्रणयाबद्दलचे विचार घोळत असतात, पण पुरुषांमध्ये स्त्रियांच्या तुलनेत ऑक्सिटोसिलिन हे संप्रेरक कमी प्रमाणात स्त्रवते. ऑक्सिटोसिलिन हे मिठीत घेणारे, कुरवळणारे, दृढ आलिंगन देणारे असे संप्रेरक आहे. समागमामध्ये स्त्री व पुरुष दोघांमध्येही संप्रेरक मोठ्या प्रमाणात स्त्रवते, पण समागमानंतर पुरुषांमधील हे संप्रेरक गायब होते, यामुळेच समागमानंतर पुरुष गाढ झोपी जातो, पण स्त्रीला मात्र तिचे त्याने लाड करावेत असे वाटते.

ऑर्गनायझेशनल सायकॉलॉजी या विषयात सॅनफ्रान्सिस्कोमधील आंतरराष्ट्रीय ख्याती असलेल्या प्रो. टर्नर यांनी २००६मध्ये जो शोधनिबंध सादर केला, त्यामध्ये त्यांनी असे दाखविले की मानवी नातेसंबंध टिकून राहण्यासाठी संप्रेरके डिंकाचे काम करतात. जेव्हा स्त्री-पुरुष प्रेमात पडतात तेव्हा ऑक्सिटोसीन या

संप्रेरकाची पातळी खूप जास्त असते. या संप्रेरकामुळे प्रेमी युगलांना अतिशय उबदार, प्रेमळ वाटते व आपण योग्य जोडीदाराची निवड केली याची खात्री होते. स्त्रियांमध्ये पुरुषांपेक्षा ऑक्सिटोसीनचे प्रमाण खूप जास्त असल्यामुळे प्रेमामध्ये स्त्रिया आकंठ बुडतात, पण पुरुष मात्र काठावर तरंगतात. प्रेमसंबंधात ऑक्सिटोसीन जेवढे अधिक प्रमाणात स्रवेल तेवढे ते नातेसंबंध अधिक दृढ होतात. त्यांच्या प्रियकराचे फक्त नाव ऐकूनसुद्धा किंवा तो जो परफ्यूम वापरतो तसा सुवास जरी दरवळला तरी त्यांना त्याची प्रकर्षाने आठवण होते. त्याच्याशी संबंधित गाणे ऐकले तरी त्यांची ऑक्सिटोसीनची पातळी वाढते, पण खूप भारी भारी कपडे, योग्य तो मेकअप, दागदागिने आणि नवी कोरी गाडी यांचा त्यांच्या भावनिक पातळीवर प्रभाव पडत नाही. जर त्याचे तिच्यावर प्रेम आहे व तो तिचा आदर करतो याची तिला खात्री पटली तर तिच्यामधली संप्रेरके रक्ताचा प्रवाह तिच्या गालांकडे पाठवतात व त्यामुळे तिचे गाल आरक्त होतात, कानशिले तापतात आणि चेहऱ्यावर वेगळीच लकाकी येते, पण तिच्यावर त्याचे प्रेम नाही व तो तिचा अनादर करतो हे तिला समजले की त्याचेही प्रतिबिंब चेहऱ्यावर उतरते.

स्त्री व पुरुष यांच्यात फरक काय?
स्त्रीला तिच्या सर्व छोट्या-छोट्या गरजा पुरवण्यासाठी
एक पुरुष लागतो,
पण पुरुषाला मात्र त्याची एकच गरज पुरवण्यासाठी
अनेक बायका लागतात.

डेव्हिड बस यांच्या शोधनिबंधानुसार जेव्हा स्त्री-पुरुष प्रेमात पडतात तेव्हा पुरुषांची टेस्टॉस्टोरॉनची पातळी कमी होते आणि ऑक्सिटोसीनची पातळी वाढते, त्यामुळे नातेसंबंध लवकर दृढ होतात, यामुळे पुरुष काहीसा सौम्य, सभ्य आणि थोडासा मवाळ होतो. नेमके त्याच काळात बायकांचे टेस्टॉस्टोरॉन हे संप्रेरक वाढीला लागते आणि तिचा आत्मविश्वासही खूप वाढतो. या वाढलेल्या टेस्टॉस्टोरॉनमुळे ती मीलनास आतुर होते. स्त्री व पुरुष यांचे मीलन होण्यासाठी निसर्गाने योजलेली ही युक्ती आहे. फारच थोड्या वेळेपुरती! शरीरधर्म साधण्यासाठी! हा सगळा भ्रम आहे हे नंतर लक्षात येते. एकदा का ही कामुक अवस्था संपली जी साधारण ३ ते ९ महिने टिकते आणि स्त्री व पुरुष यांच्या कामवासना आपल्या मूळ स्वरूपात येतात आणि पुरुषाला वाटते की ती फार थंड आहे तर स्त्रीला

वाटते की त्याला चळ लागला आहे! आणि इथे अनेकदा नातेसंबंध संपुष्टात येतात.

लोक प्रेमात वेडे का होतात?

जोसेफाईन ही ३३ वर्षांची एकेरी पालकत्व निभावणारी एक आई जिने आपले आयुष्य आपल्या मुलांना मोठे करण्यासाठी वेचायचे ठरवले होते. ती एका नवीन ठिकाणी कामाला लागली होती. त्यानंतर सहाच महिन्यांनी त्यांच्या कंपनीने क्रुझ जहाजावर ख्रिसमसची पार्टी आयोजित केली. ती सिडने बंदरात होती. जेव्हा ती त्या पार्टीसाठी बंदरावर पोहोचली तेव्हा ती इतकी आकर्षक दिसत होती की सर्वांच्या नजरा तिच्यावरच खिळल्या, त्यामुळे तिचा आत्मविश्वास वाढला आणि तिलापण सगळे जग सुंदर वाटू लागले. जेव्हा ते जहाज चांदण्यांच्या प्रकाशात पाणी कापू लागले तेव्हाच तिची रीक नावाच्या एका सुंदर उमद्या तरुणाबरोबर ओळख झाली. तो त्यांच्या मेलबॉर्नच्या ऑफीसमधील ऑफिसर होता. तिचे हृदय धडधडू लागले. तो उंच, काळा सावळा आणि सुंदर होता. त्याने तिला खूप हसवले आणि असे दर्शविले की ती त्याच्यावर जेवढे प्रेम करते तेवढेच प्रेम तो तिच्यावर करतो. या जादूमयी रात्री दोघांनी एकत्र नाच केला, एकत्र जेवण घेतले; ते पहाट होईपर्यंत एकमेकांशी बोलत राहिले आणि पुढचाही दिवस संध्याकाळपर्यंत एकत्र घालवला. जोसेफाईनवर त्याने एक प्रकारची भुरळच घातली होती.

घरी मुलांकडे परत येताना तिला खूप हलके वाटत होते, पण तिच्या मनात अजूनही रीकबद्दलचे व त्यांनी एकत्र घालवलेल्या रोमांचक क्षणांचेच विचार येत होते. तिला असेही वाटत होते की तिला त्याची जेवढी आठवण येते तेवढीच त्याला तिची येते का? त्यानंतर काही दिवस तिला काही खाणे-पिणे सुचत नव्हते, त्याच्याशिवाय दुसरे काही तिच्या मनात येत नव्हते. ती फक्त त्याचा आणि त्यांनी एकत्र घालवलेल्या क्षणांचा विचार करत होती. ती त्याला दर तासाला फोन करत होती. भल्या पहाटे मोबाईल व मेसेजेस पाठवत होती. तिला त्याच्याबद्दल किती प्रेम आहे हे दाखवण्यासाठी त्याच्यासाठी अनेक भेटवस्तू खरेदी करत होती. तिच्या मुलांनाही असे जाणवायला लागले की आईचे आपल्याकडे लक्ष नाही, त्यामुळे त्यांच्या मनावर मानसिक आघात होऊन त्यांची वागणूक बदलली, पण तिला त्याची पर्वा नव्हती. तिने

तिच्या मुलाची डेण्टिस्टची अपॉईंटमेंट रद्द करून ते पैसे रीकला भेटायला जाण्यासाठी लागणाऱ्या विमान तिकिटासाठी वापरले आणि तिच्या या सगळ्या वर्तणुकीचे समर्थन असे केले की, 'मला माझे आयुष्य, माझ्या गरजा काही आहेत की नाही?'

फार उत्कट प्रेमामधील प्रेमवीरांची वागणूक ही सद्यः परिस्थितीशी फारकत घेतल्याप्रमाणे असते. स्थलकाळाचे त्यांना भान नसते. त्यांच्या शरीरात तर असे काही रासायनिक बदल होतात की त्यामुळे त्यांना चांगल्या-वाईट गोष्टींचे भान उरत नाही. ब्रिटिश नॅशनल ॲडिक्शन सेंटरचे प्रमुख डॉ. मार्सडेन तर म्हणतात की, प्रेम हे एखाद्या नशील्या द्रव्याप्रमाणे असते. त्यांनी त्याची तुलना कोकेन व स्पीड या द्रव्यांशी केली आहे. त्यांनी असा निष्कर्ष काढला आहे की, उत्कट प्रेम हे निसर्गाने रचलेला एक सापळा आहे, ज्यामध्ये स्त्री व पुरुष यांच्यामध्ये घट्ट नाते तयार होऊन पुनरुत्पादन होते. 'दि ॲनॅटॉमी ऑफ लव्ह' या पुस्तकाचे लेखक डॉ. हेलेन फिशर म्हणतात की प्रेमात पडणे ही काही विशिष्ट रासायनिक द्रव्यांची तृप्ती आहे. ज्यायोगे विशिष्ट घटना घडून मानसिकतेत कमालीचा बदल होतो. डॉ. फिशर यांच्या मते कोकेन घेतल्यानंतर ही मेंदूच्या त्याच पेशी अशाच वर्तुळाकार परिक्रमा करतात आणि तुम्हाला सातव्या आसमानात नेऊन ठेवतात. तुमचे शरीर पिसासारखे हलके झाल्यासारखे वाटते. प्रेमात पडल्यानेसुद्धा असेच छान-छान वाटते आणि प्रेमाचीसुद्धा नशा चढते.

मला भीती वाटते

नव्या नव्हाळीच्या प्रेमात मेंदूमधून स्त्रवलेली अशी संप्रेरके वेगवेगळ्या भावना निर्माण करून इंद्रधनुषी खेळ दाखवतात असे आत्तापर्यंत ९०% प्रेमवीरांनी नोंद करून ठेवले आहे. अशा प्रेमवीरांना झोप लागत नाही, त्यांची तहानभूक हरपते, तरीही ते अतीव उत्साहाने भारलेले असतात, मध्येच अंतर्मुख होतात तर मध्येच खूप बोलतात. त्यांच्या पोटात फुलपाखरे बागडत असतात; त्यांच्या श्वासोच्छवासाचा वेग वाढतो, हृदयाची धडधड वाढते. तळहातांना घाम येतो. बोलताना त-त-प-प होते वगैरे वगैरे. यांपैकी काही भावना प्रेमात नाकारले जाण्याच्या भीतीशी निगडित आहेत, त्यामुळे एकाच वेळी प्रेमात पडल्याचा आनंद तर दुसरीकडे नाकारले जाण्याची भीती अशा परस्परविरोधी भावनांमुळे संघर्ष होतो. नवीन-नवीन प्रेमात पडलेले युगुल फक्त विचार करून थांबत नाही तर एकमेकांचे फेसरीडींग करतात की आपल्याला योग्य तो प्रतिसाद मिळतो आहे की नाही?

इ.स. १९७० साली करोल किंगने जे गाणे बनवले होते त्यामध्ये प्रेमात पडलेल्या प्रेमवीरांच्या मनोभावनांचे रंगीबेरंगी सुंदर प्रदर्शन होते. आपल्याकडेही तुम्हाला 'खामोशी' सिनेमातले 'आज मैं ऊपर, आसमा है नीचे' हे गाणे आठवत असेल. त्यामध्ये अगदी तंतोतंत या सगळ्या अदा दाखवल्या आहेत. करोलच्या या गाण्यामध्ये ज्याचे शब्दही तसेच आहेत, 'आय फिल दि अर्थ मूव्ह अंडर माय फीट' यामध्ये मध्येच तिला थंडी वाजते, तर मध्येच उकडते. तिच्या भावनांवरील तिचा ताबा सुटतो, तिचे हृदय थरथरते आणि तिचा प्रियकर जेथे कोठे असेल त्याच्यावर आभाळ कोसळते. नशीली द्रव्यांच्या सेवनानेसुद्धा असेच काहीतरी जाणवते.

अनेक लोकांचा प्रेमातला अनुभव असा की प्रेम ही अकस्मात मिळालेली रोलर कोस्टरमधील सवारी आहे. त्यांना या सवारीची पूर्वसूचनाही नसते आणि त्याचे नियंत्रणही त्यांच्या हाती नसते. या भावना कोठून येतात? तर मेंदूतील 'सेरब्रल कोर्टेक्स' किंवा सोप्या भाषेत करड्या रंगाच्या भागातून येतात आणि आत्तापर्यंतचे आपले तार्किक सुसंगत विचार, सदसद्विवेकबुद्धी यांना आवाहन देऊन अविवेकी बनवतात. जसा, आपल्यासमोर अचानक सिंह आला तर आपण लढण्याचा विचार न करता किंवा शांतपणे सुटकेचा विचार न करता पळत सुटतो.

प्रेमापासून मिळणाऱ्या गोड फळांमुळेच लेखकांना आणि कवींना अत्यंत हृदयस्पर्शी, रोमांचक अशा कविता, गाणी सुचली, पण प्रेमाला फक्त सकारात्मक बाजू नसते तर क्वचित प्रेमाच्या अति तीव्र भावना द्वेष, मत्सर, मानसिक असंतुलन यांनासुद्धा जन्म देतात. नुकताच प्रकाशित झालेला शोधनिबंध असे सांगतो की प्रेमामुळे आरोग्यात नाट्यमय चांगले बदल होतात. प्रेमामध्ये कॅन्सर बरा करण्याचीसुद्धा ताकद आहे. आपल्यासाठी प्रतिकूल असलेल्या लोकांबरोबर दुर्गुणी जोडीदाराबरोबरसुद्धा राहण्याचे बळ आपल्याला प्रेम देते.

मला झोप येत नाही... मला जेवण जात नाही...

प्रेमात पडलेल्या लोकांना सर्वसामान्यपणे 'प्रेमदीवाने' असे म्हणतात. हे प्रेमदीवाने म्हणतात की त्यांना जेवण जात नाही, त्यांना झोप येत नाही. पुन्हा पुन्हा तेच बोलतात, बोलण्यात लक्षही नसते. विचित्र वागतात. दिवसातून २० ते ३० वेळा त्यांच्या प्रियकर/प्रेयसीला फोन करतात, पण त्यांच्या या सगळ्या वर्तणुकीमागे विशिष्ट शास्त्रीय कारण आहे. त्यांच्या मेंदूतील सेरोटोनीन या संप्रेरकाचे प्रमाण कमी होते तर ऑक्सिटोसीन या संप्रेरकाचे प्रमाण वाढते. सेरोटोरीन हे 'न्युरोट्रान्समीटर'चे काम करते, ज्यामुळे आपल्याला धोक्याची जाणीव मिळते, इशारा मिळतो. आपल्या सभोवताली घडणाऱ्या हालचालींबद्दल आपण सजग

होतो. एकूणच सेरोटोनीन आपल्याला चांगले ठेवते.

नैराश्य आणि खाण्या-पिण्याच्या चुकीच्या सवयी यासुद्धा सेरोटोनीनच्या कमी पातळीशी निगडित असतात आणि आपण नैराश्य जाण्यासाठी ज्या अँटीडिप्रेसंट गोळ्या घेतो, त्यामुळे सेरोटोनीनची पातळी वाढते. पुरुषांपेक्षा स्त्रियांमध्ये सर्वसामान्यपणे ३०% ऑक्सिटोनीन अधिक असते आणि त्याच्याबरोबरच सिरोटोनीनची पातळी कमी असते. बायका पछाडल्यासारखे प्रेम का करतात आणि प्रेमात आकंठ का बुडतात याचे उत्तर तुम्हाला आत्ता मिळाले असेल.

> प्रेम ही मानवी वंश टिकवून ठेवण्यासाठी निसर्गाने स्त्रियांवर केलेली लबाड खेळी आहे.
>
> *- डब्लू. सॉमर्सेट मॉहम*

इ.स. २००७मध्ये सर्ज ब्रँड व त्यांच्या सहकाऱ्यांनी स्वित्झर्लंड येथील बेसल युनिव्हर्सिटीमध्ये १७ वर्षे वयाच्या मुलांच्या मुलाखती घेतल्या. त्यांना ११३ वेगवेगळ्या विषयांमधले प्रश्न विचारण्यात आले. त्यांच्यातील ६५ जणांनी सांगितले की ते नुकतेच प्रेमात पडले आहेत. ब्रँडच्या असे लक्षात आले की, कुमारावस्थेतील मुले फार कमी झोपत होती. मनाविरूद्ध काही गोष्टी करत होती. त्यांच्या कल्पना बेफाम होत्याच, पण त्यांच्यात नवीन काही करून दाखवण्याचा जोम होता. जी मुले पौगंडावस्थेत प्रेमात पडली होती त्यांना काहीतरी धाडस करून दाखवायचे होते म्हणजे वाहने सुसाट वेगाने पळवणे किंवा बंजी-जंपींग वगैरे. ब्रँडने असे दाखवले की पौगंडावस्थेतील मुलांचे प्रेम जेव्हा नवे-नव्हाळीचे असते तेव्हा ते अती तीव्र उत्कट असते आणि जणू काही ते मॅनिॲक रूग्णांप्रमाणेच वाटतात. वेगळ्या शब्दात सांगायचे तर प्रेमात पडलेली पौगंडावस्थेतील मुले अनेक वेडे चाळे करतात.

> जर तुम्ही एखाद्याला 'हा काय वेडेपणा?' असे म्हणालात तर तुम्ही कळीचा प्रश्न विचारलात.

मेंदूचा स्कॅन काय दाखवतो?

मेंदूचा एम.आर.आय. काढला व मेंदूचे स्कॅन केले तर मेंदूच्या कार्याबद्दलच्या नवनवीन शक्यता वर्तवता येतात. शास्त्रज्ञांनी मानवी मेंदूला धक्का न पोहोचवता,

पेशंटला जराही त्रास होणार नाही अशी खबरदारी घेऊन मोठे संशोधन केले आहे.

मेंदूतील प्रेम आणि प्रणय या विषयीच्या अभ्यासाला खरी गती मिळाली ती इ.स. २००२मध्ये. अ‍ॅण्ड्रियास बारटेल्स आणि सेमीर झेकी या दोन शास्त्रज्ञांनी काही तरुण स्त्री व पुरुष जे नुकतेच प्रेमात पडले आहेत आणि ज्यांनी स्वत:चे वर्णन 'प्रेमात ठार वेडे झालो आहोत' अशी केली आहे अशांच्या मेंदूतील बदलांचा अभ्यास केला. जेव्हा अशा स्त्री-पुरुषांना त्यांच्या प्रियकराचा फोटो दाखवला तेव्हा त्यांचा मेंदू वेगळ्या तऱ्हेने कार्यरत झाला. त्यांच्या मेंदूचा स्कॅन असे दाखवत होता की तो फोटो व व्यक्ती यांच्यातील विरुद्धलिंगी आकर्षणामुळे त्यांच्या मेंदूत काही ठरावीक जागा उद्दीपीत झाल्या व डोपेमाईन हे संप्रेरक स्रवले. तुम्हाला आठवत असेलच डोपेमाईन हे आनंद आणि प्रेरणा दाखवणारे न्युरोट्रान्समीटर आहे, म्हणूनच डोपेमाईनला 'हॅपीनेस हार्मोन' असे म्हटले जाते. डोपेमाईन व नोरेपाइनफ्राईन यांची वाढलेली पातळी हे निद्रानाश, विसराळूपणा, अति चळवळेपणा, लक्ष हेतुपुरस्सर वेधून घेण्याचा प्रयत्न यांना कारणीभूत ठरते. स्त्री-पुरुष सुरुवातीला जेव्हा एकमेकांच्या मोहात पडतात, तेव्हा त्यांच्यातील डोपेमाईनचे अस्तित्व प्रकर्षाने जाणवते. कशावरून? तर त्यांचा अमाप उत्साह, भूक, झोप यांबद्दलची अनास्था, आपल्या प्रिय व्यक्तीवरचे सतत लक्ष आणि छोट्या छोट्या गोष्टींमधला अतीव आनंद, नवीन नात्याबद्दलची अवीट गोडी हे सगळे जाणवते. बार्टेलस आणि झेकी या शास्त्रज्ञांनी कोकेनचे सेवन केलेल्या व्यक्तींचे ब्रेन स्कॅन व प्रेमात बेहोष झालेल्या व्यक्तीचे ब्रेन स्कॅन यांचा तुलनात्मक अभ्यास केला असता त्या गोष्टींमध्ये त्यांना फारसा फरक आढळला नाही.

स्वीकारा, की तुम्ही प्रेमात वेडे झाला आहात

मेंदूचा खालील स्कॅन केलेला फोटो- तुम्ही जेव्हा प्रेमात वेडे झालेले असता त्यावेळची स्थिती आणि तुम्ही जेव्हा कोकेन प्राशन करता त्यावेळची स्थिती जवळपास कशी सारखी असते- हे दाखवतात.

म्हणून तुम्ही प्रेमात पागल असाल किंवा एखादे नशीले द्रव्य प्राशन करून सातव्या आसमानात असाल; दोन्ही जवळपास सारखेच! एखादी आई जेव्हा आपल्या मुलांकडे प्रेमाने पाहते तेव्हासुद्धा तिच्या मेंदूचा स्कॅन जवळपास असाच येतो. बार्टेल्स आणि झेकी या निर्णयाप्रत आले की, स्त्री-पुरुषांमधील प्रेम असूदे किंवा आईचे वात्सल्य असूदे, दोन्हींचा संबंध हा मानवी प्रजातीच्या अनादी अनंत

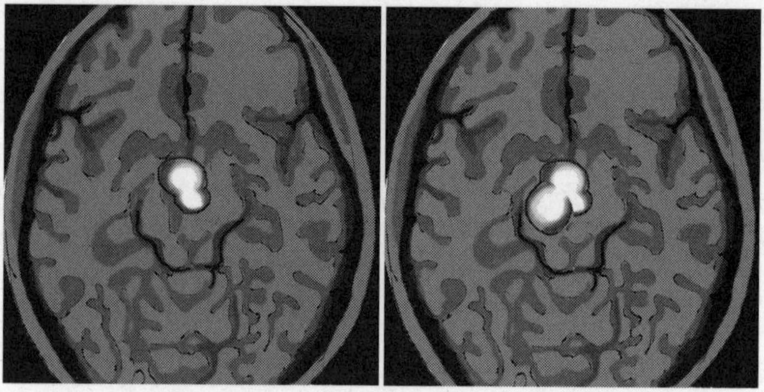

डाव्या बाजूचा मेंदूचा स्कॅन हा प्रेमात वेडे झालेल्या व्यक्तीचा आहे. तर उजव्या बाजूचा स्कॅन हा कोकेन प्राशन केलेल्या व्यक्तीचा आहे.

कालापर्यंत असतोच, कारण प्रेमवीर असले किंवा लहान बाळ असले तरी ते तुमचा डीएनए पुढे चालू ठेवण्यास वचनबद्ध असतात.

प्रेमाचे आणि प्रणयाचे मेंदूमधील भौगोलिक स्थान

इ.स. २००५मध्ये डॉ. ल्युसी ब्राऊन या न्यूयॉर्कमधील अल्बर्ट ऐनस्टाईन कॉलेजमधील न्युरोसायन्सच्या प्रोफेसरने आणखी काही जगप्रसिद्ध उत्क्रांतिवादी शास्त्रज्ञांना मदतीला घेऊन काही प्रयोग केले. हेलन फिशर याने अशा १७ तरुण स्त्री-पुरुषांचे एम. आर. आय. स्कॅन केले, जे नुकतेच प्रेमात पडले आहेत; म्हणजे ते आता 'वासना' किंवा 'भुरळ' या पायऱ्यांवर आहेत. त्यांचा एम. आर. आय.- स्कॅन आपण प्रेमात पडतो तेव्हा आपल्याला तशा भावना का येतात- याचे शास्त्रशुद्ध कारण स्पष्ट करते, तसेच जेव्हा आपण नाकारले जातो तेव्हा ते इतके वेदनादायी आणि निराश करणारे का असते याचीसुद्धा कारणमीमांसा दिलेली आहे.

त्यांनी मेंदूमधील अशा जागा शोधल्या की ज्यांचा संबंध तीव्र इच्छा, स्मरणशक्ती, भावना आणि अवधान यांच्याशी आहे. त्या जागेला कॉडेट न्युक्लिअस म्हणतात आणि जेथून डोपेमाईन स्राव स्रवतो त्या जागेला व्हेंट्रल टेगमेंटल असे नाव आहे आणि मग हा स्राव मेंदूत सर्वत्र पसरवला जातो. एम. आर. आय. स्कॅनवर या सर्व जागा, जेव्हा प्रियकर/प्रेयसीचा फोटो त्या व्यक्तीला दाखवला जातो, तेव्हा प्रकाशित होतात, तसेच स्त्रियांचे फोटो दाखवल्यास पुरुषांच्या कामवासना उद्दीपीत होतात. स्त्री-पुरुष व नर-मादी जे अधिक काळ एकमेकांबरोबर

होते त्या सर्वांच्या बाबतीत असे बदल झालेले स्पष्ट दिसले. शास्त्रज्ञांच्या असे लक्षात आले की जेव्हा तुम्ही प्रेमात पडता तेव्हा व्हेंट्रल टेगमेंटल कॉडेटला डोपेमाईनने भरून टाकतो आणि कॉडेट आणखी-आणखी डोपेमाईनची मागणी करत राहतो. जितके डोपेमाईन अधिक मिळत जाईल तितके तुम्ही अधिक अधिक आनंदी व्हाल.

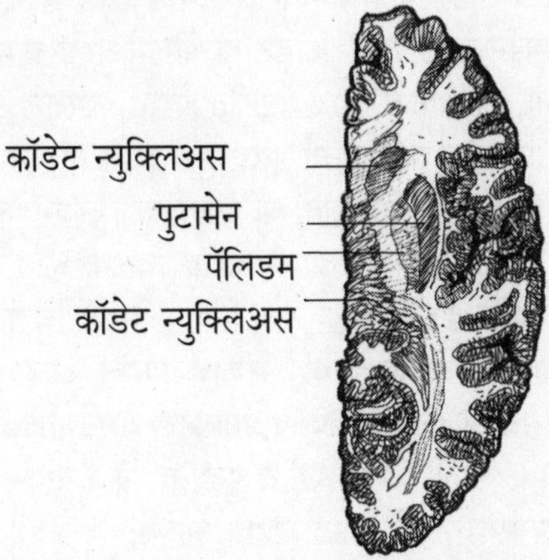

मानवी मेंदूचा छेद

शास्त्रज्ञांनी असे शोधून काढले की, कॉडेट हा मेंदूचा असा भाग आहे की जो उत्कट प्रेमाशी संबंधित असतो. शास्त्रज्ञ असेही सांगतात की दीर्घ काळ मैत्री-जिव्हाळा ही मेंदूच्या पुढच्या भागात व्हेंट्रल पुटामेन आणि पॅलिडिअन येथे असते. वासना, भुरळ आणि तीव्र विषयवासना या वेगळ्या ठिकाणी असतात. अधिकतर त्या मेंदूच्या डाव्या भागात असतात. मुख्य मुद्दा असा की, या शोधामुळे मेंदूतील प्रेमाबद्दलची कोडी उलगडली गेली आणि प्रेमाकडे आपण अधिक वस्तुनिष्ठपणे पाहायला लागलो.

प्रेम हे एक आनंदी करणाऱ्या औषधांचे असे रासायनिक नशीले मिश्रण आहे की ज्यांना याची नशा चढते त्यांना प्रेमवेडे म्हणतात.

प्रेमाकडे पाहण्याचा स्त्री व पुरुष यांचा दृष्टिकोन वेगळा कसा?

फिशर आणि ब्राऊन या दोघा शास्त्रज्ञांनी एकत्रितरीत्या व एकेकटेपणे जवळपास ३००० प्रेमात पडलेल्या लोकांच्या मेंदूचे विश्लेषण केले. कॉलेज तरुण-तरुणींना त्यांच्या प्रेमाच्या व्यक्तीची चित्रे दाखवली, तेव्हा असे लक्षात आले की बायकांना त्यांच्या प्रियकरांचे फोटो दाखवल्यावर त्यांच्या कॉडेटमध्ये प्रचंड उलथापालथ होऊन मोठ्या प्रमाणात डोपेमाईन तयार झाले. कॉडेट या भागात तुम्हाला माहिती आहेच की स्मरणशक्ती, भावना, अवधान हे सगळे उद्दीपीत होतात, यालाच 'प्लेझर सेंटर' असेही म्हटले जाते. पॅरीएटल कॉर्टेक्सचा पुढचा भागसुद्धा या मनातल्या प्रतिमा दृष्टीसमोर उभ्या करण्यास सहभागी होतात. या प्रयोगातील पुरुषमंडळींच्या व्हिज्युअल कोर्टेक्समध्ये मोठी उलथापालथ झाली आणि त्यांच्या कामवासना चाळवल्या गेल्या. बार्टेल्स आणि झेकी हेसुद्धा याच निर्णयाला पोहोचले होते.

मेंदूचा पुढचा स्कॅन हा डॉ. ब्राऊन यांच्या संशोधनाबद्दल आहे आणि त्यावरून प्रेम मेंदूत कोठे असते आणि स्त्री व पुरुष प्रेमाबद्दल वेगवेगळा विचार कसा करू शकतात हे समजते. खाली दिलेले स्त्री व पुरुषांचे स्कॅन बघा- जेव्हा ते त्यांच्या प्रियकराच्या वा प्रेयसीच्या फोटोकडे पाहात आहेत.

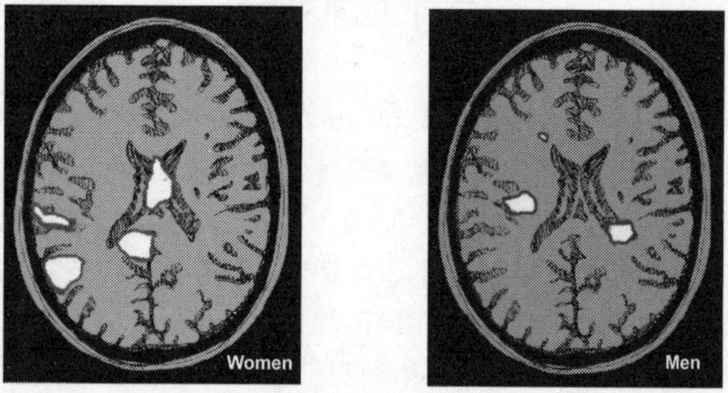

प्रेमाच्या प्रतिमा : स्त्री व पुरुष जेव्हा आपल्या प्रेमाच्या व्यक्तीच्या फोटोकडे पाहतात, तेव्हा जो पांढरा भाग कार्यरत होतो तो येथे दाखवला आहे.

तुम्ही जर बारकाईने पाहिले तर स्त्रियांच्या तुलनेत पुरुषांच्या मेंदूत प्रकाशित झालेला पांढरा भाग कमी आहे, पण जर हा भाग रंगीत प्रकाशात पाहिला तर असे लक्षात येईल की पुरुषांच्या मेंदूतील आकाराने लहान असलेला पांढरा भाग अतिशय तीव्रपणे कार्यरत आहे. बायकांच्या मेंदूत पांढरा भाग अधिक

असला तरी त्याचे कार्य मंद गतीने चालते. बायकांच्या मेंदूतील हा पांढरा भाग व पुरुषांच्या मेंदूतील हा पांढरा भाग वेगवेगळ्या ठिकाणी आहे. हा पुरावा देऊनच शास्त्रज्ञांनी हे सिद्ध केले की प्रेमातील नातेसंबंधांकडे पाहण्याचा स्त्री व पुरुष यांचा दृष्टिकोन वेगळा आहे.

दुसरा अभ्यास अश्लील फोटो लोकांना दाखवल्यावर काय होते यावर प्रकाश टाकणारा आहे. ब्राऊन आणि फिशर यांनी स्त्री-पुरुषांना जेव्हा अश्लील फोटो दाखवले तेव्हा त्यांच्या 'इन लव्ह' भागात म्हणजे प्रेम उद्दीपीत होते तेथे काहीही फरक दिसला नाही! पण हायपोथेलॅमसमध्ये मात्र लगेच फरक पडला. हायपोथेलॅमस जो तहान-भूक या भावना उत्तेजित करतो तो कार्यरत झाला तसेच अमिगडेल जेथे कामवासना उद्दीपीत होतात तेथे हालचाल झाली. या सगळ्यांवरून प्रामुख्याने एक गोष्ट सांगायची म्हणजे प्रेमातला मेंदू आणि कामवासनेतला मेंदू हे सारखे दिसत नाहीत.

थोडक्यात, शास्त्र असे सांगते की, स्त्री व पुरुष यांच्या प्रेमात पडण्याच्या परिभाषा वेगवेगळ्या असतात. तो स्त्रीचे प्रणयाच्या दृष्टिकोनातून मोजमाप करण्यासाठी 'डोळे' या हत्यारांचा प्राथमिक अवस्थेत वापर करतो, तर बायका त्यांची 'स्मरणशक्ती' वापरून हा पुरुष दीर्घ काळ मैत्रीसाठी योग्य आहे की नाही हे बघतात. वासना आणि प्रेम या दोन वेगळ्या गोष्टी असून मेंदूतील त्यांची स्थानेही भिन्न असतात.

पुरुषांना कोणत्या स्त्रिया आकर्षक वाटतात?

जेव्हा बॅरोल्स आणि झेकीने काही आकर्षक बायकांचे फोटो पुरुषांना दाखवले तेव्हा त्यांच्या असे लक्षात आले की पुरुषांच्या मेंदूतील दोन स्थाने अधिक कार्यरत झाली. एक दृष्टिसुखामुळे व दुसरे कामवासनेमुळे! अधिकतम पुरुषांना दृष्टिसुख भावते आणि ते सतत बायकांना न्याहाळत असतात आणि कल्पनेतच त्यांच्याशी प्रणय करतात; त्यांना अश्लील छायाचित्रे पाहायला आवडतात, हे सगळे आपल्याला आधीपासूनच माहिती आहे. पुरुषांच्या मेंदूमधील ही स्थाने जेव्हा उद्दीपीत होतात तेव्हा त्यांनी नैतिक बंधने झुगारून दिलेली असतात.

> एक तीन वर्षांचा मुलगा आंघोळ करताना आपले गुप्तेंद्रिय न्याहाळत होता. त्याने त्याच्या आईला विचारले, 'आई, हा माझा मेंदू आहे का?' ती म्हणाली, 'नाही बाळा! अजून नाही!!'

पुरुषांमधील शिकारी नजर लाखो वर्षांपासून हळूहळू प्रगत होत गेली, तो अनंत काळापासून आपले सावज शोधण्यात माहीर आहे. आपल्याला निरोगी, धट्टीकट्टी मुले व्हावीत, आपला वंश पुढे चालू राहावा ही त्याची प्रामाणिक इच्छा! जर स्त्री तरुण आणि निरोगी असली तर त्याची कामवासना लगेच प्रबळ व्हायची आणि पुनरुत्पादनाचे प्रयत्न सुरू व्हायचे. पुरुष स्त्रियांपेक्षा अधिक वेगाने प्रेमात का पडतो याचे उत्तर हेच आहे, कारण त्यांचे डोळे हे त्यांचे प्रभावी साधन आहे. केवळ एखादी स्त्री पाहिल्यावर ती आवडली की ते तिच्याबद्दल दुसरा-तिसरा विचार करत नाहीत व लगेच मेंदूला इशारा जातो आणि ताबडतोब संप्रेरकांची निर्मिती होते. हेच कारण आहे की बायकांपेक्षा पुरुष प्रथमदर्शनी प्रेमात पडतात.

या सगळ्या विवेचनाचा मथितार्थ हाच की, पुरुष त्यांचे डोळे स्त्रियांना सकृतदर्शनी पारखण्यासाठी वापरतात; जेव्हा पुरुषांची कामवासना जागृत होते तेव्हा त्यांच्यामध्ये मोठ्या प्रमाणात हार्मोन्सची निर्मिती होते. या हार्मोन्समुळे त्यांचा सारासार विचार नष्ट होतो आणि पुरुष काही वेळेस आत्मघातकी निर्णय घेतात. कोणत्याही स्त्रीला, जी त्याला ओळखते त्यामुळे मोठा धक्का बसतो. डेव्हिड बस यांचे म्हणणे आहे की पुरुषाची ही शॉक ट्रीटमेंट कोणत्याही संस्कृतीत, कोणत्याही काळात कोणत्याही शतकात शक्य असते.

> तुम्हाला माहिती आहेच की पुरुष एकावेळी एकच इंद्रिय वापरू शकतो, त्यामुळेच रक्ताचा पुरवठा इतर ठिकाणी असल्यास त्यांचा मेंदू काम करत नाही.
>
> *- रॉबिन विलियम्स*

स्त्रिया पुरुषांच्या कोणत्या गोष्टींवर भाळतात?

स्त्रियांच्या मेंदूचा स्कॅन आणि अभ्यास असे दाखवते की, तो पुरुषांच्या मेंदूपेक्षा खूप भिन्न आहे. स्त्रियांमध्ये आठवणींशी संबंधित जागा या पुरुषांबद्दलच्या आकर्षणाला कारणीभूत ठरतात. उत्क्रांतिवादाच्या भाषेत सांगायचे तर पुरुषांच्या वर्तणुकीच्या तपशिलांची नोंद ठेवली जाते - ही निसर्गाची एक योग्य युक्ती आहे.

हजारो-लाखो वर्षांपासून स्त्रिया लहान मुलांना ती संपूर्णपणे स्वावलंबी होईपर्यंत वाढवण्याचे काम करत आल्या आहेत. मातृत्व निभावणे हे मोठे अवघड काम आहे आणि विशेषत: इतर कोणत्याही सस्तन प्राण्यांमधील मातेपेक्षा मानवी मातृत्व कठीण. मानवी मातांना मुले वाढवण्याच्या काळात

त्यांच्या संगोपनासाठी आधार आणि संरक्षण याची गरज असते. इतिहासपूर्व काळात जर एखाद्या स्त्रीचा नवरा मेला तर तिला दुसरा पती मिळणे खूप दुरापास्त गोष्ट होती. पुरुषांसारखे स्त्रियांना पुरुषांकडे त्या नजरेने पाहणे शक्य नव्हते आणि तो विश्वासार्ह आणि प्रामाणिक आहे किंवा नाही हे तपासून पाहणे तर अशक्य गोष्ट आहे. पळणाऱ्या झेब्र्यावर ५० मीटरवरून भाला फेकून मारणे त्याला जमते किंवा नाही आणि तिला आपल्याबरोबर जेवायला मिळते किंवा नाही हे तो बघेल का हे कळण्याचा काही मार्ग नव्हता. परंपरेनुसार बायका जी पुरुषांचे चांगुलपणा आजमावण्याची पद्धत पूर्वी वापरायच्या तीच आजही वापरतात. म्हणजे 'तो काल काय म्हणला? ३ आठवड्यांपूर्वी किंवा ३ महिन्यांपूर्वी तो असंच म्हणला होता का? तो मुलांबरोबर कसा वागतो, तो दयाळू आणि उदार अंत:करणाचा आहे का? तो त्याच्या आईशी कसा वागतो? आपला जोडीदार निवडताना, ती या सगळ्या गोष्टींचा शोध घेते. जेव्हा स्त्री एका पुरुषाच्या फोटोकडे पाहते तेव्हा, तसेच नाक-डोळे असलेल्या दुसऱ्या पुरुषांची पण तिला आठवण होते आणि मग त्या पुरुषांच्या व्यक्तिमत्त्वातल्या खाचाखोचा तिला प्रकर्षाने आठवतात, मग तिच्या मनात येते की अशाच खाचाखोचा या फोटोतल्या पुरुषामध्ये पण असणार. अशा प्रकारे दुसऱ्या माणसाचे व्यक्तिमत्त्व तिसऱ्या व्यक्तीवर लादून मनातल्या मनात ती जिगसॉ पझल खेळत राहते. हे ती योग्य करते असे म्हणायचे नाही, उलट याचा अर्थ असा होतो की, तिच्या मनात संमिश्र भावनांमुळे प्रचंड गोंधळ उडालेला आहे. ज्या वेळी स्त्री मनातल्यामनात समोरची व्यक्ती आपली जोडीदार म्हणून कितपत लायक आहे हे पाहण्यासाठी तिची माहिती गोळा करत असते, यावेळी पुरुष मात्र तिच्याकडे वासनापूर्ण नजरेतून पाहून तिला न्याहाळत असतो. आता तुम्हाला याचे कारण कळेल की बायका कोणतीच गोष्ट का विसरत नाहीत आणि पुरुष मात्र तिच्याकडे नजर लावून बसताना पकडले जातात.

> ज्या जोडप्यांना एकत्र राहून लग्न करायचे आहे त्यांची संख्या ७९% आहे, पण फक्त १८% जोडपीच लग्न करून दहा वर्षांपर्यंत एकत्र राहू शकतात.

वासना टिकत का नाही?

इटलीतील पिसा येथील युनिव्हर्सिटीमधील एक मानसशास्त्रज्ञ डोनॅटेला मॅरॅसीटी

यांनी 'ऑबसेसीव्ह कंपलसरी डिसऑर्डर' म्हणजे भीतीपोटी माणसे भलत्याच गोष्टी करतात त्यावेळी होणारे संप्रेरकांमधील बदल आणि सेरोटोनीन हे संप्रेरक हे आपल्याला भयमुक्त करते. यांचा परस्परसंबंध शोधून काढला. जेव्हा खूप कमी सेरोटोनीन स्रवते तेव्हा नैराश्य, दुःख, भय, काळजी, चिंता या भावनांचे प्राबल्य वाढते; अशा वेळी डॉक्टर प्रोझेक कुटुंबातील औषधे देतात, ज्यामुळे या नकारात्मक भावना कमी होतात. मॅरसीटीला नेहेमी कुतुहूल वाटायचे की, जे लोक ओसिडी या मानसिक असंतुलनामुळे त्रस्त आहेत आणि जे प्रेमात वेडे झाले आहेत ते कित्येक तासांपर्यंत एखाद्या वस्तूकडे किंवा एखाद्या व्यक्तिकडे कसे पाहत राहू शकतात आणि या दोन्ही प्रकारच्या लोकांना नेहमीच हे कसे समजते की सध्या आपल्याला वाटणारे भय हे काल्पनिक आहे, परंतु तरीही आपले त्या भावनांवर नियंत्रण नाही. मग तिने अशा ओ.सी.डी. विकाराने ग्रस्त असलेल्या २० रुग्णांची सेरोटोनीनची पातळी मोजली. आपल्या दोन्ही निरीक्षणांचा तिने अभ्यास केला. नंतर जे लोक प्रेमात पडलेले नाहीत व ज्यांना ओ.सी.डी.पण झालेला नाही अशा लोकांची सेरोटीनीनची पातळी मोजली व त्याचा तुलनात्मक अभ्यास केला तेव्हा असे दिसले की सर्वसामान्य लोकांमध्ये सेरोटोनीनची पातळी योग्य होती, पण प्रेमात पडलेल्या व ओ.सी.डी.ने ग्रस्त असणाऱ्यांची सेरोटोनीनची पातळी ४०%ने कमी होती. शास्त्रज्ञांनी ही सेरोटोनीनची पातळी कशी मोजली तर सेरोटोनीन वाहून नेणाऱ्या ब्लड प्लेटलेट्समध्ये प्रोटीन किती ते पाहिले. या प्रयोगावरून सुरुवातीस उत्कट असणारे प्रेम झपाटलेपणात कसे बदलले हे दिसते.

पुन्हा १२/१४ महिन्यांनी याच विषयाचे परत प्रयोग केले असता मॅरसीटी यांना संप्रेरकांमध्ये पुन्हा बदल झालेले दिसले. ती जोडपी अजूनही जरी एकत्र राहत होती तरी त्यांच्यातील विषयवासना अदृश्य झाली आणि सेरोटोनीनची पातळी पुन्हा पूर्ववत झाली. ते प्रेमी युगुल मात्र अजूनही शपथेवर सांगत होते की, अजूनही त्यांना एकमेकांबद्दल पूर्वीइतकेच प्रेम आहे. निसर्गदेवता अत्यंत हुशार आहे. केवळ मानवाचा वंश टिकून राहावा आणि पुरुत्पादन व्हावे यासाठी ती संप्रेरकांचा हा खेळ खेळते.

इटलीतील पॅव्हीया विद्यापीठातील इन्झो इमॅन्युले व त्याच्या सहकाऱ्यांनी अशीच पद्धत वापरून इ.स. २००५मध्ये रासायनिक टूल, न्युरोट्रॅफिन्स हे उत्कट प्रेमामध्ये कितपत सहभागी असतात ते पाहण्यासाठी काही प्रयोग केले. त्यांनी असे सांगितले, की रक्तातील न्युरोट्रॅफिन्स या द्रव्यामुळे कामवासना, भुरळ उद्दीपीत होतात आणि उत्कट प्रेमाची तीव्रता वाढते. मॅरसीटीप्रमाणेच

इमॅन्युलचे व त्याच्या सहकाऱ्यांचे हेच मत आहे की, एक किंवा दोन वर्षांनी प्रेम पाझरवणारी सगळी संप्रेरके गायब होतात. जरी ती जोडपी सुखाने नांदत असली तरीसुद्धा नातेसंबंध टिकणार की नाही याचा अंदाज सुरुवातीच्या प्रेम भावनांच्या तीव्रतेवरूनही लावता येत नाही किंवा विषयवासना किती प्रभावी आहे यावरूनही करता येत नाही.

इ.स. २००८मध्ये न्यूयॉर्क येथील ब्रुक विद्यापीठाच्या डॉ. ॲरोन यांनी केलेले संशोधन मात्र काहीसे आशादायक आहे. ज्या जोडप्यांनी २० वर्ष सुखाने संसार केला आहे, अशा जोडप्यांच्या मेंदूचा स्कॅन त्यांनी केला आणि त्यांचा मेंदूचा स्कॅन नव्याने प्रेमात पडलेल्या जोडप्यांच्या मेंदूच्या स्कॅनशी जुळवून पाहिला, तेव्हा त्यांना १०% जोडप्यांच्या मेंदूतील कार्य आणि तेथील रासायनिक प्रक्रिया या प्रेमिकांचे फोटो दाखवल्यावर नवप्रेमिकांच्या मेंदूच्या कार्याशी जुळणारे दिसले.

दीर्घ काळ नातेसंबंध टिकवण्याच्या बाबतीत ९०% लोकांमध्ये फक्त स्रवणाऱ्या संप्रेरकांपेक्षा इतरही मुद्दे महत्त्वाचे ठरतात.

कार्डीफ (वेल्स) येथील व्हाईटचर्च हॉस्पिटलमधील जैव रसायनशास्त्रज्ञ अब्दुल्ला बॅडावी याने असे प्रयोगाअंती दाखवून दिले की, अल्कोहोलमुळेसुद्धा मेंदूतील सेरोटोनीनचे प्रमाण कमी होते. सेरोटोनीनचे कमी प्रमाण चांगल्या-वाईटातील फरक न करता कशालाच मज्जाव करत नाही आणि असा भ्रम निर्माण करते की आपल्या पलीकडे असलेली अत्यंत सामान्य दिसणारी व्यक्ती ही अविश्वसनीयरीत्या आकर्षक आहे.

हे सगळे संशोधन तुम्हाला कोणता धोक्याचा इशारा देते? तर तुम्हाला जर दीर्घकालीन नातेसंबंध जपायचे असतील, संसार सुखाने करायचा असेल तर कोणत्याही भावनिक किंवा आर्थिक वचनबद्धतेपूर्वी निदान दोन वर्षे तरी थांबून, विचार करून पुढचे पाऊल उचला आणि तेव्हाच जोडीदार निवडा.

पण जर असे लक्षात आले की, अगदी उत्कट प्रेमातसुद्धा सगळे प्रेमाचे संप्रेरक गायब झाले तर त्या जोडप्याला एकमेकांमध्ये अडकवून ठेवणारा असा कोणता धागा असतो? सगळेच संपले आहे असे समजण्याचे कारण नाही. आपण नंतरच्या प्रकरणांमध्ये याचा विचार करू.

जेव्हा तुम्ही नाकारले जाता तेव्हा काय होते?

नवे नव्हाळीचे प्रेम खूप धडधड वाढवणारे असते, या मागचे कारण म्हणजे आपल्या प्रेमाला योग्य तो प्रतिसाद मिळण्याची अशक्यता आणि भीती! कदाचित प्रेम संपुष्टात येते की काय! ही काळजी!

दुसऱ्या एका प्रयोगात डॉ. फिशर, ब्राऊन व ॲरॉन यांनी अशा ४० स्त्री-पुरुषांच्या मेंदूचा स्कॅन पाहिला की जे नुकतेच प्रेमात झिडकारले गेले आहेत. इ.स. २००७मध्ये नुकतेच प्रेमात पडलेल्या जोडप्यांच्या मेंदूचा स्कॅन त्यांच्याकडे होताच. त्यांनी या प्रतिमांचा तुलनात्मक अभ्यास केला. ते लोक आपल्या प्रियकराच्या फोटोकडे पाहात असतानाचा केलेला मेंदूचा स्कॅन आणि आता त्यांच्या पूर्वीच्या प्रियकराच्या फोटोकडे पाहतानाचा मेंदूचा स्कॅन, यांमध्ये फरक असा दिसला की, जेव्हा तुम्ही ठोकरले जाता, तेव्हा मेंदूतील त्या जागांचा संबंध शारीरिक वेदना, भयभीत वागणूक, अवास्तव धाडस आणि रागाचे नियंत्रण यांच्याशी येतो. असेसुद्धा दिसून आले की जो जो तुमचा जोडीदार तुम्हाला नाकारतो तो तो तुम्ही त्याच्याकडे अधिकाधिक खेचले जाता. ही यंत्रणा अशा प्रकारची असते की, 'लढा किंवा पळा'! अशा वेळी तुमचा मेंदू आपले प्रेम मिळवण्याचा पुन्हा एक शर्थीचा प्रयत्न करून बघतो, कारण त्याला नाकारले गेल्याच्या वेदनेतून सुटका हवी असते. शेवटी जेव्हा तुम्ही हे दारुण सत्य स्वीकारता की तुम्ही नाकारले गेले आहात आणि तुम्ही भानावर येता तेव्हा या संबंधित जागा निराशेने भरून जातात.

> तुम्ही जेव्हा नाकारले जाता तेव्हा तुमच्या मेंदूला तुमच्या जुन्या प्रियकराचा पाठलाग करण्याची अधिक ओढ लागते.

जेव्हा या संशोधनात भाग घेतलेल्या स्त्री-पुरुषांनी त्यांच्या पूर्वीच्या प्रियकर-प्रेयसीची चित्रे पाहिली तेव्हा त्यांच्या मेंदूतील डोपेमाईन संप्रेरकात लक्षणीय वाढ झाली. हीच यंत्रणा आनंद आणि नशा यांच्याशी संबंधित आहे. जेव्हा त्यांनी त्यांच्या मित्रांची चित्रे पाहिली तेव्हा असे काहीच घडले नाही. जे स्त्री-पुरुष प्रेमात झिडकारले गेले होते त्यांच्या मेंदूचे स्कॅन पाहून हेसुद्धा समजले की प्रेमभंगामुळे गंभीर शारीरिक आजार का होतात? जेव्हा एखाद्याला प्रेमात नकार पचवावा लागतो तेव्हा आनंद देणारे डोपेमाईनसारखी संप्रेरके नाहीशी होतात व त्यांच्या जागी नैराश्य आणणारी रसायने येतात व त्यामुळे रोगप्रतिबंधक शक्ती नाहीशी

होते. याबद्दलचा एक सर्वमान्य नियम असा की, तुमचे नातेसंबंध किती जुने आहेत त्यावर तुमच्या दुःखावर मलमपट्टी होण्यास किती वेळ लागणार हे ठरते; म्हणजे जर तुमचे नातेसंबंध एक वर्ष जुने असले तर तुम्हाला सामान्य स्थितीला येण्यास एक महिना पुरतो. तुमचे ताणतणाव संपतात व तुम्ही पुन्हा निरोगी आयुष्य जगता. जर नातेसंबंध दोन वर्षांचे असतील तर या यंत्रणेतून बाहेर पडायला तुम्हाला दोन महिने लागतात. जेव्हा प्रौढ स्त्री-पुरुषांच्या जोडीदाराचा म्हणजे ५० वर्षांपुढील वयाच्या जोडीदाराचा मृत्यू होतो, तेव्हा मागे उरलेल्या व्यक्तीच्या भंगलेल्या हृदयावर उपचार होऊ शकत नाहीत.

सारांश —

मूलभूत गोष्ट ही की, कामेच्छा होणे हे आपल्या शरीरात स्त्रवणाऱ्या रासायनिक द्रव्यांचे कॉकटेल आहे जे मेंदूकडून रक्तात पसरवले जाते आणि त्यामुळे संप्रेरकांची निर्मिती होते आणि आपल्या भावना मुख्यत्वेकडून टेस्टोस्टोरोन व ऑस्ट्रोजेन यामुळे उद्दीपीत होतात. तुम्ही एखाद्या विशिष्ट परिस्थितीत असलात तर ही परिस्थिती ती द्रव्ये मेंदूत उत्पन्न करण्यास उद्युक्त करते. उदाहरणार्थ, एखादे विशिष्ट गाणे, विशिष्ट वास किंवा एखादा आपल्या प्रियकरासारखा दिसणारा माणूस यामुळेसुद्धा आपल्या भावना चेतावल्या जातात. जसजसे आपले वय वाढते तसतसे ही संप्रेरके विशेषकरून टेस्टोस्टोरोनची पातळी कमी होते. प्रौढ पुरुष व स्त्रियांसाठी यावर उपाय म्हणून टेस्टोस्टोरोनची पातळी वाढवणारी इंजेक्शन्स आहेत. याबद्दलचे अधिक विवेचन आपण पुढे करू, पण एक महत्त्वाची गोष्ट ही लक्षात घ्या की सगळ्या तुमच्या प्रेमाच्या भावना, प्रेमातील उत्कंठा, तुमचे सातव्या आसमानात वावरणे हे सगळे गूढ किंवा ऋणानुबंध, आत्म्यांचे मीलन वगैरे असे काही नाही; ज्यांना असे वाटते तो त्यांचा भोळा भाव आहे. या सगळ्याचा संबंध फक्त संप्रेरकांशी आहे.

शास्त्राने उत्कट प्रेम, वासना, प्रणय, जिव्हाळा या सगळ्यांमागची गुपिते ओळखली आहेत. जी कोणे एकेकाळी कल्पनाविलास होती. हे शास्त्र म्हणजे मेंदूतील प्रेमासाठी जी.पी.एस. प्रमाणे असते. या शास्त्रीय संशोधनामुळे काही लोकांचे असे म्हणणे आहे की त्यांनी प्रेमात पडण्याच्या रोमांचक अनुभवातील सगळी मजाच घालवून टाकली आहे. खरे तर असे नाही! याच्या उलट तुम्हाला असे समजते की तुम्ही जी जोडीदाराची निवड करत आहात, त्यामागे तुमची नेमकी कोणती भूमिका आहे? तसेच तुम्हाला हे समजते की प्रेमाला शास्त्रीय तर्कशुद्ध

आणि जैविक पाया आहे आणि ती केवळ गूढ, अशक्य ओढ नव्हे! त्यामुळे तुम्ही अधिक सजगपणे जोडीदार निवडू शकता, तुमच्यातील दोष दूर करू शकता आणि प्रेमसंबंधात सावधपणे वावरू शकता केवळ असे म्हणू नका की मी काय करणार? माझ्या संप्रेरकांनी मला असे वागण्यास भाग पाडले...! त्यापेक्षा ड्रायव्हिंग व्हील हाती घ्या आणि तुम्हीच ठरवा की गाडी आपल्याला कोठे न्यायची आहे. तुमच्या शरीरशास्त्राव्यतिरिक्तसुद्धा अनेक इतर घटक काम करत असतात- ज्याच्यावरती तुम्हाला नियंत्रण मिळवायचे आहे, जे तुम्हाला पुस्तकात पुढे पाहायचे आहे.

> प्रेमात पडल्यावर जर तुम्ही हे रासायनिक द्रव्यांचे व संप्रेरकांचे गणित समजून घेतले नाही तर प्रेमात तुमचे तीन-तेरा वाजतील.

जेव्हा बी.एम.डब्ल्यू.ने पहिली जी.पी.एस. कार बाजारात आणली तेव्हा अनेक लोकांनी नाके मुरडून म्हटले, की यामुळे गाडी चालवण्यातली मजा निघून गेली आणि नवीन जागा शोधून काढण्यातली गंमत पण गेली, पण खरे तर जी.पी.एस.ने काय केले तर लोकांना पत्ता चुकल्यामुळे होणारी चिडचिड, नैराश्य, वेळेचा अपव्यय, पुढील बंद मार्ग आणि चुकीचे रस्ते घेणे या सगळ्यांमधून सुटका केली. आपण हरवून जाणे हे कधीतरी मजेशीर असू शकते, पण आता नवीन संशोधनानुसार तुमच्या खिशात तुम्हाला परवडणारी पर्यायी योजना नेहमीच हजर असते आणि पुढील प्रकरणांमध्ये आपण हेच बघणार आहोत.

* थोडक्यात, आपल्या प्रणयी भावना पूर्वीपेक्षा जराही बदलल्या नाहीत, अगदी शेकडो-हजारो वर्षांपासून त्या तशाच आहेत.
* प्रेम, वासना, प्रणय, उत्कटता हे सगळे मेंदूत उत्पन्न होणाऱ्या भावनांनी दिलेले उत्तेजन आहे.
* शास्त्राने हे सिद्ध केले आहे की स्त्री व पुरुष यांचा प्रेमाकडे पाहण्याचा दृष्टिकोन वेगळा असतो आणि त्यांच्या मेंदूत प्रेम हे वेगवेगळ्या ठिकाणी वसलेले असते.
* जेव्हा तुम्हाला हे समजते की, तुमच्या कामेच्छा या तुमच्या मेंदूतील रसायनांना दिलेला प्रतिसाद आहे तेव्हा त्यांच्याबरोबर कसे जुळवून घ्यायचे किंवा त्यांना शह कसा द्यायचा हेही तुम्हाला समजते.

प्रकरण २

प्रेम आणि प्रणयाबाबत खुल्लमखुल्ला चर्चा

लाखो वर्षांमध्ये काही गोष्टी मुळीच बदलल्या नाहीत

आपण प्रणयाला आजही इतके महत्त्व का देतो? तुम्हाला वाटेल हा काय मूर्खासारखा प्रश्न आहे? किंवा त्याचे उत्तर साधे, सरळ आहे, पण विचार करा - प्रणय, उत्कट प्रेम, प्रेमातल्या भानगडी हे सगळे अत्यंत वेळखाऊ आहे... महागडी जेवणे, हॉटेलिंग, सहली, सतत फोन कॉल्स, मोबाईल्सवरील एस.एम.एस. महागड्या भेटवस्तू. लग्न मग ताटातूट आणि घटस्फोट. काय हा सगळा वेळेचा आणि पैशाचा अपव्यय! आणि हे सगळे कशासाठी? तर आपल्या प्रजाती पिढ्यानपिढ्या टिकून राहाव्या म्हणून! आपला डीएनए अनंत काळापर्यंत अस्तित्वात असावा म्हणून! मनुष्यप्राण्यासाठी प्रणय हा त्याच्या मेंदूचा स्थायी भाव आहे आणि अर्थात त्यामागे इतर हेतू होते. प्रणयामागे ताकदीचे प्रदर्शन, प्रतिष्ठा, मौजमजा आणि एकमेकांबरोबरची बांधीलकी हीसुद्धा उद्दिष्टे होती. सर्वच सजीवांच्या पुनरुत्पादनासाठी प्रणयाची गरज नसते. काही वनस्पती, बॅक्टेरीया आणि पाठीचा कणा नसलेले इतर प्राणी जसे कीटक वगैरे, यांच्यात प्रणय नसतो. ते प्रणयाशिवाय त्यांच्यासारख्याच दुसऱ्या प्राण्याला

जन्माला घालू शकतात. याला 'असेक्सुअन' असे म्हणतात, पण यातली वाईट गोष्ट अशी की असे क्लोनिंग करून जन्मलेले बाळ जरी आपल्या पालकांसारखे असले तरी ते त्यांच्याइतके चांगले व सशक्त नसते. हा नवीन जीव बदलत्या ऋतुमानाला तोंड देऊन तग धरू शकत नाही, कारण मादी जिवाने दुसऱ्या जिवाला जन्म दिल्यास जेथे आई राहते तेथेच हे राहू शकते. दुसरीकडे राहू शकत नाही, पण ऋतुमान, बाह्य परिस्थिती सतत बदलत असते. जर दोन वेगळ्या जिवांच्या संकरामुळे, त्यांच्या जीन्सच्या एकत्रिकरणामुळे जन्माला आलेला जीव हा आपल्या पालकांपेक्षा अधिक सशक्त आणि भोवतालच्या परिस्थितीचा मुकाबला करण्यास लायक बनतो! तर हे अधिक चांगले नव्हे का?

प्रणय हा वंशपरंपरागत असतो. जर तुमचे पालक या बाबतीत सुखी नसतील तर कदाचित तुम्हालाही हे सुख मिळत नाही.

न्यूझीलंडमधील ऑकलंड विद्यापीठातील मॅथ्यू गोर्डी याने काही प्रयोग करून हे निष्कर्ष २००७मध्ये शोधून काढले; त्याने दोन प्रकारच्या गव्हाच्या जातींचा अभ्यास केला. एका जातीच्या गव्हाचे पुनरुत्पादन संकर करून केले तर दुसऱ्या जातीच्या गव्हाचे पुनरुत्पादन क्लोनिंग पद्धतीने होऊ दिले. सभोवतालचे तापमान जेव्हा स्थिर होते, तेव्हा दोन्ही गव्हाच्या जातींचे पुनरुत्पादन सारख्याच वेगाने झाले, पण जेव्हा शास्त्रज्ञांनी खोलीचे तापमान वाढवून अधिक प्रतिकूल परिस्थिती निर्माण केली तेव्हा संकरित जातीच्या गव्हाची वाढ चांगली झाली. संकरित पुनरुत्पादनाचा वेग ९४% ने वाढला आहे तर क्लोनिंगमुळे पुनरुत्पादनाचा वेग ८०% ने वाढला आहे.

प्रणय उपभोगणे हे मौजमजेचे असू शकते, पण ते अत्यंत वेळखाऊ आणि दमवणारे आहे; अर्थात परिणामी त्यातून अधिक सशक्त आणि योग्य प्रजाती निर्माण होते आणि हेच तर आपल्या उपभोगामागचे मुख्य कारण आहे.

काळ कसा बदललाय?

इ.स. १९४०पर्यंत ४२ वर्षांचे वय म्हणजे मध्यमवयीन असे समजले जायचे. ज्या लोकांची वये पन्नाशीला आली आहेत ते फक्त निवृत्तीबद्दलच विचार करायचे आणि साठ वर्षांचे वय असलेल्या व्यक्तीला म्हातारा किंवा म्हातारी असेच संबोधले जात असे, पण या परंपरागत समजुतींना धक्का दिला तो म्हणजे देव आनंद, धर्मेंद्र, जितेंद्र, रेखा, हेमामालिनी यांसारख्या सिनेकलाकारांनी.

पण २१वे शतक चाळीस आणि त्यापेक्षा अधिक वयाच्या व्यक्तिंसाठी विशेष चांगले ठरले. ही माणसे साधारण १९६० ते १९७०च्या काळात वाढत होती किंवा त्यांचे जन्म झाले होते. ज्या काळात राहणीमानात, संस्कृतीत आधुनिकता आली होती. या पिढीने आपले आरोग्य उत्तम राखले आणि त्यांना दीर्घायुष्य मिळाले आणि घड्याळाचे काटे मागे कसे फिरवायचे ते त्यांना समजले; वार्धक्याला कसे दूर ठेवायचे त्याच्या युक्त्या त्यांना समजल्या. २०व्या शतकाच्या उत्तरार्धात चाळिशी ओलांडलेली स्त्री ही हातात व्हायब्रेटर घेऊन शरीराचे चोचले पुरवण्याऐवजी हातात लाटणे घेऊन नवऱ्याला व मुलांना जेऊ घालण्यात धन्यता मानत होती. ती तिच्या संसारात स्थिरावलेली असे. तिचे आयुष्य काहीसे कंटाळवाणे आणि सांसारिक असे; ज्यामध्ये प्रणय, प्रेम, उत्कट असे काहीच नसे. आता चाळिशी पार केलेल्या स्त्रियांनासुद्धा शरीर प्रदर्शनात काही वाटत नाही. त्यांचा याबाबतचा दृष्टिकोन तिशीतल्या स्त्रियांसारखा असतो. मानवाची हीच पहिली पिढी की त्यांनी वयाची जाणीव करून घेण्यास नकार दिला.

आजच्या समाजामध्ये जो काही बदल दिसून येतो आहे त्याचा संख्याशास्त्राच्या हिशोबातून खुलासा केला आहे. ही माहिती २००८मध्ये देशोदेशीच्या आरोग्य केंद्रांतून म्हणजे इंग्लंड, ऑस्ट्रेलिया, न्यूझीलंड, अमेरिका, कॅनडा, जर्मनी, फ्रान्स, हॉलंड आणि स्पेन येथून मिळवलेली आहे.

१. सध्याच्या विवाहेच्छुक वराचे सर्वसाधारण वय ३४ असते तर वधूचे ३२ असते. (या दोघांच्याही वयात +३ मिळवले असता ते पुनर्विवाहाचे वय धरावे.)
२. इ.स. २००८मध्ये मातृत्वाचा स्वीकार करण्याचे वय ३० होते. ६ जोडप्यांपैकी एकाला कृत्रिम गर्भधारणेचा आधार घ्यावा लागणार, कारण पुनरुत्पादनचा वेग मंदावला आहे.
३. घटस्फोटाचे सरासरी वय १९८८ साली ३७.६ हे होते. ते इ.स.

२००७मध्ये ४४.२ इतके झाले तर स्त्रियांचे घटस्फोटाचे वय ३४.८ वरून ४१.३ वयावर आले.

४. ४०% मुलांचा जन्म विवाहबाह्य संबंधांतून होणार आहे.
५. फक्त ३६% जोडपीच चर्चमध्ये वा मंदिरात लग्न करतील.
६. ८०% जोडप्यांमध्ये घोरणाऱ्या जोडीदाराला एकटेच झोपावे लागणार आहे.

यापूर्वीच्या पिढ्यांना असे निष्कर्ष यापूर्वी कधीच पाहायला मिळाले नाहीत आणि त्यावरून सध्याच्या काळात लग्नाच्या आणि नातेसंबंधाच्या प्रति आपला दृष्टिकोन काय आहे ते प्रकर्षाने दिसून येते.

मानवी अभ्यास आता कोणत्या दिशेने करावा लागतो?

उत्क्रांतीवादाच्या अभ्यासात मनुष्यप्राण्याच्या वर्तणुकीचा मागोवा घेण्यासाठी प्राण्यांच्या वर्तणुकीचा अभ्यास करावा लागतो. या विशिष्ट अभ्यासाला मानसशास्त्रातील उत्क्रांती, शरीरशास्त्रातील उत्क्रांती, मानव आणि त्याच्या भोवतालची परिस्थिती, त्याचे सामाजिक स्थान या सगळ्या अभ्यासाला एकत्रितपणे 'ह्यूमन इव्होल्युशनरी सायकॉलॉजी' असे नाव दिले आहे, ज्याला आपण सोयीसाठी एचईपी म्हणणार आहोत. या अभ्यासामुळेच आपण आज जे काही आहोत ते का आहोत याची कारणमीमांसा समजणार आहे, तसेच आपण कोठून आलो, याचा काय परिणाम होतो ते समजणार आहे. एचईपी विषयाच्या संशोधकांनी त्यांचे संशोधन प्राण्यांवरच्या प्रयोगांपासून सुरू केले आणि मानवांच्या वर्तणुकीच्या बाबतीतही हे संशोधन लागू पडले, अर्थात मानव बोलू शकतात या गोष्टीचे संशोधकांना काही फायदे आणि काही तोटे झाले. एचईपी समजून घेतल्याने मानव कोणत्या प्रकारे प्रतिसाद देणार आहेत किंवा काय प्रतिक्रिया देणार आहेत हे समजू शकते.

उदाहरणार्थ, मोराला फार सुंदर दिसण्याची देणगी मिळालेली आहे आणि पुनरुत्पादनाच्या बाबतीत या पिसाऱ्याचे मोठे महत्त्व आहे; कारण लांडोरीच्या आकर्षणाच्या बाबत तो महत्त्वाचा मुद्दा आहे. लांडोरीला भरगच्च रंगीत पिसारा आणि गुबगुबीत शेपूट असलेला मोर आवडतो. ज्या मोराचा पिसारा चांगला नाही आणि त्याला विशिष्ट शेपूट नाही त्याला लांडोर नाकारते. मोरांच्या पुनरुत्पत्तीच्या संबंधात अशा प्रकारे चांगला पिसारा नसणे ही अडचणीची बाब ठरते, कारण अशा मोराबरोबर लांडोर रत होत नाही.

''छान आहे तुझा पिसारा आता शेपूट दाखव''

जे मोर आणि लांडोरीच्या बाबतीत सत्य आहे हेच मानवी स्त्री-पुरुषांच्या बाबतीत घडते! अगदी जाणीवपूर्वक नाही तरीसुद्धा स्वत:च्याच नकळत स्त्रिया पुरुषांच्या क्षमता आजमावून पाहत असतात. आपल्याला जरी हे ऐकायला आवडले नाही तरी हे वास्तव आहे. साधीच गोष्ट बघा, स्त्रिया अशा पुरुषाच्या शोधात असतात जो तिला अन्न, वस्त्र, निवारा, संरक्षण देऊ शकेल आणि जे पुरुष हे देण्यास असमर्थ ठरतात त्यांना आपले जीन्स पुढे नेण्याच्या किंवा आपले बीज रोपण्याच्या संधी कमी प्रमाणात मिळतात.

आपल्यावर कोणीतरी प्रेम करणे किंवा कोणावरतरी आपण प्रेम करणे हे इतके महत्त्वाचे का असते?

१८व्या शतकात ठरावीक औषधे शोधून काढली गेली तरीही डॉक्टर्स लोक मात्र मानवाच्या दीर्घायुष्याच्या प्रमाणाबद्दल काहीही बोलण्यास उत्सुक नव्हते, पण आत्ताचे संशोधन मात्र ठामपणे हे सांगते की आपण स्वत: प्रेमात पडणे आणि दुसऱ्याने आपल्यावर प्रेम करणे ही एकच गोष्ट आपले आयुर्मान वाढवण्यासाठी उपयुक्त ठरते - मग तुमचे जीन्स, तुमचा आहार-विहार, तुमची जीवनशैली आणि औषधे या सगळ्या दुय्यम गोष्टी आहेत. या सगळ्यांची बरोबरी प्रेमाशी होऊ शकत नाही. प्रेम हेच टॉनिक आहे. अत्यंत लोकप्रिय पुस्तकाचे म्हणजे 'स्ट्रेस, डाएट अ‍ॅण्ड युवर हार्ट' या पुस्तकाचे लेखक डॉ. डीन ऑर्निका यांनी मनुष्याच्या आयुर्मानावर मोठे संशोधन केले आहे आणि तोच असा पहिला वैद्यकशास्त्रातील संशोधक आहे की, ज्याने ठामपणे हे सांगितले की हृदयविकारासारखे आजार हे तुमच्या जीवनशैलीमुळेच होतात किंवा बरे होतात आणि बरे होण्यासाठी

त्याच्या जोडीला सकारात्मक प्रेमाचे नातेसंबंध तुमच्या आयुष्यात असावे लागतात. हार्वर्ड युनिव्हर्सिटीत एक अनोखा प्रयोग केला गेला- 'मास्टर्स ऑफ स्ट्रेस' या विषयावरील अभ्यास करताना संशोधकांनी इ.स. १९५०मध्ये १५६ धडधाकट युवकांना प्रश्नपत्रिका दिली आणि त्यांना त्यांच्या पालकांबद्दल काय वाटते ते लिहिण्यास सांगितले. पालकांशी त्यांचे नाते 'प्रेमाचे', 'जिव्हाळ्याचे', 'तिरस्काराचे', 'तुटक', 'तणावपूर्ण' असे कोणत्या प्रकारचे आहे, त्यात क्रमवारी लावण्यास सांगितली. त्यानंतर ३५ वर्षांनी त्या युवकांचे- जे आता प्रौढ झाले होते त्यांचे- निरीक्षण केले व त्यांनी त्यावेळी दिलेल्या उत्तरानुसार आता त्यांचे आरोग्य कसे आहे हे पाहून ज्या निष्कर्षाला आले ते असे की,

त्यापैकी ९१% युवक असे होते, की ज्यांनी त्यांच्या आईशी प्रेमाचे संबंध ठेवले नव्हते त्यांना गंभीर आजार झाले होते, तेही आयुष्याच्या मध्यान्हीलाच!

त्यापैकी ४५% युवक असे होते, की ज्यांनी आपल्या आईशी प्रेमाचे आणि भावपूर्ण संबंध ठेवले होते त्यांना कोणताही मोठा आजार झाला नाही.

जेव्हा वडिलांशी असलेल्या नात्याचा विचार केला गेला तेव्हा वडिलांशी जवळीक नसलेल्या ८२% युवकांना गंभीर दुखणी झाली होती आणि ज्यांचे वडिलांशी बऱ्यापैकी चांगले संबंध होते, त्यातल्या ५०% युवकांची तब्येत चांगली होती.

ज्यांचे आई-वडील दोघांशीही वाईट संबंध होते, तुटकपणा होता त्या १००% युवकांना आयुष्याच्या मध्यान्हीला अनेक गंभीर दुखण्यांशी सामना करावा लागत होता.

> ज्या लोकांना असे वाटते की इतरांचे आपल्यावर प्रेम आहे ते आयुष्य छान आरोग्यपूर्ण उपभोगतात आणि दीर्घ काळपर्यंत जगतात.

ओहिओ, क्लिव्हलॅण्ड येथील संशोधकांनी सुमारे ८५०० अशा पुरुषांना प्रश्नपत्रिका दिल्या की ज्यांना कधीही आतड्याचे अल्सर्स झालेले नाहीत, त्यांचे ५ वर्षांपर्यंत निरीक्षण केले - त्यातून जे निकाल मिळाले ते असे - की त्यांपैकी २५४ पुरुषांना अल्सर्स झाले, पण आश्चर्य असे की ज्या पुरुषांनी असे सांगितले की 'त्यांची बायको त्यांच्यावर प्रेम करत नाही' अशा लोकांची अल्सर होण्याची संख्या तिपटीने जास्त होती. त्यानंतरच्या पुढील ५ वर्षांत संशोधकांनी अशा

१०००० विवाहित पुरुषांचा मागोवा घेतला, ज्यांना कोणतेच छातीचे दुखणे नव्हते; (अंजायना) त्या पुरुषांनी 'तुमची बायको तुमच्यावर प्रेम करते का?' या प्रश्नाला 'होय' असे उत्तर दिले. त्यांना इतर काही तब्येतीच्या नकारात्मक बाजू असूनही अंजायनाचा ॲटॅक आला नाही. संशोधकांच्या असे लक्षात आले की एखाद्या पुरुषावर त्याची बायको प्रेम करते की नाही यावर त्याचे आरोग्य अवलंबून असते. सध्या चालू असलेले संशोधन असे सांगते की तुमच्या ताणतणावातून होणाऱ्या आघातांना सोसण्यासाठी 'भावना' महत्त्वाची भूमिका निभावतात.

मग याचा अर्थ असा होतो का की जर तुमचे तुमच्या आई-वडिलांशी चांगले संबंध नसतील तर तुमचा विनाश होतो किंवा तुम्ही कॅन्सर होऊन मरता! सुदैवाने तसे घडत नाही. संशोधनातून असेही सिद्ध झाले आहे की, लहानपणी किंवा तरुणपणी जरी तुम्हाला पालकांचे प्रेम मिळाले नाही, तरी मोठेपणी प्रेमाची इतर नाती जपून तुम्ही भावनिक सुरक्षा मिळवू शकता, पण दुर्दैवाने एखाद्या व्यक्तीने आपल्याला लहानपणी आलेल्या कडवट अनुभवांची प्रतिक्रिया पुढेही चालू ठेवली व प्रेमळ नात्यांकडे पाठ फिरवली तर मात्र नक्कीच गंभीर दुखण्यांना सामना करण्याची त्याच्यावर वेळ येईल.

जगभराचे संशोधन हेच सांगत आहे, की विवाहित लोक दीर्घायुषी असतात. त्यांच्यात अकाली मृत्यूचे प्रमाण कमी असते. एकेकटे राहणारे, विधवा, विधुर, घटस्फोटित लोकांना अनेक दुखण्यांना सामोरे जावे लागते. कॅन्सर झालेल्या विवाहित लोकांचे आयुष्यसुद्धा कुठल्याही जाती-जमातीतील स्त्री किंवा पुरुष किंवा संस्कृती याच्या पलीकडे जाऊन ५ वर्षांनी अधिक असते.

> विवाहित पुरुष एकट्या पुरुषांपेक्षा अधिक जगतात, पण विवाहित पुरुषाला अधिक जगावेसे वाटत नाही.

ह्या पूर्वीच्या अभ्यासकांनीसुद्धा हेच सांगितले की, जी जोडपी विवाह न करता एकत्र राहतात त्यांच्यापेक्षाही विवाहित जोडप्यांचे आरोग्य अधिक चांगले असते, याचे कारण असे की फक्त सहनिवासापेक्षा लग्नामध्ये भावनिक सुरक्षितता अधिक आहे. विशेष करून स्त्रियांसाठी! कारण लग्नामुळे त्या पुरुषावर असे शिक्कामोर्तब होते की आता लग्नाच्या बाजारात त्याची किंमत शून्य आहे. विवाह म्हणजे कमी ताणतणाव, पण तुलनेत अधिक सुरक्षितता! ज्यामुळे सर्वसाधारणपणे

प्रतिकार शक्ती वाढते व अधिक आरोग्य लाभते. अमेरिकेतील 'लोकसंख्या अभ्यास मंडळा'ची अध्यक्ष किंग वेट हिने असे सांगितले की स्त्री आणि पुरुष दोघांनाही विवाहामुळे दीर्घायुष्य मिळते. विवाहित पुरुष अविवाहित पुरुषापेक्षा सरासरी १० वर्षे अधिक जगतो, तर विवाहित स्त्री अविवाहित स्त्रीपेक्षा सरासरी ४ वर्षे अधिक जगते. थोडक्यात सांगायचे तर विवाहित लोक अधिक जगतात व त्यांना अविवाहित लोकांच्या तुलनेत कमी आजार होतात.

इ.स. २०२१पर्यंत इंग्लंडमध्ये पाचपैकी एक जोडपे विवाहाशिवाय एकत्र राहतील.

सात प्रकारचे प्रेम

खूप लोकांसाठी प्रेम ही अनाकलनीय गोष्ट आहे - विशेषत: पुरुषांसाठी! जेव्हा बायका 'प्रेम' हा शब्द वापरतात, तेव्हा पुरुषांना तिला नक्की काय म्हणायचे आहे हेच समजत नाही. ती त्याला म्हणते, 'माझे तुझ्यावर प्रेम आहे.' आणि लगेच पुढच्या वाक्यात म्हणते, 'मला पिझ्झा आवडतो.' नंतर म्हणते, 'माझे माझ्या कुत्र्यावरपण खूप प्रेम आहे.' नंतर म्हणते, 'मला शॉपिंगला जायला खूप आवडते.' म्हणून आता तो बुचकळ्यात पडतो व स्वत:ची तुलना पिझ्झा हटशी, कपड्यांच्या दुकानांशी आणि लॅब्रेडॉर कुत्र्याशी करतो.

तो म्हणतो, 'अर्थातच! माझेपण तुझ्यावर प्रेम आहे. कर्तव्यच आहे ते माझे! कारण काही झाले तरी मी तुझा नवरा आहे.'

समस्या अशी आहे की, अगदी प्रगत भाषांमध्येसुद्धा प्रेम या विविध छटा असलेल्या भावनेसाठी दुसरा शब्दच नाही. प्राचीन भाषांमध्ये वेगवेगळे प्रेम दाखवण्यासाठी वेगवेगळे शब्द होते आणि त्या प्रत्येकाचा अर्थ वेगळा होता. प्राचीन पार्शियन भाषेत ७८ शब्द होते, ग्रीक भाषेत ४ शब्द होते, लॅटीन भाषेत ५ शब्द होते, पण इंग्लीश भाषेत मात्र 'लव्ह' हा एकमेव शब्द आहे.

आजमितीला प्रेमाचे वर्गीकरण सात वेगवेगळ्या प्रकारांत करता येते, ते असे-

१. **उत्कट प्रेम** - शारीरिक आकर्षण, प्रणयी भावना, प्रणय आणि संप्रेरकांची उलथापालथ
२. **उपयुक्ततावादी प्रेम** - तुमचे तुमच्या देवावरचे प्रेम, तुमच्या नोकरीवरचे प्रेम किंवा खरेदीची आवड, पिझ्झा खाण्याची आवड
३. **कल्याणकारी प्रेम** - देवावरचे प्रेम, धर्मावरचे प्रेम
४. **बांधवांचे प्रेम** - मित्रांवरचे, शेजाऱ्यांवरचे प्रेम
५. **सर्वसाधारण प्रेम** - आपल्या भोवतालच्या लोकांवरचे प्रेम
६. **मन व्यापून टाकणारे प्रेम** - मत्सर, अशांतता, एखाद्या विचाराने पछाडल्यासारखे वाटणारे.
७. **कौटुंबिक प्रेम** - मुलांबद्दलचे प्रेम, पालकांबद्दलचे प्रेम, धाकट्या भावंडांबद्दलचे प्रेम.

म्हणून एखादी स्त्री जेव्हा पुरुषाला प्रथम 'आय लव्ह यू' म्हणते ते त्याच्यासाठी काय असते? आत्तापर्यंत तिच्याबरोबरचे त्याचे नाते फार छान असते- म्हणजे फक्त प्रणय, हास्यविनोद आणि मौजमजा- पण आता 'आय लव्ह यू' म्हटल्यावर त्याच्या डोक्यात धोक्याची घंटा वाजायला सुरुवात होते. आता वचनबद्धतेची कटकट, लग्न, सासुरवाडीची माणसं, मुलं, वैताग, आवडी-निवडींना फाटा, मानसिक त्रास, एकपत्नीत्व, ढेरपोट्या आणि टक्कल असे स्वतःचे चित्र तो रंगवू लागतो. बाईसाठी मात्र प्रेमाचा अर्थ पतीनिष्ठा, सुबक घरटे, कुटुंब, मुले - पण हा सगळा बायकांचा अग्रक्रम पुरुषांना भयभीत करतो.

आपले प्रेमाचे नकाशे

'प्रेमाचा नकाशा' हा जणू काही एखाद्या ब्लू प्रिंट प्रमाणे असतो, त्याच्यात दिसणाऱ्या गोष्टी अत्यंत आकर्षक वाटतात. हे जे छुपे प्रगतिपुस्तक असते त्याचा आधार घेऊन लोक आपल्या योग्य वधू/वर शोधत असतात. आपण एखाद्याकडे किंवा एखादीकडे आकर्षिले जाणे हे आपल्या मेंदूतील हार्डवेअरला आणि आपल्या पूर्वीपासून जोडीदाराविषयी बघितलेल्या स्वप्नांना अनुसरूनच आहे हे आपण कसे शोधतो? हे आपले निकष आपण पाहिलेल्या आणि अनुभवलेल्या गोष्टींवर आधारित असतात, म्हणजे आपल्याला आपल्या पालकांनी काही विशिष्ट शब्दात किंवा म्हणी वापरून आपल्याला काही गोष्टी सांगितल्या. ज्या त्यांना सांगणे गरजेचे वाटले, भयावह वाटले, नावडीचे वाटले. काही गोष्टी आपल्या बालपणीच्या मित्रांकडून त्यांच्या चांगल्या व वाईट यातील संघर्षामधून

समजल्या. आपल्या शिक्षकांनीही चांगल्या गोष्टींबद्दल पाठीवर थोपटले तर चुकांसाठी शिक्षा केली आणि अशा असंख्य, अगणित गोष्टींना आपण सामोरे गेलो. ज्या शास्त्रज्ञांनी आपण आपल्या जोडीदाराची निवड कशी करतो याचा अभ्यास केला त्यांचा असा विश्वास आहे की, आपल्या मनातल्या या प्रेमाच्या नकाशांच्या छपाईची सुरुवात सहाव्या वर्षापासून होते आणि १४व्या वर्षापर्यंत तो नकाशा ठळकपणे मनावर कोरला जातो.

पण दोन गोष्टी मात्र निश्चित आहेत. बायकांचा जोडीदार निवडीच्या निकषाचा पाया हा तो पुरुष तिला पुरवणाऱ्या सुविधा हाच आहे, तर पुरुषांची नजर स्त्रियांचे तारुण्य, शरीरसौख्य आणि सौंदर्य याचा शोध घेत असते.

जेव्हा तुम्ही ४ वर्षांचे होता तेव्हा तुम्हाला तुमच्या आईशी, वडिलांशी, भावाशी, बहिणीशी असे सतत तुमच्या जवळ असणाऱ्या व्यक्तीशी लग्न करायचे असते. शास्त्रज्ञ म्हणतात, पण जेव्हा तुम्ही ७ वर्षांचे होता तेव्हा जवळच्या व्यक्तींमधली तुमची रुची संपुष्टात येते आणि जे लोक आपल्या दूरचे आहेत, लांबचे आहेत आणि काहीसे गूढ वाटतात, त्यांच्याबद्दल आकर्षण वाटू लागते.

आपल्या परिचित लोकांबद्दलच्या या तिटकाऱ्यामुळे आपल्या मेंदूतील रासायनिक द्रव्यांच्या पातळीत बदल होतो, ते दाखवणारा 'स्वेटी-टी-शर्ट'चा प्रयोग अनेकांना माहिती आहे. काही स्त्रियांना वेगवेगळ्या पुरुषांनी वापरलेल्या टी-शर्टसचा वास देण्यात आला व कोणाच्या टी-शर्टमुळे त्यांचे चित्त विचलित झाले हे विचारले असता असे लक्षात आले की, तिचे वडील, भाऊ, काका- जे अगदी जवळचे, रक्ताचे नातेवाईक होते- त्यांच्या टी-शर्टबद्दल तिला जराही आकर्षण वाटले नाही, पण ज्यांचा तिच्याशी रक्ताचा संबंध नव्हता, जे तिच्यापासून दूर असणारी माणसे होती त्यांच्या टी-शर्टच्या वासाने तिची चलबिचल झाली, अगदी हीच परिस्थिती सर्वच सस्तन प्राण्यांमध्ये दिसून येते आणि याच गोष्टींमुळे आपण आपल्या जवळच्या नातेवाइकांपासून लैंगिक आकर्षणाला दूर ठेवतो व अशा स्त्री-पुरुषांचे लैंगिक संबंध निसर्ग हेतुपुरस्सर टाळतो, कारण त्यामधून जर प्रजनन झाले तर अनेक शारीरिक समस्यांना तोंड द्यावे लागेल.

विरुद्ध लिंगी आकर्षणाच्या बाबतीत योग्य वेळ येणे हासुद्धा एक महत्त्वाचा मुद्दा आहे. जर भावनिक पातळीवर तुम्ही आनंदी किंवा दुःखी असाल म्हणजे तुम्हाला नैराश्य आले असेल, खूप एकटे वाटत असेल किंवा तुमचा घटस्फोट झाला असेल किंवा तुम्ही आनंदित आहात, तुम्हाला तुमचे यश साजरे करायचे असेल तर हा आनंद किंवा दुःख तुमच्याबरोबर वाटून घेणाऱ्या व्यक्तिची तुम्हाला

नितांत गरज लागते आणि अशावेळी तुम्ही जोडीदाराच्या शोधात असता. बदललेली परिस्थिती तुमच्या संप्रेरकांची पातळी बदलवते आणि तुमचे प्रेमाचे नकाशे अधिक कार्यरत होतात, तसेच आजूबाजूच्या वातावरणातल्या बदललेल्या परिस्थितीचा पण परिणाम होतो. शोधनिबंध असे सांगतात की, जर तुम्ही सुट्टीवर असाल किंवा सेमीनार वा एखाद्या संमेलनाला गेला असाल तेव्हा तुम्ही अधिक उत्तेजित असता, रोजच्या कौटुंबिक जबाबदाऱ्यांच्या जाचातून तुम्हाला सुटल्यासारखे वाटते आणि अशावेळी तुमची डोपेमाईनची पातळी वाढते आणि अशा वेळी तुम्ही प्रेमात पडण्याची शक्यता वाढते; अशाच काळात विवाहबाह्य संबंधास सुरुवात होते. या दोन्ही प्रकारच्या बदलांमधे काय दिसून येते, तर हा सगळा संप्रेरकांचा खेळ असतो.

सिनेसृष्टी आणि वर्तमानपत्रे आपल्या दृष्टिकोनात कसा रंग भरतात...

सिनेनट हा व्यावसायिक खोटे बोलणारा असतो आणि जो सिनेनट त्याची भूमिका जास्तीत-जास्त आपल्याला पटवून देतो तो ऑस्कर मिळवतो. सिनेसृष्टी ही अशाच खोट्या-नाट्या प्रतिमांची असते. खोटाखोटा प्रणय असतो, खोटेच वैभव असते, पण आपल्यासारखे सामान्य स्त्री-पुरुष आपलेही आयुष्य असेच वैभवशाली असावे अशी अपेक्षा धरतात. नटनट्या आपला विश्वास व रोल असा भ्रम निर्माण करतात आणि पडद्यावर विशिष्ट प्रकाशयोजना वापरून त्यात खरा वाटणारा आभास निर्माण करतात. त्यांची नक्कल आपल्या खऱ्या आयुष्यात करणे दुरापास्त असते, पण या कृत्रिम, खोट्या प्रतिमा आपल्या डोक्यात बसतात. ज्याचे भूत दोन पिढ्यांपर्यंत उतरत नाही आणि बायकांकडून त्यांनी तशीच 'आदर्श नारी' असण्याची अपेक्षा केली जाते तर पुरुषाने एकाचवेळी पराक्रमी आणि हळुवार प्रेमवीर असण्याची अपेक्षा केली जाते, जे आत्तापर्यंतच्या इतिहासात कधीच घडले नाही. तुम्ही मागच्या वेळेस फार महागड्या रेस्टॉरंट्समध्ये तुमच्या लॅमोझिन गाडीतून, चॅनेल परफ्यूम लावून, महागडे कपडे घालून, रोलेक्स घड्याळ घालून, आधुनिक केशभूषा करून, पार्श्वभूमीवर ३० वाद्यांचा वाद्यवृंद वाजताना कधी गेला होतात? काही आठवते का? नाही ना? पण सिनेमामुळे आपण असे स्वर्गीय सुख मिळण्याची स्वप्ने पाहतो.

सध्याची प्रसिद्धी माध्यमे अशा प्रकारचे अवास्तव जीवन तुमच्यासमोर उभे करतात. आजच्या काळात हा एक फार मोठा दबाव सर्व स्त्री-पुरुषांवर आहे,

त्यामुळे त्यांच्या अपेक्षा वाढलेल्या आहेत. कित्येक स्त्रियांना ब्रॅड पिट सारखा रुबाबदार व्यक्तिमत्त्व असलेला श्रीमंत नवरा हवा असतो, पण प्रत्यक्ष आयुष्यात त्यांचा नवरा फक्त मोटार मेकॅनिक असतो जो अत्यंत सामान्य पगार मिळवत असतो. वास्तव आणि अवास्तव यांच्यातली ही सीमारेषा हल्ली फार पुसट झाली आहे. कोणत्याही नातेसंबंधाच्या सुरुवातीच्या काळात पुष्कळसे पुरुष स्त्रियांना अनेक भूलथापा मारतात व आश्वासन देतात की तिच्या अपेक्षा ते एक दिवस पूर्ण करतील. सुरुवातीला ते तसेच वागतातसुद्धा, पण थोड्याच दिवसांत तिचा भ्रमनिरास होतो, कारण फार दिवस ते नाटक वठवू शकत नाहीत. काही दिवसांमध्येच तिच्या असे लक्षात येते की तिचा जोडीदार हा एक सामान्य पुरुष आहे. कोणतेही नातेसंबंध संपुष्टात येण्यास अवास्तव अपेक्षाच प्रामुख्याने कारणीभूत ठरतात.

बायकांच्या आयुष्यात रोज अनेक वेगवेगळे नवीन पुरुष येतात जे खोट्या प्रेमाची खोटी परिस्थिती निर्माण करतात. असे 'मॅचो मेन' जे बायकांना आवडेल असेच बोलतात, तसाच विचार करतात, त्यांचे शरीर पिळदार असते, ते महागडे कपडे घालतात, त्यांची छाती केसाळ असते, दाढी वाढलेली, सेट केलेली असते आणि बायका जेव्हा नातेसंबंधांबद्दल बोलतात तेव्हा ते काळजीपूर्वक लक्ष देतात. अशा पुरुषांची चित्रे व फोटो बायकांच्या मासिकांमध्ये छापून येतात आणि आपण अशाच पुरुषाशी लग्न करावे अशी प्रबळ इच्छा तिच्या मनात दाटून येते. वर्षानुवर्षे निरीक्षण करून लिहिलेल्या शोधनिबंधात असे सांगितले आहे की ज्या बायका प्रणयाने भरलेल्या कादंबऱ्या वाचतात त्या त्यांच्या खऱ्या आयुष्यात कधी सुखी होत नाहीत आणि ज्या बायका असे काही वाचत नाहीत त्यांच्या तुलनेत त्यांची कामवासना प्रबळ असते.

> विवाहित स्त्रिया अविवाहित स्त्रियांपेक्षा अधिक पुष्ट का असतात? कारण अविवाहित स्त्रिया घरी येतात, फ्रिजमध्ये काय आहे ते बघतात आणि झोपायला जातात. विवाहित स्त्रिया घरी येतात, अंथरुणात काय आहे ते बघतात आणि फ्रिजकडे जातात.

२१वे शतक पुरुषांसाठी खतरनाक का आहे?

ज्या पुरुषांचा जन्म १९६० पूर्वीचा आहे ती पुरुषांची शेवटचीच पिढी असेल की,

ज्यांचे समज असे आहेत की पुरुष आकर्षक असण्यासाठी त्यांना चांगली नोकरी असली पाहिजे, त्यांनी छंद जोपासले पाहिजेत, त्यांना स्वतःचे घर हवे, कोणत्याही स्त्रीसाठी त्यांनी गाडीचे दार उघडून धरले पाहिजे, त्यांनी आजूबाजूला स्त्रिया असताना अपशब्द उच्चारायचे नाहीत. फक्त बीअरच प्यायची आणि एखाद्या चॉकलेट हीरोप्रमाणे वागायचे. अमिताभ बच्चन हा त्यांचा आदर्श! कारण तो रांगडा, मर्दानी आणि बायकांना आदराने वागवणारा!

> खरा पुरुष चारचौघांमध्ये, सिनेमा पाहात असताना स्वामीनिष्ठ कुत्र्याने जर मालकाला वाचवण्यासाठी प्राण सोडले किंवा अपघातामुळे त्याच्या हातातून बीअरच्या बाटल्यांचा आख्खा क्रेट खाली पडला तरी रडत नाही.

१९७०पासून पाश्चिमात्त्य संस्कृतीच्या प्रभावामुळे नातेसंबंधात बायकांच्या पुरुषांपासून अपेक्षा फार बदलल्या. पूर्वीच्या कोणत्याच आयांनी आत्तापर्यंत ज्या अपेक्षा करण्याचे धाडस केले नव्हते किंवा ज्यांचा विचारही केला नव्हता त्या अपेक्षा सध्याच्या स्त्रिया करतात. १९७०पर्यंत स्त्री असा पुरुष निवडायची ज्याची समाजात प्रतिष्ठा होती, जो आपल्याला कायदेशीर मुले देईल आणि जो आर्थिक साहाय्य करेल, पण आता या अटी उरल्या नाहीत. बायका अधिकाधिक मागणीखोर होत चालल्या आहेत. पुष्कळ पुरुष त्यांच्या मागण्या पूर्ण करण्यासाठी नवनवीन साहस करतात, पण तेवढ्यानेही भागत नाही. त्यांना आता असे हवे आहे की पुरुषांनी विचारसुद्धा बायकांसारखे केले पाहिजेत. उदाहरणार्थ, जर एखादी व्यक्ती निराश असेल किंवा संकटात असेल तर तिच्यावर सतत चर्वाचर्वण करत राहायचे, पण त्याच्यावर तोडगा मात्र काढायचा नाही, पण ही पुरुषाच्या मेंदूची काही नैसर्गिक ठेवण नव्हे. पुरुष यामुळे संभ्रमित होतात आणि त्यांची पूर्वीची जी पौरुषाने भारलेली वागणूक होती यापासून माघार घेतात. पौरुषाने भारलेली म्हणजे कशी? तर गाड्यांची इंजिने उघडून त्याबद्दल अधिक जाणून घेणे, संगणक किंवा क्रिकेटमध्ये कोणी काय पराक्रम गाजवले याचा आढावा आणि याबरोबर स्वतःची काही वैयक्तिक कौशल्ये. आत्ताच्या स्त्रीजगताला पुरुषांचे हे वागणे अजिबात आवडत नाही आणि काही वेळेस तर हा त्याचा मानसिक आजार आहे असेही संबोधले जाते, पण सत्य परिस्थिती अशी आहे की ते त्यांच्या नैसर्गिक मूलतत्त्वांना अनुसरूनच वागतात. खरेतर, असे वागले

नाहीत तर काहीतरी समस्या आहे हे समजते.

आजकाल शिक्षणक्षेत्रात तर मोठ्या मुलांचे शिक्षक म्हणजे बहुतांशी शिक्षिकाच असतात, ज्या मुलांना जास्त बोलायला प्रोत्साहित करतात आणि खेळ मात्र जपून खेळायला सांगतात आणि मारामारी, कुस्ती खेळायला तर मनाईच करतात; तसेच नेत्याची निवडणूक एकमताने व्हावी असा आग्रह धरतात, हे सगळे पुरुषाच्या बुद्धीला पचणारे नसते. आदर्श पुरुष शिक्षक मिळणे हल्ली दुर्मीळ झाले आहे, त्यामुळे हल्लीच्या पिढीच्या पुरुषांना पौरुषत्वाची व्याख्या नेमकी काय याबद्दल संभ्रम निर्माण झाला आहे.

दुर्दैवाने बायकांच्या पुरुषांबद्दलच्या अपेक्षा त्यांच्या आवडी-निवडी या प्रसारमाध्यमांकडून आणि सिनेसृष्टीकडून उचलून धरल्या जातात, पण पुरुषांनी आता त्याकडे लक्ष देणे सोडून दिले आहे. बायकांनी कसे दिसावे हे निदान मासिकांच्या मुखपृष्ठावर दाखवलेले असते, पण पुरुषांसाठीच्या मासिकांच्या मुखपृष्ठावर तेही दाखवत नाहीत. २१व्या शतकातील परिपूर्ण पुरुष हा त्याच्या कामाच्या ठिकाणी वाघ असला पाहिजे, त्याचे कपडे उच्च अभिरुचीचे असले पाहिजेत, शयनगृहात तो मदन असला पाहिजे, जिममधे तो सिक्स पॅकवाला असला पाहिजे. तो प्रेमळ पिता, लाडका मित्र व बायका जेव्हा एखादी समस्या सांगतात तेव्हा ती त्याने लक्षपूर्वक ऐकली पाहिजे. जेव्हा तो रोमिओ-ज्युलिएटसारखा सिनेमा बघतो तेव्हा त्याने रडले पाहिजे. दुर्दैवाने अशा पुरुषाला पुरुष मित्रच आवडतात!

२१व्या शतकात जेव्हापासून बायकांच्या मागण्यांची ही यादी वाढत गेली तेव्हापासून पुरुषांची फूटबॉलच्या खेळात, कार-रॅलीमधे, पबमधे गर्दी वाढली, कारण निदान तेथे तरी ते पुरुषांसारखे वागू शकतात. बायकांना मात्र फक्त खरेदी करण्यात आणि चॉकलेट खाण्यातच रुची असते.

सारांश —

सध्या आपण अशा काळात जगत आहोत जेथे नातेसंबंध टिकवणे फार अवघड होऊन बसले, जे पूर्वी कधीच घडले नव्हते. स्त्री आणि पुरुष यांच्या एकमेकांबद्दलच्या अपेक्षा अत्यंत टोकाच्या आहेत आणि पालक त्याबाबत हतबल आहेत, पण अजूनही संपूर्ण मानवजातीसाठी प्रेम करणे आणि प्रेम मिळवणे हे वरदानच आहे आणि त्यामुळे प्रकृती चांगली राहते, माणसाच्या अस्तित्वासाठी ते गरजेचे आहे. पुरुषांनी सहृदय असावे आणि काही बाबतीत बायकांसारखे वागावे आणि इतर

वेळेस पौरुष दाखवावे. अशा संमिश्र अपेक्षा बायकांच्या आहेत; तर बायकांनी स्वावलंबी व्हावे आणि जीपीएस प्रोग्रॅमिंगही करावे असे पुरुषांना वाटते. आपल्या पूर्वजांच्या वेळी असे नव्हते. जेव्हा तुम्ही हे समजून घ्याल की तुम्ही कोण आहात आणि तुम्ही कोठून आलात तेव्हा पुरुष स्त्रियांना व स्त्रिया पुरुषांना जिंकून घेण्यात यशस्वी होतील, पण त्यासाठी आपल्या जोडीदाराला प्रेम आणि प्रणय यामधून काय हवे आहे हे समजून घेतले पाहिजे. ते आपण पुढील प्रकरणांमधे बघणार आहोत.

* मागच्या शतकात समाजात पूर्ण परिवर्तन झाले, तरीसुद्धा आपल्या गरजा आणि आपली उद्दिष्टे शेकडो, हजारो वर्षांपासून जराही बदलली नाहीत.
* प्रसिद्धी माध्यमांनी नातेसंबंधांबद्दलचे विकृत चित्र स्त्री-पुरुषांसमोर ठेवले, जे अवास्तव होते. कोणीही परिपूर्ण नसते. आपल्या जोडीदाराला बदलण्याचे धाडस करणे म्हणजे संकटाला निमंत्रण देण्यासारखे आहे.
* सुखाचे नातेसंबंध जपण्यासाठी आपल्या पूर्वजांची उद्दिष्टे तपासून घेणे हीच यशाची गुरुकिल्ली आहे.

प्रकरण ३

बायकांना खरंच काय हवे असते?

वचन द्या की मी प्रेम करेन, सन्मानाने वागवेन, जेवण बनवेन, साफसफाई करेन, बेडवरचा ठरलेला कोपरा आनंदाने देईन, टी.व्ही च्या रिमोटवरचा हक्क सोडून देईन, टॉयलेट साफ करीन आणि हे सगळे जन्मभर करीन.

अनेक आया आपल्या मुलांना स्वत:च्याच नकळत ऐदी बनवतात, त्यामुळे जोडीदार किंवा नवरा म्हणून ते त्रासदायक ठरू शकते. मुलगा लहानपणापासून हेच शिकतो की त्याने काही केले किंवा नाही केले तरी त्याची आई त्यावर निरपेक्ष प्रेम करणारच आहे. आईच त्याला हे शिकवते की त्याने त्याचे कपडे उचलून ठेवण्याची गरज नाही किंवा आईने 'आज तू दिवसभर काय केले' हे विचारायची गरज नाही. त्याने आईला जेवायला बाहेर नाही नेले तरी चालते किंवा आईशी आज्ञाधारकपणे नाही बोलले तरी चालते. त्याची आई स्वत:च्या वर्तनाने असे दाखवते की आईचे प्रेम हे एकतर्फी असते आणि आनंदी राहण्यासाठी त्याने काही करावे अशी त्याच्यावर जबाबदारी नाही. जेव्हा नवीन नातेसंबंधात संप्रेरकांची स्त्रवण्याची गती मंदावते, ते होणे अटळ असते तेव्हा प्रणयातील उन्मादकता ओसरते, झपाटलेपण नाहीसं होतं आणि प्रणयही मंदावतो. त्याच्या आईला त्याचे आईवर किती प्रेम आहे हे घडोघडी सिद्ध करण्याची गरज नसते, कारण तिला हे माहिती असते, पण मग या नव्याने आयुष्यात आलेल्या बाईला सतत

प्रेमाचे पुरावे का लागतात? जेव्हा ही त्याची अर्धांगिनी त्याचे कपडे धुते, त्याला काय खाऊ नको ते सांगते, सतत त्याच्या मागे लागून काय चांगले, काय वाईट याचा हिशोब ठेवते तेव्हाच त्याने तिची मातृत्वाची भूमिका स्वीकारलेली असते. लक्षात घ्या, जेव्हा पुरुष हा लहान मूल असतो तेव्हाच कोणतीही स्त्री त्याच्यात बदल घडवू शकते, अन्यथा नाही!

> तुम्ही जेव्हा पुरुषाला बदलवण्याचा प्रयत्न करता तेव्हा तुम्ही त्याची आई होण्याचा प्रयत्न करता, जी त्याला लहानपणी पालक खायला लावायची आणि त्याच्याकडून गृहपाठ करून घ्यायची.

स्त्रियांच्या बदलत्या गरजा

आजच्या स्त्रियांना त्यांच्या नातेसंबंधातून त्यांच्या पूर्वजांनी ज्या गोष्टींचा कधी विचारही केला नसेल अशा गोष्टी हव्या आहेत. गोष्टी कशा बदलत गेल्या हे दाखवण्यासाठी शाळेतील एका पाठ्यपुस्तकातील 'होम इकॉनॉमिक्स' मधील उतारा दिला आहे. हे पुस्तक १९६३मध्ये तरुण मुलींसाठी लिहिले गेले.

जेव्हा तुम्ही दमून भागून तुमच्या शयनगृहाकडे जाल तेव्हा अधिक वेळ न दवडता तुमचा बिछाना तयार करा, पण तुमचे शरीर स्वच्छ ठेवण्याकडे अधिक लक्ष द्या. तुमच्या नवऱ्याला अशा स्वच्छतेची गरज वाटणार नाही, पण लक्षात ठेवा, तुम्ही बिछान्यात शिरताना जास्तीतजास्त आकर्षक दिसायला हवे. जर तुम्हाला तुमच्या चेहऱ्यावर काही क्रिम्स लावायची असतील आणि केस कुरळे करण्यासाठी रोलर्स लावायचे असतील तर तुमचा नवरा झोपेपर्यंत वाट पाहा; नाहीतर झोपण्यापूर्वी करण्याची ही शेवटची गोष्ट आहे हे समजून त्याला धक्का बसेल. जेव्हा प्रणयाची वेळ येईल तेव्हा लग्नाच्या वेळी तुम्ही ज्या शपथा आणि आणाभाका घेतल्या होत्या त्या आठवा आणि विशेष करून त्या पाळण्यास तुम्ही कसे वचनबद्ध आहात हे आठवा.

जर त्याला असे वाटले की त्याला ताबडतोब झोपायचे आहे तर तसे होऊ द्या! कोणत्याही परिस्थितीत त्याच्या इच्छांचा मान राखा. अधिक जवळीक करण्याचा दबाव त्याच्यावर आणू नका, पण जर

त्यालाच प्रणयाची इच्छा झाली तर तुम्ही त्याला तात्काळ तयार राहा, कारण पुरुषाचे समाधान बाईच्या समाधानापेक्षा अधिक महत्त्वाचे! जेव्हा शरीरसुख उपभोगताना तुम्ही परमोच्च बिंदू गाठाल तेव्हा एक छोटासा चीत्कार काढा, त्यामुळे त्याच्या मर्दुमकीची पावती त्याला मिळेल. जर तुमच्या पतीने काही जगावेगळ्या गोष्टींचा हट्ट धरला तर जराही नाराजी व्यक्त न करता त्याच्या इच्छा पुऱ्या करा.

आता एवढे झाल्यानंतर तो गाढ झोपी जाईल. आता तुम्ही तुमच्या सोयीचे कपडे घाला. छानपैकी तोंड धुवून नाईट क्रीम लावा, केसांना तेल किंवा रोलर्स काय लावायचे ते लावा. आता गजराचे घड्याळ घेऊन तो उठण्याच्या वेळेच्या आधीचा गजर लावा, तरच तुम्ही हसऱ्या चेहऱ्याने सकाळी त्याच्या हाती चहाचा कप देऊ शकाल.

जर पुरुषांनी हे वाचले तर त्यांना पुन्हा असे युग अवतरले पाहिजे अशी प्रबळ इच्छा होईल. हा वरील परिच्छेद पुरुषांना अत्यंत सयुक्तिक वाटेल, पण २१व्या शतकातली स्त्री यापेक्षा फार अधिक गोष्टींचा शोध घेत आहे. तिच्या आईला किंवा तिच्या आईच्या आईला नातेसंबंधातून जे मिळाले त्याच्यापेक्षा अधिक तिला हवे आहे, कारण ही काळाची गरज आहे, पण तरीही आजच्या स्त्रियांच्या मनात त्यांना पुरुषांकडून त्यांच्या पूर्वजांना या हव्या असणाऱ्या गोष्टी आजही हव्याच आहेत. त्यांच्या मेंदूत भूतकाळाची पाळेमुळे घट्ट रुजली गेली असली तरी हे आधुनिकतेचे वारे त्यांच्यासमोर आणखी अनेक पर्याय ठेवते, जे त्यांच्या पूर्वजांसमोर कधीच नव्हते.

आजच्या आया मुलींनी चांगली, स्वच्छ, न फाटलेली अंतर्वस्त्रे घालण्याचा आग्रह धरतात. कदाचित त्यांना भीती वाटते की आपल्या मुली एखाद्या अपघातात सापडल्या आणि त्यांना हॉस्पिटलमध्ये नेले तर तिथला स्टाफ त्यांना हसेल.

मम्माने मला सांगितले हे खरेदी कर!

१९५०मध्ये ६०% स्त्रियांनी लग्नाच्यावेळी ज्याच्याशी लग्न ठरलं त्याच्याबरोबर आपले कौमार्य आधीच पुसले होते. आज ती संख्या १% झाली आहे. पाश्चिमात्त्य देशांमध्ये १९६०पासून दर पाचपैकी एक स्त्री विनापत्य आहे. १९६० पूर्वीच्या

स्त्रियांना मुले होत होती, कारण तेव्हा गर्भनिरोधक साधने एवढ्या मोठ्या प्रमाणात सहज उपलब्ध नव्हती. चायनामध्ये दर वर्षी दोन लाखांपेक्षा अधिक स्त्रिया घटस्फोट घेतात. विशीमधल्या स्त्रीच्या पर्समध्ये लिपस्टिक बरोबर कंडोमपण असते. हल्लीची स्त्री तिचा आत्मविश्वास वाढवण्यासाठी प्रणय करते.

> अमेरिकेत ४२% उच्च पगारदार स्त्रिया विनापत्य आहेत आणि १४% स्त्रिया असे सांगतात की त्यांना मूल नकोच आहे.

वयाच्या तिशीपर्यंत आजच्या तरुण स्त्रियांचे ३ जोडीदार होऊन गेलेले असतात. वयाच्या विशीपर्यंत तर त्यांचा आत्मशोधच चालू असतो आणि घरसंसार थाटण्याचा त्यांचा विचारही नसतो. स्त्रियांच्या मासिकांचे मुख्य विषय विशीतल्या स्त्रिया आणि प्रणयकौशल्ये हेच असतात. अशी फारच कमी मासिकं आहेत की ज्यामध्ये प्रणय आणि पूर्ती याबद्दल एक शब्दही नसतो. स्त्रियांच्या शौचालयात आता कंडोम मशिन्स बसवलेली असतात आणि तरीही दूरदर्शन मालिकांमध्ये मात्र साधारण सहा भागांपर्यंत प्रेमळ सुखी जोडपे दाखवतात आणि लग्नसंस्थेतील प्रणयी आनंदी जीवनाचे चित्र लोकांसमोर ठेवले जाते. स्त्रियांच्या पुढे मात्र द्विधा मन:स्थिती निर्माण झाली, कारण दूरदर्शनवर दाखवलेले पुरुष व प्रत्यक्ष पुरुष यांचा कुठेच ताळमेळ बसत नाही. आजही पुरुषांचे वैचारिक दृष्टिकोन त्यांच्या वडिलांसारखे आणि आजोबांसारखे आहेत आणि ते त्यांच्या या विचारसरणीतून बाहेर पडायला तयार नाहीत, कारण तेच त्यांच्यासाठी अनुकूल आहे.

सध्याची प्रसारमाध्यमे असा प्रचार करतात की बायकांचे अनेक पुरुषांशी संबंध असण्यात फारसे गैर काही नाही. जे पूर्वी निषिद्ध मानले जात होते, पण तरीही आजच्या स्त्रीलाही कायमस्वरूपी नातेसंबंध हवे आहेत, आजही तिला जया-अमिताभ किंवा शर्मिला-पतौडी या प्रसिद्ध लोकांचे वैवाहिक जीवन खुणावते, पण प्रत्यक्षात ते अप्राप्य आहे असे वाटते.

मुलींना फक्त मौजमजा हवी आहे.

आजची वैषयिक क्रांती घडवून आणणाऱ्या बायका काही विशीतल्या नाहीत तर त्या सध्या चाळिशीत आहेत. त्या त्यांच्या नोकरीच्या ठिकाणी स्थिरस्थावर

झाल्या आहेत. त्यांची मुलेसुद्धा आता मोठी झाली आहेत, त्यातल्या अनेक बायकांना आता असे वाटते की त्यांना आता लग्नाची गरज नाही आणि त्या आता विनाकारणच या कंटाळवाण्या आयुष्यात फसून बसल्या आहेत, कारण आता त्यांच्यात व त्यांच्या जोडीदारात प्रेम उरले नाही.

> अनेक बायकांना असे वाटते की पुढील आयुष्यभरासाठी हे लग्नाचे बंधन नको, आयुष्य फार मोठे असते. वैवाहिक आयुष्यात प्रेम नसेल तर काय उपयोग?

पूर्वापार चालत आलेल्या विवाहसंस्थेमुळे स्त्रियांना सामाजिक प्रतिष्ठा मिळाली तसेच सामाजिक सुरक्षा मिळाली, पण हे १९७०पर्यंतच, जेव्हा घरात पुरुष हा कर्ता होता व तो संपूर्ण कुटुंबासाठी पैसे मिळवून आणत होता. स्त्रिया या संपत्तीचा उपभोग घेत होत्या. आता स्त्रिया स्वावलंबी झाल्या आहेत, त्या स्वत: अर्थार्जन करतात. स्वत:च्या कर्तृत्वावर प्रतिष्ठा मिळवतात आणि एका रात्रीतून वैवाहिक बंधनसुद्धा तोडू शकतात.

> अमेरिकेत १/३ स्त्रिया त्यांच्या नवऱ्यांपेक्षा अधिक पैसे कमावतात.

पण या सगळ्याबरोबरच आजची स्त्री पुन्हा इतिहासात डोकवायला उत्सुक आहे. तिच्या पूर्वजांनी - पूर्वीच्या स्त्रियांनी - आपले नातेसंबंध कसे जपले असावेत याचा पुन्हा एकदा विचार करण्याची वेळ आली आहे असे तिला वाटते. बायकांना प्रत्येक बाबतीत प्रेमाची गरज वाटते आणि त्यांचे यश-अपयश, त्यांचे स्वत्व हे त्यांच्या नातेसंबंधांवर अवलंबून आहे असे त्यांना वाटते. याच्या उलट पुरुष त्यांचे यश आणि स्वाभिमान त्यांच्या पराक्रमावर मोजतात. प्राचीन स्त्रियांना पुरुष त्यांची काळजी घेण्यासाठी, त्यांच्यावर प्रेम करण्यासाठी आणि अन्न पुरवण्यासाठी, सुरक्षेसाठी आणि त्यांच्या अस्तित्वासाठी हवा होता, पण आता हे सगळे बदलले आहे. ज्या स्त्रीला असा पुरुष मिळत नसे ती पुढेमागे नाकारली जात असे आणि बाहेरच्या हिंस्र श्वापदांमध्ये आणि शत्रूच्या तावडीत सापडत असे. बायका आपल्या मुलांवर प्रेम करत, त्यांचे चांगले संगोपन करत आणि यशस्वी रीतीने आपले जीन्स पुढच्या पिढीमध्ये वहन करत. काही पुरुष शिकारीवरून

किंवा युद्धावरून परत येत नसत, त्यावेळी ती तिच्या जमातीतील इतर स्त्रियांकडून सांभाळली जात असे. त्यांना जगण्यासाठी अशा मदतगटाची गरज होती.

शेकडो वर्षांपासून नव्हे हजारो वर्षांपासून हीच त्यांची जीवनशैली होती आणि उत्क्रांतिवादाच्या भाषेत सांगायचे तर आज जो बदल दिसतो तो काही एका रात्रीतून झालेला नाही. संततीनियमनाच्या गोळीच्या पहिल्या शोधानंतर स्त्रियांपुढे दोन पर्याय आले, की एकतर मुले सांभाळायची किंवा घराबाहेर पडून काम करायचे. १९६० साली संघटित स्त्रियांनी जो मेळावा घेतला तेव्हा त्याला स्वतंत्रपणे आपले निर्णय घेण्याची व ते व्यासपीठावर मांडायची संधी मिळाली. इ.स. १९८० व १९९०च्या दशकांमध्ये स्त्रियांना समान संधी मिळाल्यामुळे त्यांच्या हाती सत्ता आली व त्या स्वतःचा प्रभाव पाडू शकल्या. २१व्या शतकातल्या स्त्रिया जरी स्वतंत्र, स्वावलंबी झाल्या तरीसुद्धा परिपूर्णतेसाठी आणि संरक्षणासाठी त्यांना पुरुषाची गरज होतीच. आधुनिक स्त्रियांची ही पूर्वापार चालत आलेली गरज त्यांच्यामध्ये असुरक्षिततेची, आत्मविश्वास नसल्याची आणि अपराधाची जाणीव निर्माण करत होत्या आणि हे कशामुळे होत आहे हे तिला समजत नव्हते आणि खरी समस्या इथेच होती. लाखो वर्षांपासून तिच्या मेंदूत जे हार्डवेअर होते तेच तिच्या अशा वागण्याला कारणीभूत होते, पण गेल्या ५० वर्षांपासून तिचे समाजातले स्थान बदलले आहे. आता सभोवतालची परिस्थिती आणि तिचे शरीर हे एकमेकांना पूरक नाही.

> यशस्वी पुरुष कोणाला म्हणावे तर जो- त्याची बायको खर्च करू शकेल त्यापेक्षा- अधिक पैसे कमवू शकतो व अशा पुरुषाचा जी स्त्री शोध घेते तिला यशस्वी स्त्री म्हणावे.

बायकांना खरेतर काय हवे असते?

स्त्रियांना नेमका कोणता पुरुष हवा असतो याचा शोध अखेर संशोधकांना लागला, पण तरीही स्त्रिया कबूल करत नाहीत की नेमक्या याच गोष्टी त्यांना हव्या आहेत! खरेतर आजच्या स्त्रियांना पुरुषांकडून जे हवे आहे तेच पूर्वीच्या स्त्रियांना पण पुरुषांकडून हवे होते - म्हणजे शिकारीचे कौशल्य आणि त्यांना चांगले चुंगले खाऊपिऊ घालण्याची आणि त्यांचे व त्यांच्या मुलाबाळांचे संरक्षण करण्याची ताकद त्यांच्यात हवी; म्हणजे आजच्या स्त्रीला जो पुरुष पैसे कमावतो,

जो उच्चशिक्षित आहे, ज्याला विनोदबुद्धी आहे, ज्याला प्रतिष्ठा आहे आणि ज्यांच्यात सार्वभौमत्व आहे, असा पुरुष जोडीदार म्हणून हवा आहे. म्हणूनच हुषार, महत्त्वाकांक्षी, कष्टाळू, ध्येयनिष्ठ आणि आदरणीय पुरुषाकडे बायका आकर्षित होतात.

आजच्या स्त्रीलासुद्धा तिच्या पूर्वज स्त्रीला जे हवे होते तेच हवे आहे - साधनसंपत्ती.

पूर्वीच्या स्त्रियांना त्यांच्यापेक्षा अधिक उंच, वयाने मोठे, सशक्त पुरुष हवे असायचे. ही सगळी वैशिष्ट्ये काय दाखवतात की त्या पुरुषात तिचे संरक्षण करण्याची आणि धाडसी कामे करण्याची क्षमता आहे. आजच्या २१व्या शतकातल्या स्त्रीलासुद्धा बळकट बाहूंचे व रुंद छातीचे पुरुषच आवडतात, पण तरीही तिला तिच्यापेक्षा फार मोठे अहंमत्व असलेले स्वार्थी पुरुष नको आहेत. जर तो सिक्स पॅकवाला असेल तर फारच उत्तम! पण ही सगळी वैशिष्ट्ये काय दाखवतात, की शिकारीसाठी किंवा जंगली जनावरे पकडण्यासाठी आणि जड सामान वाहून नेण्यासाठी किंवा साप-पाली मारण्यासाठी त्याचा उपयोग, अन्यथा २१व्या शतकातील रोजच्या दैनंदिन आयुष्यात त्याचा फारसा उपयोग नाही.

बायकांना पुरुषांबद्दलचे या वैशिष्ट्यांबद्दलचे आकर्षण हेच दाखवते की अजूनही तिच्या मेंदूत तिच्या पूर्वजांच्याच विचारांचा पगडा आहे, कारण पूर्वीच्या स्त्रियांनासुद्धा असेच पुरुष आवडत होते.

म्हणून एकाच शब्दात सांगायचे तर स्त्रीला पुरुषांची एकच गोष्ट आवडते ते म्हणजे त्याचे 'रिसोर्सेस' ज्याचा उपयोग तिला व तिच्या मुलांना व्हायला हवा.

या फक्त माकडचेष्टा नाहीत!

इ.स. २००९मध्ये असे शोधून काढले गेले की, प्राचीन स्त्रियांचा कलसुद्धा जो सधन आहे किंवा ज्याच्याकडे भरपूर साधने उपलब्ध आहेत त्याच्याकडेच असायचा. जर्मनीमधील मॅक्स प्लंक या उत्क्रांतिवादाचा अभ्यास करणाऱ्या संस्थेतील क्रिस्टिना गोम्स व तिच्या सहकाऱ्यांनी हाय फॉरेस्टच्या जंगलातील चिंपांझीवर काही प्रयोग करून पाहिले. त्यांच्या असे लक्षात आले की चिंपांझीच्या नर-मादीमध्येसुद्धा प्रणयाच्या बदल्यात मांसाच्या तुकड्यांचा सौदा होतो. त्यांनी शिकार करून आणणाऱ्या नर चिंपांझींचे आणि त्यांच्या मादीबरोबरच्या संभोगाचे

निरीक्षण केले. ज्या माद्या माजावर आल्या नव्हत्या त्यांच्यापेक्षा दुप्पट मांस त्यांनी माजावर आलेल्या माद्यांना दिले, यामुळे चिंपांझींच्या पुनरुत्पादनात वाढ झाली आणि साहजिकच त्यांचे खाणेही दुप्पट झाले.

डॉ. गोम्स म्हणतात की याचा संबंध प्राचीन काळातील शिकारीचे कौशल्य आणि पुनरुत्पादनातील यश याच्याशी जोडता येतो.

पण समोरच्या पुरुषाकडे आपल्याला सुखी ठेवण्याची साधने किती आहेत हे समजून घ्यायला आजच्या स्त्रीला वेळ लागतो, यासाठी किमान तीन भेटी तरी व्हाव्या लागतात. कधी ३ आठवडेही लागतात तर कधी तीन महिनेसुद्धा! हेच कारण आहे की स्त्री प्रेमात पडायला जरा वेळ घेते, पण जेव्हा प्रेमात पडते तेव्हा तिच्यामध्ये ऑक्सिटोसिनची पातळी जास्त असल्यामुळे ती प्रेमात आकंठ बुडते. आजच्या आधुनिक काळातील आधुनिक पुरुषाबद्दल जो पार्लरमध्ये जाऊन केस सेट करतो, नखांचे मॅनिक्युअर, पेडिक्युअर करून घेतो, आरडा-ओरडा करतो आणि आपल्या प्रेमाबद्दल अखंड बडबडत सुटतो त्याबद्दल आम्ही बोलत नाही. त्याला मित्र-मैत्रिणी असंख्य असतात पण जिवाचा जिवलग नसतो, तर महत्त्वाचा मुद्दा हा की बायकांना भरपूर साधने उपलब्ध असलेलाच पुरुष आवडतो.

पुरुषाची आकर्षकता ही त्याच्या संपत्तीवर आणि सत्तेवरच अवलंबून असते. बायकांना जितक्या मोठ्या प्रमाणात सापाचे किंवा उंचीचे भय वाटते तेवढेच पुरुषांच्या सामाजिक प्रतिष्ठेचे आणि संपत्तीचे त्यांना आकर्षण असते.

> आजच्या स्त्रीला अजूनही अशाच पुरुषाची गरज आहे की जो तिच्या गरजा पुरवेल आणि तिचे संरक्षण करेल. थोडक्यात, त्याच्याकडे उपलब्ध असलेल्या साधनांचे तिला आकर्षण वाटते.

टेक्सास येथील मानसशास्त्राचे प्रोफेसर डॉ. डेव्हिड बस यांनी उत्क्रांतिवादाचे मानसशास्त्र सांगताना काही वैयक्तिक फरकही सांगितले आहेत. त्यांनी भिन्न संस्कृतीतील स्त्री-पुरुषांच्या सहजीवनाचा प्रयोग करून अभ्यास केला. त्यांनी निरनिराळ्या ३७ संस्कृतींमधील १०,०४७ लोकांना प्रश्नावली दिल्या. त्यांनी आधुनिक तसेच मागास संस्कृतीतील लोकांची मते जाणून घेतली. या भिन्न संस्कृतींमधील साम्यवाद, भांडवलशाही, एकपत्नीत्व, अनेकपत्नीत्व आणि वेगवेगळ्या धर्मांच्या लोकांच्या भिन्न श्रद्धा समजून घेतल्या. त्यांच्या असे लक्षात

आले की बायका पुरुषांकडे असलेल्या साधनांचा जेवढा विचार करतात, तसा विचार पुरुष बायकांबद्दल करत नाहीत. त्यांनी इतरही अनेक चाचण्या १९३० सालापासून केल्या, त्या सगळ्यांचे निष्कर्ष हेच दाखवतात की स्त्रिया पुरुषांची आर्थिक कुवत किती आहे याचाच प्रकर्षाने विचार करतात. ते म्हणतात, 'आम्ही मासिकात व वर्तमानपत्रात विवाहविषयक १२९५ जाहिराती दिल्या- म्हणजे वर पाहिजे किंवा वधू पाहिजे या सदरात- आणि आम्हाला हेच दिसले की बायकांनी पुरुषांची आर्थिक परिस्थिती म्हणजे मासिक उत्पन्न, घरदार, जमीनजुमला यांची चौकशी केली, तर पुरुषांनी बायकांचे सौंदर्य, सौष्ठव, तारुण्य याच मुद्यांची चाचपणी केली, तसेच बायकांनी 'प्रामाणिक' या शब्दावर विशेष जोर दिला, पण प्रामाणिकपणा याचा अर्थ त्यांच्या दृष्टीने साधने पुरवण्यातला प्रामाणिकपणा एवढाच मर्यादित होता.'

बायकांनी पुरुषांच्या सामाजिक प्रतिष्ठेला विशेष महत्त्व दिलं, कारण ही प्रतिष्ठा म्हणजेच पुरुषांचे त्यांच्या साधनसंपत्तीवरील नियंत्रण! म्हणूनच एखादा यशस्वी बॉक्सिंग चॅम्पियन किंवा क्रिकेटीयर हे बायकांच्या घोळक्यात असतात, ते कसे दिसतात याला काहीच महत्त्व नसते.

पुरुष मात्र स्त्रियांच्या निवडीबाबत हा निकष लावत नाहीत. बायकासुद्धा जेव्हा त्यांना दीर्घकालीन मैत्री हवी असते किंवा लग्न करून स्थिरस्थावर व्हायचे असते तेव्हाच हा निकष लावतात; अन्यथा निव्वळ मौजमजा करायची असते तेव्हा एवढा विचार करत नाहीत. संशोधनात असेसुद्धा दिसून आले की, बायका पुरुषाचे शिक्षण बघतात, कारण त्यामुळेच त्यांच्याकडे साधनसंपत्ती येणार आहे; म्हणून बायकांना सहसा डॉक्टर किंवा वकील दीर्घकालीन सहजीवनासाठी हवा असतो. आज जरी त्याच्याकडे खूप संपत्ती नसली तरी काही वर्षांनी ते श्रीमंत, प्रतिष्ठित म्हणून ओळखले जाणार असतात. भारतीय स्त्रिया तर प्रकर्षाने हा निकष लावतात. सर्वत्र स्त्रिया असा आरडाओरडा करतात की हल्ली समाजात योग्य अविवाहित पुरुषांची वानवाच आहे. आश्चर्य म्हणजे असे असले तरी आज सर्व कॅफे-कॉफी डेज, रेस्टॉरंट्स, डिस्कोथेक्स हे तरुण स्त्री-पुरुषानी ओसंडून वाहत असतात, अर्थात तेथे जिव्हाळ्याचे नाते नसते, पण हे सर्व पुरुष साधनसंपत्तीने समृद्ध असतात. ते तिच्या गरजा पुरवण्यास समर्थ असतात.

> जे पुरुष चांगले पगारदार नसतात त्यांच्याकडे बायका सोयीस्कररीत्या डोळेझाक करतात.

श्रीमंत पुरुष बायकांना अधिक वैषयिक सुख देतात.

इ.स. २००८मध्ये उत्क्रांतिवादाचे मानसशास्त्रज्ञ डॉ. थॉमस पोलेट आणि त्याचा साहाय्यक प्रो. डॅनिअल नेटल यांनी जे संशोधन केले त्यावरून ते या निष्कर्षाला आले की, बायकांना पुरुषांवरील प्रेमाचा मिळणारा आनंद हा पुरुषांच्या बँक बॅलन्सवर अवलंबून असतो. त्यांचा बँक बॅलन्स आणि साधनसंपत्ती जेवढी अधिक तेवढ्या बायका खूश! पोलेट आणि नेटल यांनी १५३४ चायनीज बायकांचा आणि त्यांच्या जोडीदारांचा सर्व्हे घेतला. त्यांच्या सखोल मुलाखती घेतल्या. त्यांना जीवनशैलीबद्दल, त्यांच्या उत्पन्नाबद्दल, त्यांच्या प्रणयी जीवनाबद्दल प्रश्न विचारले, तेव्हा असे दिसून आले की, १५३४ जोडप्यांपैकी १२१ म्हणजे ७.९% बायकांचे प्रणयी जीवन उच्चांक बिंदूपर्यंत सुख मिळवून देत आहे तर, ४०८ बायकांना म्हणजे २६.६% बायकांना हे सुख बरेचदा मिळत होते. ७६२ बायकांना फक्त कधीकधीच हे सुख मिळे तर २४३ बायकांना हे सुख कधीच मिळत नव्हते. युरोपिअन देशांमध्ये त्यांच्या जोडीदाराला मिळणाऱ्या पैशांच्या प्रमाणात बदलणारे होते, अर्थात या वैषयिक सुखाच्या बाबतीत इतरही अनेक मुद्दे होते, तरीसुद्धा पैशाची यामध्ये महत्त्वपूर्ण भूमिका असते हे नाकारता येत नाही.

> पुरुषांचे उत्पन्न आणि साधनसंपत्ती जेवढी अधिक तितकी बायकांना परमोच्च सुख मिळण्याची शक्यताही अधिक.

आम्ही 'बॉडी लँग्वेज' नावाचे जे पुस्तक प्रसिद्ध केले आहे त्यामध्येही आम्ही असे विचार मांडले आहेत की, स्त्रियांचा परमोच्च सुखाचा बिंदू हा त्या पुरुषाच्या शरीरसौष्ठवावर अवलंबून आहे. त्या विचारांना हे विचार समांतर आहेत की, पोलेट-नेटलचा अभ्यास असे दाखवतो की पुरुषाच्या रंगरूपापेक्षाही त्याच्या साधनसंपत्तीमुळे स्त्रियांना अधिक सुख मिळते.

पोलेट, नेटल, डेव्हिड बस हे सगळे असेच सांगतात की स्त्रियांना परमोच्च बिंदूपर्यंतचे सुख मिळण्यासाठी तिने निवडलेल्या पुरुषोत्तमाबरोबर ती भावनिक पातळीवर गुंतली पाहिजे व तिने समाधानाचा असा हुंकार दिला पाहिजे ज्यायोगे त्या पुरुषाला असा संकेत मिळेल की ती तृप्त आहे आणि ती इथून पुढे दुसऱ्या पुरुषाचा विचारही करणार नाही आणि त्याने तिच्यामध्ये व तिच्या मुलांमध्ये गुंतवणूक करण्यास काहीच हरकत नाही. सांगायचा मुद्दा हा की ज्या पुरुषाकडे

भरपूर साधनसंपत्ती असते तो पुरुष बायकांना हवाहवासा वाटतो आणि त्या बायकांना भरपूर सुख मिळते.

बायकांना पुरुषांकडून हव्या असणाऱ्या पाच प्रमुख गोष्टी:

बायकांना पुरुषांकडे भरपूर पैसा असलेला हवा असतो किंवा असे कर्तृत्व हवे असते की जे भरपूर पैसे, प्रतिष्ठा मिळवू शकतील, पण पुरुषाने फक्त पैसे मिळवून भागणार नाही तर त्याने ते तिच्याबरोबर वाटून घेणे गरजेचे आहे, म्हणजेच त्याची सर्व साधनसंपत्ती, त्याची प्रतिष्ठा याचा तिने व तिच्या मुलांनी उपभोग घेणे महत्त्वाचे आहे. हे तो तिच्याबरोबर कधी वाटून घेईल, तर त्यासाठी त्याच्यामध्ये काही विशिष्ट गुण असणे जरुरीचे आहे. अशा गुणांची यादी ती मनातल्या मनात तयार करते. फक्त मनुष्य प्राणीच आपली साधनसंपत्ती त्याच्या बायकोबरोबर वाटून घेतो. इतर सर्व प्राण्यांमध्ये माद्यांना आपले अन्न आपले आपणच शोधावे लागते व स्वतःचे रक्षणपण स्वतःच करावे लागते.

उत्क्रांतिशरीरशास्त्रज्ञ व उत्क्रांतिमानसशास्त्रज्ञ- ज्यांनी स्त्री-पुरुष नातेसंबंधांचा अभ्यास केला आहे- त्यांच्या मते जगभरातील सर्व स्त्रियांनी पुरुषांमध्ये कोणते गुण असावेत याची जी यादी तयार केली ती पुढीलप्रमाणे:

१. प्रेम
२. विश्वासार्हता
३. दयाळूपणा
४. वचनबद्धता
५. शिक्षण आणि हुशारी

१. प्रेम —

तुम्ही जेव्हा या यादीतील एकेक गुणाचा विचार करता तेव्हा तुम्हाला असे लक्षात येईल की या सगळ्याचा अर्थ तिच्यासाठी प्रेम हाच आहे. दररोज बायकांना तुमचे तिच्यावर किती प्रेम आहे हे तिला शब्दांमधून सांगावे लागते, तसेच रोज तिची स्तुती करावी लागते आणि तिला त्याचा पुरावा लागतो. बायकांना कोणती वाक्ये ऐकायला आवडतात तर 'आय लव्ह यू' हे दिवसातून जास्तीतजास्त वेळा म्हणावे लागते, त्याचबरोबर 'तू खूप सुंदर दिसतेस.', 'तू जेवण खूप छान बनवतेस.' आणि दिवसभरातून ३/४ फोन कॉल्स असे सांगणारे की, 'मी तुझाच विचार करत होतो.' तसेच घरात तिने जे काही केले आहे त्याचे

कौतुकपण यामध्ये समाविष्ट होते आणि असे त्याने प्रेम केले तरच त्याची साधनसंपत्ती तो आपल्यात वाटून घेईल याची तिला खात्री पटते. जेव्हा घटस्फोट होतो तेव्हा बायका नेहमी हे वाक्य बोलतात, 'त्याने मला गृहीतच धरले होते.' आणि 'मी आत्तापर्यंत घरासाठी जे काही केले त्याचे चीज झाले नाही.' याचे कारण असे असते की पुरुषाला वाटते की तो घरातला कर्ता पुरुष आहे (अजूनही काही ठिकाणी असे आहे!). तो पैसे कमावतो, तुटलेल्या गोष्टी दुरुस्त करतो, समस्या सोडवतो, बल्ब्ज बदलतो एवढा पुरावा प्रेमाचा शिक्कामोर्तब होण्यास पुरेसा आहे.

पण बायकांना असे वाटते की जर खरेच त्याचे तिच्यावर प्रेम असेल तर त्याच्या शब्दांमधून, त्याच्या कृतीमधून ते दिसायला पाहिजे. बायकांना प्रेमाचे रोज प्रात्यक्षिक हवे असते. पुरुषांसाठी ही विचारसरणी जरा अवघड असते, कारण त्याचे प्रेम त्याच्या वागण्यातून दिसते असे त्याला वाटते. तो बागेतले गवत कापतो, घराला रंग देतो, तिची गाडी ठाकठीक करून ठेवतो, तिला सिनेमाला घेऊन जातो, ऑफिसला जातो, घराच्या कर्जाचे हप्ते भरतो, मग आणखी काय करायला पाहिजे? त्याच्या सहभागाचे मोजमाप हे त्याच्या दृष्टीने कृतीवर असते, शब्दांवर नसते!

> काल रात्री मी जेव्हा घरी गेलो तेव्हा माझी बायको हट्टाला पेटली की कोठेतरी महागड्या ठिकाणी जाऊया म्हणून! मी तिला पेट्रोलपंपावर घेऊन गेलो आणि तेव्हापासून भांडणाला सुरुवात झाली.

'व्हाय मेन डोण्ट हॅव अ क्लू ॲण्ड वुमेन ऑलवेज नीड मोर शूज' या पुस्तकात आम्ही स्त्रियांच्या मेंदूमध्ये भाषाकौशल्य कसे ठासून भरले आहे आणि प्रत्यक्ष प्रणयापूर्वी तिला गोड-गोड शब्दांची पखरण आवडते हे सांगितले आहे. पुरुषांना हे समजावून घेण्याची गरज आहे की, बायकांचे कान गोड शब्दांसाठी, कौतुकासाठी आसुसलेले असतात आणि तेसुद्धा फक्त एकदा ऐकवून चालत नाही, तर रोज ऐकवावे लागते. तिचा स्वत:चा वाढदिवस किंवा लग्नाचा वाढदिवस तो विसरला तर त्याने प्रचंड मोठे पाप केले आहे असे ती समजते. तिला भेटवस्तू दिलेल्या आवडतात. त्या खूप महागड्या किंवा मोठ्या असाव्यात असा तिचा कधीच अट्टाहास नसतो. बागेतले एखादे छोटे फूल किंवा स्वत:च्या

हाताने लिहिलेली एखादी ओळ किंवा भेटकार्डसुद्धा परिस्थिती जिंकून घेते. मुद्दा असा आहे की, पुरुषाची कृती ही किल्ली असू शकते, पण प्रत्यक्ष खुशीसाठी शब्दच लागतात! बरेचदा पुरुषांना असे वाटते की, भेटवस्तू खूप महागडी आणि मोठी असावी, कारण ते त्यांच्या बुद्धीप्रमाणे विचार करतात, पण बायकांसाठी एखाद्या इलेक्ट्रीक टोस्टरपेक्षा स्वत:च्या हातांनी बागेतून खुडून आणलेले फूलसुद्धा किमयागार ठरते. १२ गुलाबाच्या फुलांचा गुच्छ गृहसजावटीसाठी ठीक आहे, पण एका गुलाबाच्या फुलाचे महत्त्व स्त्रीच्या लेखी जास्त असते.

२. विश्वासार्हता —

प्रामाणिकपणा किंवा एकनिष्ठता हा पुरुषाच्या ठायी असणारा फार मोठा गुण आहे, जो स्त्रीला अशी खात्री देत राहतो की त्याची साधनसंपत्ती तो तिच्यात आणि तिच्या मुलांमध्ये वाटून घेणार आहे, पण एकनिष्ठतेची बाईची व्याख्या आणि पुरुषाची व्याख्या वेगवेगळी आहे. पुरुष साधारणपणे हे बघतो की, तिने अन्य पुरुषाबरोबर प्रणय केल्यामुळे होणारे अपत्य त्याला तर नाही ना सांभाळावे लागत? पण बायकांचा मुख्य दृष्टिकोन असा असतो की, तिच्या नवऱ्याचे त्याच्या मैत्रिणीबरोबरचे संबंध भावनिक पातळीवर तर नाहीत ना? आणि म्हणूनच जेव्हा ती त्याला रेडहॅण्ड पकडते तेव्हा ती पहिला प्रश्न असा विचारते की, 'तुझे तिच्यावर प्रेम आहे?' या वाक्याचा गर्भितार्थ असा असतो की, 'तू तिला माझ्या संपत्तीत वाटेकरी बनवणार आहेस का?' त्याने तिच्याबरोबर कामक्रीडा केली की नाही हे तिच्या दृष्टीने फार महत्त्वाचे नसते. जर तो पुरुष म्हणाला, 'नाही! ते आपले उगीच!' तर तिचा त्याच्यावर विश्वास बसत नाही, कारण तिला हे पटतच नाही की ज्या व्यक्तीबरोबर आपण भावनिक पातळीवर एकरूप झालो नाही त्या व्यक्तीबरोबर प्रणय कसा शक्य आहे? पण पुरुषांसाठी हे सोपे असते. पुरुषांच्या मेंदूमध्ये प्रेम आणि वासना यांचे दोन वेगवेगळे कप्पे असतात, म्हणून प्रणय हा फक्त प्रणयच असतो आणि प्रेम हे प्रेमच असते. मुद्दा असा की बायकांच्या मते प्रणय = प्रेम! म्हणून जर पुरुषाने भानगड केली तर तिच्या संपत्तीत वाटेकरी येणार! पण जर तो पुरुष म्हणाला की 'नाही मी तुझ्याशी एकनिष्ठ आहे' तर तिला खात्री वाटते की त्याची साधनसंपत्ती आणखी कोणात विभागली जाणार नाही.

३ दयाळूपणा —

डॉ. बस यांच्या संशोधनानुसार बायका पुरुषांच्या गुणांचा जो शोध घेतात त्यातील

तिसऱ्या क्रमांकावर दयाळूपणा आहे आणि जवळपास ३२ संस्कृतींमध्ये हे असेच आहे, कारण दयाळूपणाचा संबंधही वचनबद्धतेशी आहे. बायकांकडे मुलांना जन्माला घालण्याचे एक मोठे साधन असते, त्यामुळे ते कोणाच्या हातात द्यायचे, कोणावर प्रेम करायचे, कोण उदार व्यक्तिमत्त्वाचे आहे, कोण दयाळू आहे हे सगळे ठरवणे सर्वस्वी तिच्यावर अवलंबून असते. पूर्वीच्या बायका उदार व्यक्तिमत्त्वाचा पुरुष निवडत असत आणि कंजूष पुरुषांना टाळत असत, कारण उदार व्यक्तिमत्त्वाचा पुरुषच तिची व तिच्या मुलाबाळांची काळजी घेईल, त्यांचे संरक्षण करेल व त्यांच्या अस्तित्वासाठी झटेल.

आज ज्या स्त्रियांकडे भरपूर साधनसंपत्ती आहे, सामाजिक प्रतिष्ठा आहे आणि सत्ता आहे अशा स्त्रियासुद्धा ज्या पुरुषांकडे पैसा, सत्ता, सामर्थ्य आहे त्यांचाच शोध घेतात. बस यांच्या संशोधनानुसार तर कोणत्याही देशातील, कोणत्याही जमातीतील बायका आर्थिकदृष्ट्या यशस्वी पुरुषाचाच शोध घेतात आणि यशस्वी, श्रीमंत, सत्ताधीश बायका तर प्रामुख्याने असाच पुरुष बघतात की जो त्यांच्यापेक्षाही अधिक श्रीमंत व सामर्थ्यशाली आहे, म्हणूनच तुम्ही क्वचितच असे पाहिले असेल की, एखाद्या अपयशी, निर्धन माणसाची मैत्रीण श्रीमंत, सामर्थ्यशाली आहे. आम्ही अशा ६२४ उच्चपदस्थ बायकांचा सर्व्हे केला - त्यामध्ये ८६% बायकांनी हे सांगितले की त्यांना त्यांच्यापेक्षा कमी यशस्वी पुरुषांमध्ये जराही रुची वाटत नाही, ९% बायकांनी सांगितले की कदाचित अशा पुरुषांचा त्या विचार करतील तर ५% बायकांनी सांगितले की पुरुष यशस्वी की अयशस्वी यामुळे त्यांच्या नातेसंबंधांमध्ये काही फरक पडत नाही.

मग जेव्हा सिनेसृष्टीतील अत्यंत यशस्वी नटी एखाद्या तरुण, अप्रसिद्ध पुरुषाच्या प्रेमात पडते तेव्हा त्याला काय म्हणायचे? बहुधा या तारुण्याचा बहर ओसरलेल्या नट्या असाव्यात- ज्यांना तरुणांबद्दल आकर्षण वाटतं. उत्क्रांतिवादाच्या दृष्टिकोनातून या मैत्रीला फारसा अर्थ नसतो, कारण त्या स्त्रीला आता मूल होणार नसते; जर ६० वर्षांचा पुरुष व २५ वर्षांची स्त्री असेल तर जरूर फरक पडतो. याच ६० वर्षांच्या बायकांपैकी फक्त तिघींना त्यांच्या वयाचा पुरुष मित्र मिळतो, म्हणजेच प्रौढ बायकांना फार मर्यादित निवड हाती उरते, पण प्रौढ पुरुषासाठी मात्र भरपूर वाव असतो. प्रौढ पुरुष ६० वर्षांच्या मैत्रिणीपेक्षा ३५ वर्षांच्या मैत्रिणीला अधिक प्राधान्य देतात. प्रौढ स्त्रीला तिच्या तरुण मित्राबरोबर अधिक तरुण झाल्यासारखे वाटते, मग असा तरुण पुरुष प्रौढ स्त्रीच्या प्रेमात का पडतो? तर त्याला तिच्यापासून काही आर्थिक फायदे मिळणार असतात, प्रसिद्धी मिळणार

असते, मोठी संधी मिळणार असते; वेगळ्या शब्दात सांगायचे तर तिच्याकडे मोठी साधनसंपत्ती असते. पैसा, प्रतिष्ठा, थोरामोठ्यांशी ओळखी, सत्ता यांमधून त्याला लाभ होणार असतो. अर्थात आमचे असे म्हणणे नाही की प्रौढ बाईचे आणि तरुण पुरुषाचे जोडपे टिकूच शकणार नाही. काही टिकतील तर काही नाही टिकणार!

पुरुषांसाठी प्रेमाचा मंत्र नं. १७

तुमच्या मैत्रिणीची मांजर मेली तर तुम्हाला अतोनात दुःख झाले आहे असे सार्वजनिकरीत्या प्रदर्शन करणे तुमच्यावर बंधनकारक आहे; जरी त्या मांजरीच्या मृत्यूला जबाबदार तुम्हीच असला तरीही!

प्रसिद्ध ॲना निकोल स्मिथ आणि तिच्या ८७ वर्षांच्या कोट्यधीश नवऱ्याची गोष्ट तुम्हाला माहितीच आहे. त्याने हे लग्न स्मिथ तरुण, सुंदर होती म्हणून केवळ प्रणयाच्या आशेने केले तर तिने त्याचा पैसा, त्याची सत्ता, त्याची प्रतिष्ठा आणि इतर साधनसंपत्ती याचा विचार केला. त्याने तिला सांगितले की त्याचे तिच्यावर प्रेम आहे. त्याने तिला औदार्य दाखवले. तिच्याशी 'एकनिष्ठतेने राहीन' अशी शपथ घेऊन लग्नही केले. जर तो एखादा ८७ वर्षांचा सरकारी पेन्शन घेणारा, नर्सिंग होममध्ये राहणारा पुरुष असता तर ॲना निकोल स्मिथने लग्न केले असते का? किंवा उलटपक्षी असेही म्हणू की जर त्याच्याकडे एवढी साधनसंपत्ती नसती तर त्यानेही एखाद्या ८७ वर्षांच्या महिलेशी केवळ कंपॅनिअनशीप साठीच लग्न केले असते. खरोखर ही गोष्ट गंमतीदार आहे की जगभर कुठल्याही संस्कृतीत असेच दिसते की पुरुष स्त्रीच्या आर्थिक स्तराचा फारसा विचार करत नाही. थोडक्यात सांगायचे झाले, तर एखाद्या मोठ्या कंपनीच्या सी.ई.ओ.ची निवड व त्याच कंपनीच्या पुरुष कारकुनाची निवड एकच असू शकते. उदाहरणच द्यायचे असेल तर बिल क्लिंटन आणि मोनिका लेविन्स्की प्रकरण तुम्हाला आठवत असेलच.

४. *वचनबद्धता —*

जो पुरुष एखाद्या स्त्रीला व तिच्या मुलांना हवे ते पुरवण्यास वचनबद्ध असतो, तो शक्यतो आपली साधनसंपत्ती त्यांच्यासाठी खर्च करतोच, पण जगभरच्या स्त्रिया पुरुषांना खोटारडा, वचन न पाळणारा, प्रेमापासून दूर पळणारा असे

काहीबाही म्हणून त्याच्या नावाने बोटे मोडत असतात, पण जर तुम्ही आपल्या पूर्वज स्त्रियांच्या दृष्टिकोनातून वचनबद्धता या शब्दाचा अर्थ समजावून घेतला तर स्त्री-पुरुष यांच्यातील अनैतिक संबंधांमधून जन्मणाऱ्या मुलांचे १० ते १५ वर्षांपर्यंत किंवा ते स्वावलंबी होईपर्यंत पालनपोषण करणे एवढाच आहे. पुरुषासाठी मूल जन्माला घालणे हा खरेतर फक्त काही मिनिटांचा खेळ आहे, त्यानंतर तो पुन्हा दुसरे धाडस करायला मोकळा! याचे मूळ त्याच्या मेंदूच्या या ठेवणीत आहे की त्याला त्याचे बीज सर्वत्र रोवायचे आहे; शक्य तितके सर्वदूर पसरवायचे आहे. अनेक पुरुषांना एकाच स्त्रीबरोबर वचनबद्ध राहण्याच्या कल्पनेने धडकी भरते, एक पत्नीत्वाचा विचार तर ते झुरळासारखा झटकून टाकतात, तर काहींच्या मते वचनबद्धता म्हणजे आपल्या साधनसंपत्तीमध्ये वाटेकरी.

'वचनबद्धता कशाशी खातात हे त्याला समजत नाही' असा आक्रोश संपूर्ण जगभर सर्व वयाच्या बायका करत असतात. बायकांसाठी मूल स्वत:च्या पोटात ९ महिने वाढवणे आणि नंतर ५ वर्षे त्याला काही प्रमाणात स्वावलंबी करण्यात जातात. या तुलनेत चिंपांझीचे पिल्लू फक्त ६ आठवड्यांत स्वावलंबी होते. याचाच परिणाम म्हणून बायकांच्या डोक्यात ही गोष्ट पक्की बसलेली असते की, कमीतकमी सहा वर्षे तरी तो आपले पालनपोषण करेल आणि आपल्याला संरक्षण देईल अशा पुरुषाच्या शोधात त्या असतात. स्त्री आणि पुरुष या दोघांनाही मनाच्या एका कोपऱ्यात या गोष्टीची जाणीव असते म्हणून याला 'दि सेव्हन इयर इच (खाज)' असेही म्हणतात. ज्या पुरुषाने तिला गरोदर केले त्याने जर तिचा आधार काढून घेतला तर या छोट्या बाळाला एकटीने वाढवणे अपायकारक असते, म्हणून होणाऱ्या बाळाला वाढवण्याच्या दृष्टीने समोरचा पुरुष काय काय पुरवू शकेल याबाबत त्या जागरूक असतात. अनेक बायकांसाठी लग्न म्हणजे आजही पुरुषाने सेवा पुरवण्याचे दिलेले वचन वाटते. मुलाला जन्माला घालण्यापासून तर त्याचे संगोपन करण्याचे काम स्त्री अत्यंत प्रामाणिकपणे करते आणि तिची अशी अपेक्षा असते की पुरुषानेही तसेच करावे, म्हणूनच नातेसंबंधात 'विश्वास' हा बायकांसाठी कळीचा मुद्दा असतो.

जीवशास्त्रीय दृष्टिकोनातून कोणत्याच स्त्रीला तिच्या नवऱ्याने दुसऱ्या बायकांची मुले वाढवलेली आवडत नाही. त्याने त्याचे सर्वस्व फक्त तिच्या मुलांच्या वाढीसाठीच अर्पण केले पाहिजे, अशी तिची इच्छा असते. सर्वच समाजांत बायकांची ही पूर्वअपेक्षा असते की तिचा पती एकनिष्ठ असला पाहिजे. जेव्हा स्त्रीच्या विश्वासाला तडा जातो तेव्हा नातेसंबंध पुन्हा सुधारणे अवघड असते

आणि ज्या स्त्रियांच्या नशिबी पुन्हा पुन्हा नातेसंबंध तुटण्याचे प्रसंग येतात ती स्त्री काहीशी तुसडी बनते व पुन्हा कोणत्याच पुरुषावर विश्वास ठेवत नाही.

> हल्लीच्या तरुण स्त्रिया आता 'एकपत्नी'च्याऐवजी 'निष्ठा' हा शब्द वापरतात.

आजकाल कोणालाही पुरुषाच्या साधनसंपत्तीबद्दल माहिती मिळवणे काहीच अवघड नसते, पण जर ती साधनसंपत्ती त्याच्या बायकोमुलांसाठी वापरण्याची त्याची तयारी नसेल तर काय करणार? मग ते तिच्यावर संकटच नव्हे काय? कारण या आधाराशिवाय ती स्वतःचे व मुलांचे पालनपोषण कसे करणार? म्हणून स्त्रीचा महत्त्वाचा पहिला मुद्दा हा असतो की पुरुषांच्या या वचनबद्धतेला ती प्रेम म्हणते. आपण हे आधीही सांगितले आहे. बस याच्या शोधनिबंधात त्याने प्रेम दर्शविणाऱ्या ११५ कृतींची यादी केली आहे. त्यामध्ये पहिल्या नंबरवर वचनबद्धता आहे. या वचनबद्धतेमध्ये पुढील गोष्टींचा समावेश आहे: १- परस्त्रीबरोबर प्रणय न करणे, २- आपल्या लग्नाबद्दल व मुलांबद्दल बोलणे, ३- तिच्या समस्या काळजीपूर्वक ऐकणे, ४- तिला भावनिक आधार देणे, ५- तिला भेटवस्तू देणे.

बायका जेव्हा जोडीदाराबद्दल शोध घेतात तेव्हा 'प्रामाणिकपणा' ही एक महत्त्वाची मागणी असते. पुरुष प्रामाणिकपणाचा जेवढा आग्रह धरतात त्याच्या चारपट अधिक आग्रह बायका धरतात. त्यांच्या मते वचनबद्धतेचे दुसरे नाव 'प्रामाणिक' हे आहे आणि वचनबद्धता ही साधनसंपत्ती पुरवण्याची वचनबद्धता हे गृहीत धरावे लागते.

५. *शिक्षण आणि बुद्धिमत्ता —*

कोणताही उच्चशिक्षित आणि हुशार पुरुष स्वतःच्या कर्तबगारीवर भरपूर साधनसंपत्ती जमवतो. तो उच्चशिक्षित असल्यामुळे उच्च पदावर कार्यरत असतो आणि त्यामुळे आपोआप त्याच्याकडे सत्ता, प्रतिष्ठा आणि साधनसंपत्ती असते. उच्च बुद्धिमत्ता हे उत्तमोत्तम गोष्टी देणारे वचन असते.

आजही बायकांना आर्थिक सुरक्षितता हवी असते, म्हणूनच जे पुरुष सधन आहेत त्यांच्याकडे बायका आकर्षिल्या जातात. पूर्वीच्या काळी हे मुद्दे नव्हते, कारण लग्न हे साता जन्मांसाठी केले जायचे आणि पुरुष तिला व मुलांना पोसण्याची जबाबदारी आयुष्यभरासाठी घेत असे आणि पूर्वीच्या काळी एकत्र

कुटुंबपद्धती असल्यामुळे कुटुंबं मोठी होती आणि आधाराचेही जाळे फार मोठे पसरलेले असायचे. आज अशी परिस्थिती उरलेली नाही. उद्याच तो पुरुष त्या स्त्रीबरोबर असेल किंवा नाही याची खात्री नाही. उदाहरण द्यायचे झाले तर आजच्या ब्रिटनमध्ये १९.६७% कुटुंब फक्त स्त्रियांकडून चालवली जातात. म्हणजे दर ५ कुटुंबांमागे एका कुटुंबात फक्त बायको घर चालवते. या तुलनेत एकटा पुरुष कुटुंब चालवण्याचे प्रमाण २.१६% आहे, म्हणूनच वैयक्तिकदृष्ट्या आर्थिक सुरक्षितता ही बायकांच्या दृष्टीने महत्त्वाचा मुद्दा आहे.

याचा अर्थ असा नव्हे की प्रत्येक स्त्रीला लक्षाधीश माणसाशीच लग्न करायचे आहे, पण नक्कीच जो जुगारात पैसे हरतो किंवा शेअरमार्केटमध्ये नुकसान करून घेतो किंवा फक्त स्वत:वरच पैसे उधळतो असा पुरुष नवरा म्हणून तिला नको आहे. पूर्वीच्या बायकांच्यापुढे फारसे पर्यायच नव्हते, त्यामुळे नवऱ्याच्या अशा लहरींपुढे त्यांचे काही चालत नसे, उलट त्याही परिस्थितीत त्या त्यांच्यामागे उभ्या राहात असत, पण, २१व्या शतकातील स्त्री अशा पुरुषाची 'बेजबाबदार' म्हणून हेटाळणी करते आणि त्याला तिच्याबद्दल प्रेम व आदर नाही याची खातरजमा करून घेते.

वचनबद्धता - पुरुषाने स्त्रीला उठून दिसणारी अंगठी का द्यायची असते?

जर पुरुषाला स्त्रीच्या हृदयात विराजमान व्हायचे असेल आणि तेही दीर्घ काळासाठी, तर त्याला चांगली अंगठी खरेदी करावीच लागेल. त्याने आणलेली अंगठी जेवढी मौल्यवान आणि मोठी असेल तेवढा तो आपल्या बायकामुलांसाठी आपली साधनसंपत्ती खर्च करेल याचा तो संकेत असतो. अशी अंगठी त्याचा तिच्याबद्दलचा आदर व प्रेम व्यक्त करते आणि इतर बायकांच्या मत्सराला कारणीभूत ठरते. समजा त्यावेळी नेमके त्याच्याकडे तेवढे पैसे नसतील तर अशा वेळी कर्ज काढण्यासही हरकत नाही, पण त्याने किंमती अंगठीच खरेदी करायला पाहिजे! पण ही गोष्ट अनेक पुरुषांच्या लक्षात येत नाही, अशा अंगठीकडे ती सतत पाहात राहिल्याने आपला पुरुष आपल्यासाठी वचनबद्ध आहे याची जाणीव तिला क्षणोक्षणी राहते. बायका आपल्या मैत्रिणींमध्येही अशी अंगठी अभिमानाने मिरवतात व आपला नवरा आपल्याशी कसा वचनबद्ध आहे याची फुशारकी मारतात. जरी हे जोडपे छोट्याशा घरात राहात असेल आणि त्यांच्याकडे जुनीपुराणी गाडी असेल तरीसुद्धा ती अंगठी खास तिच्यासाठी खरेदी केली याचे प्रदर्शन ती सार्वजनिक ठिकाणी करू शकते व त्याचे तिच्यावर किती

प्रेम आहे याचा तो जाहीरनामाच असतो.

कैवल्य खूप समजूतदार होता, बायकोवर प्रेम कसे करायचे हे त्याला माहिती होते, म्हणून आत्तापर्यंत त्याने तिला बरेच दागिने भेट म्हणून दिले. त्याला स्वत:ला मात्र दागिने वगैरेची आवड नव्हती. त्याच्या बोटात फक्त एकच सोन्याची अंगठी होती, तीसुद्धा त्याच्या लग्नातली! कधीकधी तो घड्याळ घालत असे, लोकांना एवढा सोस का असतो याचे त्याला नेहमीच आश्चर्य वाटे, आपले व्यक्तिमत्त्व यावर अवलंबून नाही याचे त्याला योग्य भान होते.

कैवल्यचा भाऊ चैतन्यसुद्धा तसाच व्यवहारी होता आणि त्याचाही हाच पुरुषी दृष्टिकोन होता, पण बायकोशी कसे वागायचे याची त्याला जाण नव्हती. तो तिला कधीच दागिने वगैरे आणत नसे आणि जे काही आणले असतील ते अगदीच छोटेसे, टाकाऊ, कुठल्यातरी सेलमध्ये खरेदी केलेले होते, पण आपल्या अशा वागण्यामुळे आपण बायकोच्या नजरेतून उतरत चाललो आहोत याची समज त्याला नव्हती. त्याच्या बायकोला नवऱ्याच्या या कंजूषपणाचा राग येई, कारण यापेक्षा चांगले खरेदी करण्याची त्याची ऐपत नक्कीच होती, हे त्याला माहिती होते. चैतन्यला असेही वाटे की बायकोसाठी फुले खरेदी करणे हा शुद्ध गाढवपणा आहे, कारण फुले काय एका दिवसात कोमेजतात आणि मरून जातात. त्याच्या तर्कशुद्ध विचारांना त्यापेक्षा छोटंसं झाड लावलेली कुंडी खरेदी करणे अधिक आवडे, म्हणून त्याने बायकोसाठी गुलाबाचे झाड लावलेली कुंडी आणली, 'प्रेमाचे प्रतीक - गुलाब' असे म्हणून तिच्या हाती दिली आणि तिला हेही सांगायला विसरला नाही की त्यापासून ती गुलाबाच्या काड्या विकून नवीन धंदा सुरू करू शकते आणि पैसे मिळवू शकते. चैतन्यला हे समजले नाही की फुलांचा एक गुच्छ कोमेजला तर त्याला दुसरा गुच्छ आणण्याची संधी मिळते व पुन्हा प्रेम दर्शवता येते आणि तो किती वचनबद्ध आहे हे दाखवता येते.

> पुरुषाच्या तर्कशुद्ध विचारसरणीला गुलाबाच्या फुलांच्या गुच्छाच्या भेटीपेक्षा झाडाची कुंडी देणे अधिक चांगले असे वाटते म्हणूनच अशा पुरुषावर एकटे झोपायची वेळ येते.

पुरुषाची एखादी प्रेमळ कृतीसुद्धा तो साधनसंपत्ती पुरवण्यास वचनबद्ध असल्याचे दर्शविते आणि ही गोष्ट बायकांना महत्त्वाची वाटते. जवळपास सगळेच शोधनिबंध प्रेमाची महती सांगतात आणि दीर्घकालीन मैत्रीच्या संदर्भात संपूर्ण जगभरातील ८०% ते ९९% बायकांना लग्नासाठी किंवा चिरकाल मैत्रीसाठी प्रेमाची गरज वाटते. सु स्प्रेचर ही 'दि हॅण्डबुक ऑफ सेक्सुॲलिटी इन क्लोज रिलेशनशिप' या पुस्तकाची सहलेखिका आहे. तिने असे सांगितले की ८९% अमेरिकन स्त्रिया असे म्हणतात की ज्यांच्यावर त्यांचे प्रेम नाही त्यांच्याशी त्या लग्न करणार नाहीत; पण ११% स्त्रिया म्हणतात की ज्यांच्यावर त्यांचे प्रेम नाही त्यांच्याशी त्या लग्न करायला तयार आहेत. ४१% रशियन स्त्रियांचे असे मत आहे की त्या अशा पुरुषाबरोबरसुद्धा लग्न करतील ज्याच्यावर त्यांचे प्रेम नाही. रशियन स्त्रियांचे असे मत असण्याचे खरे कारण हे की रशियामध्ये लग्नाळू पुरुषांचा तुटवडा आहे, त्यामुळे या पुरुषांना वचनबद्धता पाळण्याचीही गरज नाही. युक्रेनमधील किव्ह येथे सर्व्हे केला असता इ.स. २००९मध्ये असे दिसून आले की पुरुषाचे सरासरी आयुर्मान हे फक्त ५६ वर्षे इतकेच आहे, तेथे २० वर्षांच्या प्रत्येक तरुणासाठी ४ मुली उपलब्ध आहेत. सभ्य गृहस्थांनो, किव्हला जाण्यासाठी तुमच्या स्थानिक एजंटकडे तुम्ही तिकीट बुक करू शकता.

म्हणून पुरुषांसाठी आमचा प्रेमळ सल्ला असा की तुम्ही एरवी कितीही कंजुषी केली तरी बायकोला दागदागिने करताना काटकसर करू नका. सुरुवातीच्या प्रेमप्रकरणाच्या काळात जरी तुमची आर्थिक परिस्थिती वाईट असल्यामुळे तुम्ही तिला छोटी अंगठी दिली असेल तरी, शक्य तितक्या लवकर चांगली मोठी अंगठी घेऊन द्या. तुम्हाला ते पटो अथवा न पटो, तुमच्या प्रणयी जीवनावर त्याचा परिणाम होणार आहे आणि इतर बायकाही तुमच्या वचनबद्धतेबद्दल साशंक होतील. आत्ता आम्हाला खात्री आहे की ज्या बायकांना नवऱ्यांनी अत्यंत छोटी अंगठी दिली आणि ते ती बदलून द्यायला तयार नाहीत त्या पुन्हा एकदा नवऱ्याशी वाद घालतील.

बायका असे कधीच म्हणणार नाहीत.

१. आपल्या या मिळमिळीत मैत्रीला आता मी खूप कंटाळले आहे! आपल्यात प्रणय का नाही?
२. तुझी ती केसाळ छाती फार आकर्षक आहे.

३. अरे हा टी-शर्ट टाकून का देतोस? खांद्यावरचे ते फाटलेले किती छान दिसते!
४. तू माझ्यासाठी आणलेला हा हिरा फारच बाई मोठा आहे! आणि माझ्याकडे चपलांचेही खूप जोड आहेत.
५. हे चॉकलेटचे डबे कोणाला तरी देऊन टाक.
६. साड्यांचा सेल लागला म्हणून काय झाले? कपाटात आता अगदी जागा नाही बघ!
७. उर्मिला माझ्यापेक्षा जास्त आकर्षक वाटते का?
८. मी जरा उद्या बाहेर जाणार आहे. तुझ्या मित्रांना बोलावून तुझी पार्टी उरकून टाक.
९. तुझ्या आईला आणि बहिणीला जरा चार दिवस करायला बोलावू या?
१०. तुझी जुनी मैत्रीण काल बाजारात भेटली होती. काय फिगर मेंटेन केलीय तिने!

बायकांना पुरुषांबद्दल आकर्षण वाटणाऱ्या सात गोष्टी-

बायकांच्या यादीमध्ये खालील सात गोष्टी समाविष्ट असतात. या खालील गोष्टी जरी संपत्तीच्या स्वरूपात नसल्या तरीसुद्धा पुरुषांचे आकर्षण वाटण्यास कारणीभूत ठरतात. या सात गोष्टी विशिष्ट क्रमाने नाहीत, पण एक गोष्ट नक्की की जो पुरुष हे करेल त्याच्याकडे बायका नक्कीच आकर्षित होतील.

१. जे पुरुष बायकांना हसवतात त्यांच्याकडे बायका आकृष्ट होतात.

आत्तापर्यंत जे अनेक सर्व्हे केले त्यामध्ये असे दिसून आले की, ज्या पुरुषांना विनोदबुद्धी आहे त्यांना बायकांकडून पसंतीचा अग्रक्रम असतो. 'वर पाहिजे' अशा जाहिरातींमध्येसुद्धा 'विनोदबुद्धी' हवी असा आग्रह असतो. जेव्हा बायका हसतात तेव्हा त्यांचा मेंदू शरीराला एंडॉर्फिन या संप्रेरकाची निर्मिती करण्याचा आदेश देतो. एंडॉर्फिन हे एक असे रसायन आहे - ज्याचे घटक मॉर्फिनशी साधर्म्य साधतात, त्यामुळे त्यांच्या शरीराला बारीक झिणझिण्या येतात, उबदार वाटते. एंडॉर्फिन हे शरीराचे नैसर्गिक वेदनाशामक आहे, ते स्वतःची संरक्षक फळी निर्माण करतात आणि रोगापासून बचाव करतात. हसण्यामुळे ताणतणाव

कमी होतो. कॉर्टिसॉनसारखे तणावाचे संप्रेरक कमी होतात आणि रक्तदाब कमी होतो, त्यामुळे हृदयविकाराचा धोका कमी होतो. कॉर्टिसॉनची पातळी वाढली तर आपली प्रतिकारशक्ती कमी होते, म्हणून ते हार्मोन्स कमी होणे हे शरीराला आणि एकूणच आरोग्याला फायदेशीर असते.

बायकांना त्यांच्याही नकळतपणे असे जाणवते की हा आपल्यासमोर उभा असलेला माणूस आयुष्याकडे सकारात्मक दृष्टीने पाहणारा आहे आणि याच्याशी मैत्री करणे हे आपल्या आरोग्यासाठी आणि अस्तित्वासाठी फायदेशीर आहे, म्हणूनच दुःखी आणि नकारात्मक दृष्टिकोन असणाऱ्या माणसांना ती आपल्यापासून दूर ठेवते. त्याच्यापासून आपल्याला अपायच होईल असे तिला वाटते. पुरुषांनाही विनोदाचे सामर्थ्य समजते, म्हणून ते एकमेकांना नेहमी विनोद सांगतात. त्यांना हेही माहिती असते - जे पुरुष मोठ्याने व भरपूर हसू शकतात त्यांना सामाजिक प्रतिष्ठा मिळते आणि बायकांनाही ती खूप आवडते.

२. जे पुरुष चांगला संवाद साधतात त्यांच्याकडे बायका आकृष्ट होतात.

जे पुरुष बायकांच्या समस्यांकडे काळजीपूर्वक लक्ष देतात आणि तिचे बोलणे लक्षपूर्वक ऐकतात, तिच्या भावना तिला न थांबवता ऐकून घेतात आणि तिला सल्ले देत नाहीत असे पुरुष बायकांना आवडतात. तुम्ही जर पुरुष असाल तर ती जसे तिच्याबद्दल सगळे सांगत सुटते तसेच तुम्हीपण तिच्याजवळ स्वतःविषयी बोला. अशा प्रकारची पारदर्शक मैत्री होण्याने तुमच्यातील जवळीक वाढेल. याचा अर्थ पुरुषांनी बायकांसारखे वागायचे असे नव्हे तर फक्त तुमच्यामध्ये ती सहसंवेदना आली पाहिजे, पण तुम्ही सल्ले मात्र देऊ नका असा आमचा तुम्हाला प्रेमळ सल्ला आहे.

> बायकांशी वादविवाद घालण्याच्या दोन पद्धती आहेत,
> पण त्यांपैकी एकही उपयोगाची नाही.

३. जे पुरुष जेवण बनवतात त्यांच्याकडे बायका आकृष्ट होतात.

लाखो वर्षांपूर्वी आपले पूर्वज रानावनात जाऊन शिकार करून आणायचे व बाईकडे ते शिजवायला द्यायचे. आज २१व्या शतकातसुद्धा जे पुरुष बायकांसाठी

जेवण बनवतात, त्यामुळे तिच्या मनातली अगदी प्राचीन कालातील भूळ भावना जागृत होते, म्हणूनच बायकांना जेवायला बाहेर घेऊन जाणे हे तिला मोहात पाडणे असते, म्हणूनच तिला जरी भूक नसली तरीही हॉटेलमध्ये जेवायला घेऊन जा. त्यामुळे तुमचा हेतू साध्य होईल. तुम्ही पुरुष असाल तर पाककला शास्त्राचा क्लास लावा.

४. जे पुरुष नाचू शकतात त्यांच्याकडे बायका आकृष्ट होतात.

डान्स करण्याचा मुख्य हेतू हा असतो की लोकांचे आपल्याकडे लक्ष वेधून घेणे. जेव्हा जोडपी नाचतात तेव्हा ते एकमेकांची शरीरे न्याहाळत असतात. प्राणीसुद्धा प्रणयापूर्वी असंच करतात. आठ पुरुषांपैकी फक्त एकाच पुरुषाला तालबद्ध नाचता येते. त्याच्या हालचालींना एक विशिष्ट लय असते, त्यांच्या हालचाली संगीताच्या तालावर सहज घडतात, पण बायकांना मात्र जन्मजातच सूर-ताल यांचे ज्ञान असते त्यामुळे त्यांची पावले सहजपणे थिरकतात. अनेक बायका केवळ त्यांना आवडणाऱ्या पुरुषाचे लक्ष वेधण्यासाठी नाच करतात. जो पुरुष डान्स करायला तयार असतो व डान्सिंग फ्लोअरवर चढून जातो तो बायकांमध्ये प्रिय होतो आणि त्याला मग कधीच मैत्रिणींची कमतरता भासत नाही. तुम्ही जर पुरुष असाल तर आमचा तुम्हाला प्रेमाचा सल्ला हा की पाककौशल्याचा क्लास संपला की डान्सिंग क्लासला प्रवेश घ्यायचा.

> डान्सिंग हे तुमच्या आशा-आकांक्षांचा वेध घेणारे हावभाव आहेत.

५. ज्या पुरुषाबरोबर तिला सुरक्षित वाटते त्याच्याकडे ती आकृष्ट होते.

बायका तीन गोष्टींच्या बाबतीत फार असुरक्षित असतात, त्या म्हणजे १- त्यांचे दिसणे, २- आर्थिक बाबी आणि ३- त्यांच्यावर कोणी प्रेम करेल की नाही. बायकांना सतत सांगावे लागते की ती चांगली दिसते, तिने वापरलेला परफ्यूम छान आहे, ती स्वयंपाक उत्तम करते आणि तिच्या सहवासात चांगले वाटते. जर तिच्या नवीन केशरचनेकडे किंवा तिच्या नवीन चपलांकडे तुमचे लक्ष गेले नाही तर तुमचे तिच्यावर प्रेम नाही असे तिला वाटते. ती किती छान दिसते, तिची

कपड्याची निवड किती छान आहे असे सतत तुम्ही तिला सांगत गेलात तर तिच्या अंगावर रोमांच उठतात आणि मग ती प्रणयाला उत्सुक असते. उशिरा घरी येणारा आणि आपण दिवसभर कोठे होतो, काय केले याचा थांगपत्ता लागू न देणारा नवरा तिच्या मनात संशय निर्माण करतो आणि त्यामुळे तिला असुरक्षित वाटते, म्हणून पुरुषाने तिला फोन करून कळवले पाहिजे की तो घरी कधी येणार आहे किंवा अधूनमधून तिला फोन करत राहिले पाहिजे की, 'मला तुझी आठवण येते.' तरच तिची भीती कमी होईल.

> 'या ड्रेसमध्ये, माझा पार्श्वभाग जरा जास्तच मोठा दिसतो का रे?' ती त्याला विचारते. तो म्हणतो, 'छे! गं! मागून तू अगदी आशा पारेखसारखी दिसतेस.'

६. *ज्या पुरुषांना मुले आवडतात त्यांच्याकडे स्त्रिया आकृष्ट होतात.*

स्त्रीला नेहमी नातेसंबंध याचा अर्थ उबदार घरटे असाच वाटत आला आहे - जेथे तिला सुरक्षा मिळेल आणि जीवनाची हमी मिळेल आणि जेथे तिला मनमोकळेपणे वावरता येईल. बायकांच्या हातात नवीन जीव जन्माला घालण्याचे एक हुकमी पान असतेच, म्हणून जो पुरुष मुलांवर प्रेम करतो, त्यांच्याशी खेळ खेळतो, त्यांना हसवतो, रात्री गोष्टी सांगतो त्याच्याकडे ती आकर्षित होते.

७. *जे पुरुष सुदृढ, निरोगी दिसतात त्यांच्याकडे स्त्रिया आकृष्ट होतात.*

जगभरात कोठेही पुरुषांच्या निवडीची वेळ येते तेव्हा बायका त्यांच्या उत्तम आरोग्याला प्राधान्य देतात; यामागे दोन कारणे असतात. जर त्याची तब्येत चांगली नसेल तर तो लवकर मृत्यू पावण्याची शक्यता असते किंवा तो अधिक काळपर्यंत पैसे मिळवू शकत नाही. दुसरे असे, त्याला असलेला रोग त्याच्या मुलांमध्ये उतरण्याची शक्यता आहे आणि जर त्याचा रोग संसर्गजन्य असेल तर स्पर्शाने तो त्याच्या बायकोमुलांनाही होण्याची शक्यता असते. ज्या पुरुषाचे आरोग्य उत्तम असते तो निरोगी मुलांना जन्माला घालू शकतो आणि सर्व साधनसंपत्ती तो आयुष्यभर कुटुंबाला पुरवू शकतो. ज्या पुरुषांची शरीरयष्टी दुबळी

आहे आणि ज्या पुरुषाच्या तोंडाचा घाण वास येतो अशा पुरुषांना बायका पसंत करत नाहीत.

ज्या पुरुषाची त्वचा चांगली असते, जे उत्साहाने सळसळतात आणि शरीरयष्टी मजूबत असते, त्यांचे आरोग्य चांगले असते, ज्यांचे चालणे झपझप असते, ज्यांच्या हालचाली चपळ असतात आणि ज्यांचा दृष्टिकोनही उमदा असतो असेच पुरुष बायकांना आवडतात. जे सतत मागे-मागे राहतात, ज्यांच्या हालचाली चपळ नसतात असे पुरुष जास्त जगतातसुद्धा, पण त्यांच्यात कोणतीही महत्त्वाकांक्षा नसते आणि त्यांचे आयुष्यही निरर्थक असते, त्यामुळे ते साधनसंपत्ती पुरवतील अशी आशा धरण्यात काही अर्थ नसतो, म्हणून तुम्ही जर पुरुष असाल तर उठा आणि सरळ जिममध्ये जा आणि व्यायाम करा. नंतर जेवण बनवा आणि मगच बायकोला घेऊन डान्स करायला जा.

बायकांना अपयशी पुरुष का नको असतो?

सगळीकडचेच शोधनिबंध हेच सांगतात की, ज्या पुरुषांना महत्त्वाकांक्षा नसते ते बायकांना अप्रिय असतात. जो पुरुष आळशी असतो, ज्याची नोकरी जाते, ज्याला काही आकांक्षा नाहीत त्यांच्याशी त्या मैत्री तोडतात. जो पुरुष कष्ट करतो, मेहनत घेतो, यशस्वीरीत्या आपला व्यवसाय सांभाळतो तो बायकांना आवडतो! पण पुरुषांचे असे नसते. त्याबद्दलची माहिती आपण पुढील प्रकरणात पाहणार आहोत. स्त्रिया आपले बीज रोपण्यासाठी पुरेशा धडधाकट आहेत किंवा नाही एवढेच पुरुष बघतात.

बायकांना हे वाचून कदाचित असे वाटेल की पुरुष फार धडे व लबाड आहेत पण प्रेमाच्या या खेळात बायकांना पुरुषांबद्दल पुरेशी कल्पना असणे आवश्यक आहे.

> तो मूर्खासारखे बरळतो, "आज रात्री आपण दोघांनी आपल्या जागांची अदलाबदल करायची का?" यावर ती उत्तरते, "मस्त कल्पना आहे. तू इस्त्रीच्या टेबलापाशी उभा राहा तोपर्यंत मी सोफ्यावर बसते आणि आपण दोघे मिळून पादू या."

बायकांचे लक्ष नेहमी साधनसंपत्तीकडे असते.

सगळी युद्धे ही पुरुषांकडूनच सुरू केली गेली आणि प्रत्येक युद्धातील ध्येय हेच असायचे की शत्रूचे प्रदेश काबीज करायचे आणि त्याची साधनसंपत्ती लुटायची. साधनसंपत्ती प्रामुख्याने दोन प्रकारांत मोडते. एक म्हणजे स्थावर जमीन, खनिजे, शहरे वगैरे आणि दुसरे म्हणजे पुनरुत्पादन करणारे याचा अर्थ स्त्रिया. संपूर्ण इतिहासात अनेक लढाया खेळल्या गेल्या. ज्यामध्ये पुरुषांनी आपल्या शत्रूचा मुलूख काबीज केला, त्यांची संपत्ती लुटली, शत्रूला आणि त्याच्या मुलांना मारले आणि शत्रूकडील स्त्रियांना पळवले किंवा त्यांच्यावर बलात्कार केले.

शिवाजी महाराज मात्र याला अपवाद ठरले. शत्रूच्या स्त्रीला दरबारात हजर केल्यावर त्यांच्या मुखी एकच वाक्य असे, 'अशीच आमची आई असती सुंदर, रूपवती, आम्हीही सुंदर झालो असतो!' पण इतिहासात स्त्रियांना फारच क्वचित मारून टाकले आहे, कारण त्या पुरुषांना स्त्रिया म्हणजे आपले बीज दूरवर पसरण्याची ती संधीच वाटली.

आधुनिक पुरुषाची इच्छा हीच असते की जास्तीतजास्त संपत्ती गोळा करायची आणि स्वामित्व गाजवायचे. बायकांनासुद्धा असेच पुरुष आवडतात. स्त्रिया पुरुषांवर नेहमीच टीका करत आल्या आहेत की, पुरुषांना आपल्या कुटुंबापेक्षा कामात अधिक रुची आहे. बायका पुरुषांच्या भांडखोर वृत्तीवर पण टीका करतात, पण कुटुंबाला वेळ देत नाही म्हणून जास्तच टीका करतात, पण खूप साधनसंपत्ती जमवण्यासाठीच त्याला इतके काम करावे लागते आणि साधनसंपत्ती असलेला पुरुष बायकांना आवडतो, याचाच अर्थ बायकाच पुरुषांच्या कुटुंबाला वेळ न देण्याच्या प्रवृत्तीला जबाबदार आहेत.

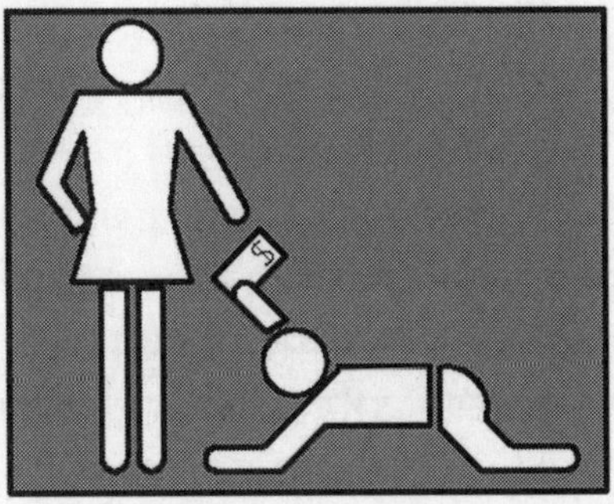

विवाहाचे आंतरराष्ट्रीय नवीन बोधचिन्ह

सारांश —

प्राचीन काळच्या स्त्रिया जोडीदार निवडताना तो दीर्घायुष्यापर्यंत आपल्याला कसा सुखी ठेवू शकेल याचा विचार करत असत, कारण ही निवड चुकणे म्हणजे उपासमार, परित्यक्तेचे जीवन जगणे- म्हणजे हालअपेष्टा सोसणे हे होते. २१व्या शतकातील स्त्रियांनीसुद्धा हेच निकष लावले. आजच्या स्त्रियांनासुद्धा लाजिरवाणे, नामुष्कीचे आयुष्य नको आहे. त्यांना परित्यक्ता म्हणून जगायचे नाही, त्यांना सन्मानाची वागणूक हवी आहे. याचा अर्थ असा नव्हे की सगळ्याच बायका पुरुषांकडच्या पैशालाच महत्त्व देतात, पण त्या असे बघतात की त्याच्याकडे पैसा, प्रतिष्ठा, नावलौकिक, घरदार, स्थैर्य मिळवून देण्याजोगे गुण आहेत की नाहीत? म्हणजे तो हुशार आहे का, तो महत्त्वाकांक्षी आहे का, तो व्यसनी तर नाही ना? याचा अर्थ असाही नव्हे की ज्या माणसाकडे हे सर्व आहे त्याच्याशी स्त्रिया लगेच लग्न करायला धडपडतात! पण त्यांना प्राधान्य त्या नक्कीच देतात. म्हणून जर तो २२ वर्षांचा, मेंदूच्या शस्त्रक्रियेचा अभ्यास करणारा विद्यार्थी असेल किंवा वकिलीचा अभ्यास करत असेल तर त्यांना खात्री असते की पुढे जाऊन तो सुखी जीवन जगण्यासाठी लागणारी साधनसंपत्ती नक्कीच जमवेल.

एक शोधनिबंध नव्यानेच अलिकडेच अमेरीकन मनोवैज्ञानिक संघटनेकडून साद करण्यात आला. स्त्रियांच्या पार्श्वभागाबद्दलचे त्यांचे निष्कर्ष त्यामध्ये जाहीर केले गेले. ते असे,

१. फक्त ५% स्त्रियांना असे वाटते की त्यांचा पार्श्वभाग फार मोठा आहे.

२. १२% स्त्रियांना असे वाटते की त्यांचा पार्श्वभाग फारच लहान आहे.

३. उरलेल्या ८३% स्त्रिया असे म्हणाल्या की त्या त्यांच्या पार्श्वभागाबद्दल पर्वा करत नाहीत. त्यांना त्यांचा प्रियकर आवडतो. तो भला माणूस आहे आणि लवकरच त्या त्याच्या बरोबर विवाहबद्ध होणार आहेत. बस्स इतकेच.

* पूर्वीच्या आया आणि आज्या जोडीदार निवडीसाठी जे निकष लावायच्या तेच आजच्या स्त्रियापण लावतात. समाजात कितीही उत्क्रांती झाली तरी बायका पुरुष आपल्याला किती साधनसंपत्ती पुरवू शकतात हेच पाहतात.
* जोडीदाराचा आळशीपणा आणि ध्येयशून्य आयुष्य बायकांना खपत नाही, कारण मग त्या पुरुषाकडे साधनसंपत्ती गोळा करण्याचे कौशल्य नाही अशी त्यांची खात्री होते.
* बायकांना जोडीदार असा हवा असतो जो सेवा पुरवू शकेल, जो मुलांशी प्रेमाने वागेल व जो सगळ्या कुटुंबाला संरक्षण देईन.

प्रकरण ४

खरेच, पुरुषांना काय हवे असते?

परिपूर्ण स्त्री

'आणि आयुष्यभर ते सुखाने नांदू लागले' अशा प्रकारचे नातेसंबंध पुरुषांना अपेक्षित नसतात, तर त्यांचे नातेसंबंध प्रामुख्याने त्यांना कोणत्या सेवा पुरवल्या जातात यावर अवलंबून असतात. तिला त्याच्याकडून साधनसंपत्ती हवी असते, तर त्याला तिच्याकडून सेवा हवी असते, त्यामुळेच हे नातेसंबंध म्हणजे 'देणे घेणे चूकभूल नसावी' या स्वरूपाचे असतात. म्हणजे सेवेच्या बदल्यात साधनसंपत्ती आणि साधनसंपत्तीच्या बदल्यात सेवा. जेव्हा पुरुषांना त्याच्या आयुष्यात आलेल्या बायकांसंबंधी विचारले व त्यांचे वर्णन करायला सांगितले तर ते त्यांनी पुरवलेल्या सेवांव्यतिरिक्त दुसरे काही बोलूच शकत नाहीत, म्हणजे बघा हं! ते सांगतात 'ती एकदम सुगरण आहे.', 'ती घर खूप नीटनेटके ठेवते.', 'ती मुलांना उत्तम सांभाळते.', 'ती चांगली मैत्रीण आहे, तिची फिगर चांगली आहे.', 'ती प्रणयात चांगली साथ देते.' असे आणि एवढेच सांगतात. म्हणजे, थोडक्यात सांगायचे तर तो अशा सेवांबद्दल बोलतो की ज्या तो तासाच्या बोलीवरसुद्धा विकत घेऊ शकतो.

जेव्हा बायकांना त्यांच्या पुरुषांबद्दल विचारले तर त्या असे वर्णन करतात. 'तो माझे खूप लाड पुरवतो', 'तो मला खूप हसवतो.', 'त्याची नोकरी चांगली आहे.', 'त्याचे स्वतःचे घर आहे.' असे आणि एवढेच. वेगळ्या शब्दात सांगायचे तर तो साधनसंपत्ती पुरवतो. समाज मात्र साधनसंपत्तीच्या बदल्यात सेवा या देवाणघेवाणीला मोठे गोंडस नाव देतो ते म्हणजे 'साहचर्य' किंवा कंपॅबिलिटी! कारण ते ऐकायला पवित्र वाटते, त्यामध्ये माधुर्य असते आणि समाजाच्या जडणघडणीसाठी ते योग्यच असते, पण त्याच्या मुळाशी फक्त साधा-सरळ व्यवहार असतो. सेवेच्या बदल्यात साधनसंपत्ती! पुरुषांना फक्त स्त्रीच्या शारीरिक सौंदर्यामध्ये आणि ती पुरवत असलेल्या सेवांमध्ये रुची असते.

जर तुम्ही स्त्री-वाचक असाल तर तुम्हाला कदाचित असे वाटू शकेल की आम्ही पुरुषाची प्रतिमा मुद्दामच उथळ आणि स्वार्थी रंगवली आहे! पण आमचा तो उद्देश मुळीच नाही. आम्हाला तुम्हाला हे दाखवून द्यायचे आहे की, पुरुषांच्या गरजा आणि त्यांचा प्राधान्यक्रम हा फारच साधा-सरळ असतो आणि जर तुम्ही त्याची योग्य गरज योग्य वेळी पूर्ण केली तर तुम्हाला आनंदी पुरुष मिळेल, पण तुम्ही स्त्री-मूल्यांची तुलना पुरुष-मूल्यांशी करत बसलात आणि योग्य-अयोग्य वगैरे निकषांवर घासत बसलात तर तुमच्या पदरी केवळ संघर्ष आणि चिरकाल दुःखच पडेल.

> पुरुषांना फक्त दोनच भावना असतात. एक भूक आणि दुसरी विषयवासना. एकतर तो सॅण्डविच बनवत असतो नाहीतर...

अनेक लोक विशेषतः स्त्रीमुक्ती चळवळीतल्या बायका जेव्हा पुरुषांचे बायकांबद्दलच्या आकर्षणाचे निकष ऐकतात तेव्हा फार संतापतात... अगदी थयथयाट करतात आणि पुरुष केवळ सौंदर्याला भुलतात. या त्यांच्या स्वभावावर आगपाखड करतात. अनेकदा त्या असे सुचवतात किंवा आग्रह धरतात की, 'प्लीज, या विकृत पुरुषी दृष्टिकोनाची चर्चाही नको आणि त्याची फाजील कौतुके तर नकोच नको, त्यामुळे बायकांचा आत्मसन्मान दुखावला जातो, पण वास्तव हेच आहे की पुरुषांचा हा प्राधान्यक्रम त्यांच्या वाडवडिलांपासून चालत आला आहे की, तारुण्य आणि शारीरिक सौंदर्य हे त्यांच्या दृष्टीने मानवी वंशाच्या

विस्तारासाठी सर्वांत महत्त्वाची गोष्ट आहे. नक्कीच समाजात खूप उत्क्रांती झाली आहे. समाज नाट्यमयरीत्या बदलला आहे, तरीसुद्धा पुरुषांचा स्त्रियांच्या प्रति असलेला दृष्टिकोन जराही बदललेला नाही. पुरुषांचा हा दृष्टिकोन लपवणे किंवा नाकारणे हे जणू हवामानाला शिव्या घालण्यासारखे आहे की, पावसाला आत्ताच पडायचे होते का? किंवा वन्य प्राणी शाकाहारी का नाहीत?

> पुरुषांचे स्त्रियांविषयीच्या आकर्षणाचे निकष बदलणे हे म्हणजे जणू त्यांना असे सांगण्यासारखे आहे की, त्यांच्या दाढी-मिशा टोचतात म्हणून त्यांना त्या उगवल्याच नाही पाहिजेत.

तुम्ही एकदा हे मान्य केले की पुरुषांचे शरीरशास्त्र मोठे विलक्षण आहे, की मग सगळेच सोपे होईल. पुरुषांना स्त्रियांविषयी वाटणाऱ्या आकर्षणाकडे त्यांची कमजोरी म्हणून पाहून त्याचा त्या दृष्टीने अभ्यास केला की तुम्हाला त्यांना कसे मुठीत ठेवायचे त्याच्या युक्त्या समजतील. लाखो वर्षांपासून माश्यांना किडे आणि अळ्याच आवडतात, म्हणून तुम्ही जेव्हा मासेमारी करायला जाल तेव्हा तुमच्या काठीच्या गळाला तुम्ही अळ्या व किडे लावणेच श्रेयस्कर ठरेल, कारण माश्यांना ते आवडते. तुम्हाला जे आवडते ते माश्यांना भरवण्यात काहीच शहाणपणा नाही आणि मासे आनंदाने उडी मारून केवळ तुम्हाला आवडेल म्हणून तुमच्या बोटीत येतील असा विचार करणेसुद्धा मूर्खपणाचे आहे. मासेमारी करण्यासाठी मासे काय विचार करतात व त्यांना काय आवडते ते जाणणे महत्त्वाचे आहे. अगदी त्याच पद्धतीने पुरुषांच्या मेंदूची जडणघडण कशी आहे हे जाणून घेतले तर त्याच्याशी कसे वागले पाहिजे हे तुम्हाला समजेल हेच पुरुष व्यवस्थापन! पुरुषांची मासेमारी करण्याच्या युक्त्या तुम्ही जाणून घ्या.

प्रसारमाध्यमे पुरुषांच्या विचारांना कसा आकार देतात?

प्रसारमाध्यमे विशेषतः स्त्रियांची मासिके सहसा अशा टीकेचे लक्ष्य ठरतात की स्त्रियांना ज्या प्रकारचे सौंदर्याचे निकष अपेक्षित आहेत, जसे दिसावे अशी त्यांची महत्त्वाकांक्षा आहे त्यालाच ते अधिक खतपाणी घालतात, मात्र स्त्रियांच्या मासिकांच्या बाबतीत जे खरे आहे ते पुरुषांच्या मासिकांच्या बाबतीत नाही.

बायकांच्या मासिकांमध्ये स्त्रियांना अगदी हडकुळे, झीरो साईज दाखवले आहे. बायकांची ही काठीछाप प्रतिमा नेमकी कशातून आली तर फॅशन शोच्या कॅटवॉकमधून. खरेतर तो व्यावसायिक भाग आहे, कारण या अशा काठीछाप बायका म्हणजे त्यांच्या कपड्यांचा केवळ हँगर असतात. निरीक्षणे केवळ हेच सांगतात की अशा हडकुळ्या बायकांबद्दल पुरुषांना जराही आकर्षण वाटत नाही. या मागचे खरे कारण असे की अशा झीरो साईज बायकांना मुले होण्याची शक्यता कमी असते आणि पुरुषाच्या मेंदूमध्ये तर हे पक्के बसलेले असते की त्यांच्या वंशवृद्धीसाठी त्याला वाळूच्या घड्याळासारखी शरीरसंपदा असलेलीच स्त्री हवी. पुरुषांची मासिके जेव्हा छापली जातात तेव्हा हाच मुख्य विचार त्यात केलेला असतो. पुरुषांच्या मासिकातील मोटारसायकली किंवा गाड्यांच्या जाहिराती पाहा. त्यामध्ये प्रामुख्याने आकर्षक शारीरिक वळणे असलेल्या स्त्रिया प्रकर्षाने तुमच्या नजरेत भरतील, म्हणूनच तुम्ही हार्ले डेव्हिडसनच्या जाहिरातींमध्ये हडकुळ्या काठीछाप बायका कधीच पाहणार नाही. मिस युनिव्हर्स स्पर्धा पाहण्यासाठी ८०% पुरुष जमतात, पण फॅशन शो पाहण्यासाठी व्यवसायातील संबंधित स्त्री-पुरुष जमतात.

> मी आणि माझी पत्नी अंथरुणावर पडल्यापडल्या 'कौन बनेगा करोडपती' हा टी.व्ही.वरील कार्यक्रम पाहात होतो. मी तिच्याकडे पाहून विचारले, 'मग काय विचार आहे? करूया का?' त्यावर ती निरिच्छेने 'नाही' म्हणाली. मी विचारले, 'हे तुझे फायनल उत्तर आहे का?' तिने माझ्याकडे पाहात म्हटले, 'होय.' त्यावर मी म्हटले, 'ठीक आहे, मी फोन-अ-फ्रेंड लाईफलाईन वापरतो.'

ॲरीझोना राज्यातील युनिव्हर्सिटीमधील प्रो. डगलस केनरिक आणि त्यांच्या सहकाऱ्यांनी जे संशोधन केले त्यामधून मोठे धक्कादायक निष्कर्ष बाहेर पडले. परिपूर्ण स्त्रीचे जे चित्र प्रसारमाध्यमे रंगवतात त्याचे पुरुषांच्या व्यक्तिगत जीवनावर काही दुष्परिणाम घडून येतात. त्यांच्या असे लक्षात आले की, ज्या पुरुषांना आकर्षक शरीरयष्टीच्या स्त्रियांचे फोटो दाखवण्यात आले व नंतर त्यांच्या प्रत्यक्ष आयुष्यातील त्यांच्या जोडीदाराचे स्थान विचारण्यात आले तेव्हा त्यांनी स्पष्टपणे सांगितले की त्यांची जोडीदार फारच वाईट दिसते व ते तिच्याबरोबर समाधानी

नाहीत. यापेक्षाही वाईट परिस्थिती तर तेव्हा झाली जेव्हा काही पुरुषांना सौंदर्याचे ॲटम बॉम्ब असणाऱ्या स्त्रियांचे फोटो दाखवण्यात आले. त्यावेळी त्या पुरुषांनी तर हे कबूल केले की ते त्यांच्या जोडीदाराशी प्रामाणिक नाहीत, ते जोडीदाराला गांभीर्याने घेत नाहीत. ते त्यांच्याबरोबर समाधानी नाहीत आणि त्यांच्यामध्ये जवळीक तर अजिबात नाही. आश्चर्य म्हणजे ज्या पुरुषांच्या बायका सर्वानुमते आकर्षक होत्या, तेसुद्धा सौंदर्यवती परस्त्रियांच्या केवळ फोटोंच्या दर्शनानंतर म्हणाले, की ते सुखी नाहीत. अर्थात असे घडणे अटळ आहे, कारण इंटरनेटवर दाखवण्यात येणाऱ्या किंवा जाहिरातींमधील या स्त्रियांच्या फोटोच्या निवडीबाबत अनेक निकष लावले जातात व १५० ते २०० फोटोंमधून एका फोटोची निवड केली जाते. थोडक्यात सांगायचे, तर या फोटोतल्या बायका म्हणजे आपले वास्तव जीवन नसते. आपल्या पूर्वजांच्या काळात असे नव्हते. त्यांना प्रत्यक्ष उपलब्ध असणाऱ्या स्त्रियांमधून एका खऱ्याखुऱ्या, जित्या-जागत्या स्त्रीचा स्वीकार करायचा असे, त्यामुळेच त्यांना त्यांच्या कल्पनाशक्तीला भरारी देऊन, भलती स्वप्ने बघण्याची मुभा नव्हती. मुळात गृहीतकेच तर्कशास्त्रावर आधारलेली होती, त्यामुळेच आपले पूर्वज आजच्या २१व्या शतकातील पुरुषांपेक्षा आपल्या बायकांबरोबर अधिक सुखी आणि समाधानी होते; कारण ते जे पाहायचे ते त्यांना मिळायचे.

अजूनही जोडीदार निवडताना पुरुष त्याचे मूल्यांकन स्त्रियांच्या 'वरलीया रंगा'वरून करण्याची चूक करतो. पूर्वीचे पुरुष स्त्रियांच्या बाबतीत विचार करताना आपला वंशविस्तार हा निकष लावायचे, पण आता आधुनिक तंत्रांमुळे पुरुषाला मूर्ख बनवले जाते. आज कॉस्मेटिक सर्जरी, बॉडी इम्प्लांटेशन या आधुनिक उपचारामुळे त्याला खऱ्या-खोट्यातील फरकही कळत नाही. याची तुलना आजच्या फास्ट-फूडशी करता येईल. आजच्या पिढीचा फास्ट-फूड हे आपल्या जगण्यासाठी अपरिहार्य आहे असा गैरसमज आहे, परिणामी त्याला काय मिळते तर डायबिटीस, लठ्ठपणा आणि कुपोषण.

अगदी खरे सांगायचे तर पुरुषांच्या बाहेरख्यालीपणाला आणि आपल्या पत्नीबरोबर एकनिष्ठ नसण्याला प्रसारमाध्यमे हातभार लावतात. बायकांच्या पुरुषांना आकर्षित करण्याच्या सुप्त इच्छेला प्रसारमाध्यमे खतपाणी घालतात; परिणामी बायका कारण नसताना कॉस्मेटिक सर्जरी करून लाखो रुपये खर्च करतात. शारीरिक त्रास सोसतात, विनाकारण कपड्यांवर आणि मेक-अपवर खर्च करून इतर बायकांशी चढाओढ लावतात आणि पुरुषांना आकर्षून घेण्यासाठी झटतात.

सौंदर्य काळाच्या ओघात लोप पावते
....पण इम्प्लांटेशन कायम राहाते.

पुरुषांना नेमके काय हवे...

पुरुषांना बायकांकडून हव्या असणाऱ्या फक्त चार मूलभूत गोष्टी आहेत.

१. प्रणय
२. जेवण, धुतलेले कपडे, काळजी घेणे
३. प्रेम आणि तो तिच्यासाठी प्राधान्य नंबर एक वर
४. अधूनमधून त्याला एकटे सोडले पाहिजे आणि त्यावेळी त्याच्या विचारांमध्ये व्यत्यय आणायचा नाही.

किती सोपे आहे! पुरुष बहुधा विचारपूर्वक, तोलूनमापून बोलतात आणि त्यांच्या केवळ या चारच गरजा असतात. जर या चार गरजांपैकी कोणती गरज कोणत्या वेळी आहे ते तुम्ही अचूक ओळखले, तर आयुष्य तुमच्यासाठी फार सोपे होऊन जाईल, पण समस्या अशी आहे की, पुरुषांची ही महत्त्वाच्या गोष्टींची यादी बायकांच्या दृष्टीने कमी महत्त्वाची किंवा अवाजवी असते. तीच गोष्ट पुरुषांची रात्री उशिरापर्यंत काम करणे, ओव्हरटाईम करणे किंवा एकाचवेळी दोन नोकऱ्या करणे हे सगळे काय असते? तर आपल्या कुटुंबाच्या अन्न, वस्त्र, निवारा या गरजा अधिक चांगल्या रीतीने भागवणे हाच यामागे हेतू असतो, पण स्त्री मात्र त्याकडे पुरुषाला तिच्यापेक्षा कामात अधिक रुची आहे याचा पुरावा समजते.

> **स्त्रियांना काय कळावे अशी पुरुषाची इच्छा असते? (नं. १५३)**
>
> जेव्हा शक्य असेल तेव्हा त्यांच्या व्यवसायधंद्यात ते जे शब्द वापरतात म्हणजे- 'प्लीज', 'थँक्यू', 'सॉरी' वगैरे- ते पुरुषांनी आपल्या जोडीदाराबरोबरसुद्धा वापरावे.

नातेसंबंधांमध्ये बहुतेक सर्व पुरुष बायकांना इतपत सर्व गोष्टी पुरवतात की जेणेकरून स्त्रिया त्यांच्या या चार मूलभूत गरजा पुरवतील. यामध्ये काय काय येते तर तो तिला छानशा हॉटेलमध्ये डिनरला घेऊन जातो, डान्स करायला नेतो, ती किती सुंदर दिसते व जगातील ती एकटी सुस्वरूप स्त्री आहे अशीही तिची खात्री पटवतो - अशावेळी काय-काय बोलायचे असते ते सगळे तुम्हाला माहिती आहेच. या सगळ्यामागे त्याचा मूळ हेतू एकच असतो, की स्त्रीने त्याच्या मूलभूत गरजा भागवणाऱ्या सेवा द्याव्या. तो अशा वेळी तिच्याशी खूप प्रेमळपणे बोलतो. 'आयुष्यभर आपण एकत्र राहू' अशी खात्री या क्षणी तिला हवी असेल तर तो तेही करतो, भले खोटे का असेना! कारण त्या क्षणाची ती गरज असते आणि पुरुषांच्या जगात असे करणे हे न्याय्य आहे, त्यात काहीच पाप नाही.

> अशी कधीच अपेक्षा ठेवू नका की तुमचा जोडीदार पुरुष तुम्हाला सदैव पहिल्या क्रमांकाच्या स्थानावर ठेवेल. कधीकधी त्याचे मित्र पहिल्या क्रमांकावर असतील तर कधी मुले! कधी कधी तर पहिला नंबर त्याच्या गाडीचा किंवा त्याच्या संघाचा किंवा त्याच्या व्यवसायाचा असेल! आणि कधीतरी पहिल्या क्रमांकावर तुम्हीही असाल!

प्रणयासाठी पुरुष काय-काय करतील!

पुरुष बायकांसाठी जे-जे काही करतात ते त्यांच्याकडून प्रणय आणि इतरही काही फायदे मिळवण्यासाठी करतात. बायकांनाही ते माहिती असते. 'मला शॉपिंगला घेऊन जा.' ती म्हणते. 'माझ्यासाठी हे बांधून द्या.', 'लाँग ड्राईव्हला न्या.', 'सिनेमा, डिनर किंवा माझ्या आईकडं सोड.', 'मुलांना झोपवा', 'गॅरेज रंगवून द्या' अशी भली मोठी लांबलचक यादी तिची असते. पुरुष हे सगळं करतात, पण कशाच्या बदल्यात तर प्रणयाच्या बदल्यात! तुम्ही म्हणाल कशावरून तर उत्तर सोपे आहे, कारण कुठलाही पुरुष हे सगळे फक्त बाईसाठी करतो, दुसऱ्या पुरुषासाठी नव्हे! आणि जर त्याने हे कधी दुसऱ्या पुरुषासाठी केलेच तर ते एक प्रकारचे त्याच्यावर मुके कर्जच राहते आणि त्याला त्याची कधीतरी परतफेड करावी लागते.

जर एखाद्या पुरुषाचे अशा स्त्रीबरोबर शारीरिक संबंध नसतील, पण तरीही तो तिला वेळ देत असेल तर त्या वेळेची गुंतवणूक हे एखाद्या पुरुषाबरोबरच्या कर्जाच्या हिशोबासारखेच असेल; त्याची परतफेड त्याला दुसऱ्या कशाच्या स्वरूपात करावी लागेलच.

स्कॉट क्रिस्टी आणि तिच्या दोन मुलांबरोबर राहत होता. एक वर्षापासून क्रिस्टी आणि तो एकमेकांबरोबर शरीरसंबंध राखून होते, पण आता त्यांचे ते संबंध संपुष्टात आले होते. त्याला सध्या नोकरी तर नव्हतीच, पण राहायला घरही नव्हतं. तो क्रिस्टीला घरकामात मदत करत असे; तो गवत कापत असे, कपडे धुवत असे, केरकचरा काढीत असे, मुलांना सांभाळत असे, तिच्या मुलांसाठी खेळणी आणत असे. दर आठवड्याला त्यांना जेवायला बाहेर घेऊन जात असे. तो तिला राहण्याबद्दल फारच कमी पैसे देत असे. ते दोघे स्वतंत्र खोल्यांमध्ये झोपत आणि त्याला आता तिच्याबरोबर पुन्हा कोणतीच जवळीक नको होती, पण क्रिस्टीला अजूनही तो आवडत होता आणि तिची त्याच्याशी दीर्घ काळासाठी मैत्री ठेवण्याची इच्छा होती, पण जेव्हा त्याने स्पष्ट शब्दात 'आता ते शक्य नाही' असे सांगितले तेव्हा तिने त्याला घराबाहेर काढले.

आता तो परत तेथे जात नाही, मुलांनाही भेटत नाही. त्याचा असा समज आहे की, क्रिस्टीचे कर्ज त्याने फेडले आहे आणि आता परत तिथे फिरकायची पण गरज नाही.

जेव्हा बाईला पुरुषाकडून दुर्लक्षितपणाची वागणूक मिळते, तो तिची काळजी घेत नाही तेव्हाच ती तिच्या सेवा देणे थांबवते व अनपेक्षितरीत्या त्याचा अव्हेर करते. त्यावेळी त्याचे डोळे खाड्कन उघडतात आणि मग तो पुन्हा तिच्याशी गोड-गोड बोलून तिला भूलथापा देऊन खोटी वचने देतो आणि 'मी तुझ्याशी लग्न करेन' असेही सांगतो. मला मुलांची आवड आहे, असेही म्हणतो. त्याला जेवण, धुतलेले कपडे आणि प्रणय मिळण्यासाठी तो वाट्टेल ते करतो. पुरुष भाग्यवान आहे, कारण बायकांचा असल्या भाकडकथांवर लगेच विश्वास बसतो. बायकांना सल्ला हा आहे की आज तो तुम्हाला जे देतो आहे ते उपभोगून घ्या, पण त्याच्या कपोलकल्पित कथांवर कधीही विश्वास ठेवू नका.

इतिहासातसुद्धा असा एक मजेदार दाखला आहे की सर वॉल्टर रॅलेटने त्याचा अत्यंत भारी नवा कोट एका स्त्रीच्या पुढे चिखलात अंथरला, तिच्या पायांना घाण लागू नये म्हणून, त्याने असे का केले? अहो, तो १५ महिन्यांच्या दीर्घ कालानंतर समुद्रावरून आला होता आणि त्याला प्रणयाची नितांत गरज होती, नाही तर कोणता शहाणा पुरुष आपले किमती जॅकेट चिखलात पसरवेल?

पुरुषांना नातेसंबंधांविषयी काहीच वाटत नाही.

आपण 'व्हाय मेन डोण्ट लिसन अॅण्ड वुमेन काण्ट रीड मॅप्स'मध्ये हे पाहिले की पुरुषांच्या मेंदूमध्ये शिकारी कौशल्ये, प्रणय वगैरेंसाठी किती मोठी जागा असते! पुरुष जी मासिके विकत घेतात त्यातही ते कॅमेरा, हॉट व्हील्स,

अगदी प्रथम देवाने पृथ्वी बनवली आणि मग थोडा वेळ विश्रांती घेतली. नंतर त्याने पुरुषाला जन्माला घातले आणि पुन्हा थोडी विश्रांती घेतली. त्यानंतर त्याने स्त्री घडवली आणि तेव्हापासून ना देवाने, ना पुरुषाने कधीच विश्रांती घेतली नाही.

कॉम्प्युटर्स, खरेदी-विक्री, बायकांची चित्रे हेच पाहतात. पुरुषाच्या कोणत्याच अशा मासिकात असे लेख नसतात की:

१. लग्नाचा वाढदिवस कसा साजरा कराल?
२. बायकांशी निष्ठा कशी राखाल?
३. कोणते कपडे निवडाल?
४. तुमची आयुष्यभरासाठी सहचारी कशी निवडाल?

पण पुरुषांच्या मासिकात पुढील लेख मात्र जरूर असतात:

१. भरपूर पैसे कसे कमवाल?
२. तुमचे अॅब्ज कसे वाढवाल?

३. रात्र कशी जागवाल?

४. अनेक स्त्रियांबरोबर बेभान आणि बेफाम प्रणय कसा कराल?

बायका माणसांबद्दल आणि नातेसंबंधांबद्दलची पुस्तके वाचतात म्हणजे फेमिना, मैत्रीण, वुमेन्स इरा, गृहशोभिका, तनिष्का वगैरे वगैरे. पुरुषांना मात्र या विषयांची गंधवार्ता नसते. त्यांना फक्त त्यांच्यासाठी कोणीतरी जेवण बनवावे, त्यांच्यावर प्रेम करावे, त्यांच्या इच्छा भागवाव्या व त्यांना हवे तेव्हा एकटे सोडावे हे हवे असते. पण फारच कमी पुस्तकांमध्ये या विषयी लिहिले जाते, कारण बरीचशी सेल्फ हेल्प पुस्तके बायकांकडून लिहिली जातात आणि ९०%पेक्षा अधिक बायका ही पुस्तके वाचतात. नातेसंबंध जपण्यात पुरुष फारच कच्चे असतात. याचे कारण हेच की ते या गोष्टींचा विचारच करत नाहीत आणि जेव्हा करतात तेव्हा त्यांच्या कल्पनेतलाच हे असे दारुण चित्र उभे करतात की त्यांना टक्कल पडले आहे. त्यांच्याभोवती मुले किंचाळत आहेत, त्यांच्याकडे पैसे उरले नाहीत, बायको त्यांची फरफट करते आहे, त्यांचे पोट सुटले आहे आणि आता त्यांच्यावर बळजबरीने एकपत्नीव्रत लादले गेले आहे.

विशेषत: तरुण पुरुष नातेसंबंधांकडे अशा दृष्टीने पाहतात की त्यांना पुढील आयुष्यात मौजमजेच्या ज्या संधी मिळणार असतील त्यांच्यापासून ते वंचित होतील... असा विचार करा, जर सलमान खानने आयुष्यात आलेल्या पहिल्याच

पुरुषांसाठी परिपूर्ण रिमोट

मुलीबरोबर लग्न केले असते तर तो पुढे ऐश्वर्या, कॅटरिना वगैरेंना मुकला नसता का? आणि हे अनेक पुरुषांच्या बाबतीत असेच असते. त्यांना हे पूल तोडायचे नसतात. त्यांना वेगवेगळी व्हरायटी हवी असते.

स्त्रियांना काय कळावे अशी पुरुषांची इच्छा असते? (क्र. ४३)

प्रत्येक प्रश्नाची 'हो' किंवा 'नाही' अशी दोन्ही उत्तरे स्वीकारार्हच असतात हे बायकांना समजले पाहिजे.

पुरुषांची भाषा :

फार पूर्वीपासून पुरुष मंडळी आपल्या ४ मूलभूत गरजा भागवण्यासाठी विशेषतः प्रणयाची भूक भागवण्यासाठी काही खोटी-खोटी भुरळ पाडणारी वाक्ये फेकत असतात- त्यांपैकी जास्तीतजास्त प्रचारात असलेली अशी १० वाक्ये आणि त्यांचे गर्भितार्थ देत आहोत.

१. यू आर प्रिटी / ब्युटीफूल / स्टनिंग
(खरोखर तुझा चेहरा किती नितळ आहे आणि डावी-उजवी बाजू समान आहे, ज्यावरून तू माझी जनुके पुढच्या पिढीमध्ये वहन करशील याची मला खात्री आहे. चल, आपण प्रणय करूया!)

२. तू फारच सुंदर दिसतेस आज!
(चल आटोप लवकर, आपण बिछान्यात शिरू!)

३. आपण चांगले मित्र होऊया!
(तू माझा फार पिच्छा पुरवू नको. दिवसभरात तुझे ४० एसएमएस आणि सारखे 'मी कुठे आहे?' असे विचारणारे निरोप मला नको आहेत.)

४. तू या ड्रेसमध्ये भलतीच मादक दिसतेस.
(तू हे जे सेक्सी कपडे घातले आहेस त्यामुळे तुझ्या शरीराची वळणे मला चेतावताहेत. आता फार उशीर करू नकोस.)

५. कॉफी प्यायला येणार का?
(चल, आपण थोडीशी माफक मौजमजा करू, शिवाय या कॉफीहाऊसमधील दिवे मंद असल्यामुळे आपल्याला एकमेकांमधील दोष समजणार नाहीत.)

६. मी तुझ्यासाठी ड्रिंक बनवतो.
(तुला अल्कोहोल पाजल्याशिवाय तू मला फळणार नाहीस.)

७. मी फार वेळ रात्री थांबू शकणार नाही, कारण मला उद्या सकाळी लवकर कामावर जायचे आहे.
(तू मला आज जे सुख दिलेस त्याबद्दल आभारी. मी आता निघतो.)

८. मला तुझ्याबरोबर दिलखुलास, प्रामाणिक मैत्री हवी आहे.
(जर मी तुझ्याबरोबर काही गैर वागलोच तरी माझा उद्देश नेक आहे.)

९. मी क्लब बंद झाल्यावर तुला फोन करतो.
(आज मला दुसरे कोणी चांगले नाहीच भेटले तर मी तुझ्याकडे येईन.)

१०. मी हा असाच आहे.
(बघ पटलं तर! नाही तर तुला तुझा मार्ग मोकळा.)

ही सगळी वाक्ये जरी विनोदी असली तरी कोंडी अशी आहे की बायकांना वाटते या सगळ्या वाक्यांमध्ये काहीतरी तथ्य आहे आणि म्हणून अनेक बायका पुरुषांना अशी वाक्ये उच्चारायला भाग पाडतात. काही हुशार बायकांना लवकर समजते की तिचा पुरुष दीर्घ काळ मैत्रीसाठी योग्य आहे की अयोग्य! जर पुरुषांच्या या वाक्यांचा गर्भितार्थ बायकांनी नीट समजून घेतला तर अशा वासनेने बरबटलेल्या पुरुषांना त्या दूर ठेवू शकतील.

पुरुष स्त्रियांमधील पुनरुत्पादन क्षमतेचा वेध घेतात.

आपले पूर्वज पुरुष-बायका किती जास्तीतजास्त मुलांना जन्माला घालू शकतील व त्यांचे संगोपन करू शकतील या गोष्टीलाच प्राधान्य देत असत. अधिक मुले होण्यासाठीचे दोन निकष होते. पहिला म्हणजे तारुण्य आणि दुसरा आरोग्य. जितकी स्त्री तरुण तितकी तिची मुले जन्माला घालण्याची क्षमता अधिक. तिची पुनरुत्पादकता विसाव्या वर्षी सर्वांत अधिक, तर तिसाव्या वर्षी मध्यम प्रतीची, चाळिसाव्या वर्षी खूप कमी तर पन्नासाव्या वर्षी अजिबात नाही! आणि आजच्या तरुणांनासुद्धा त्यांच्यापेक्षा लहान स्त्रियांचे आकर्षण वाटते ते याच कारणासाठी. याच कारणांमुळे तरुण स्त्रियांवर बलात्कार होतात. अमेरिकेतील याबाबतचा सर्व्हेसुद्धा हेच सांगतो की ८५% बलात्कार झालेल्या स्त्रिया या ३६ वर्षांच्या आतील होत्या, यावरून याचा प्रत्यक्ष संबंध हा स्त्रियांच्या पुनरुत्पादन क्षमतेशी जोडला जातो.

अगदी जगभरातल्या सगळ्याच पुरुषांना त्यांच्या बायका त्यांच्यापेक्षा दोन ते चार वर्षांनी तरी लहान असाव्या असे वाटते आणि पुरुष जितका वृद्धत्वाकडे

जाईल तितका तो तरुण स्त्रियांकडे अधिक आकर्षित होईल. प्रो. केनरिक आणि प्रो. किफे हे अशा निष्कर्षाप्रत आले की विशीतल्या पुरुषाला १८ वर्षांची बायको हवी. पस्तिशीतल्या पुरुषाला ३० वर्षांची, ४८ वर्षांचा पुरुष ३७ वर्षांची बायको पसंत करतो तर पन्नाशीतल्या पुरुषाला त्याच्यापेक्षा २० वर्षांनी लहान असलेली बायको हवी असते.

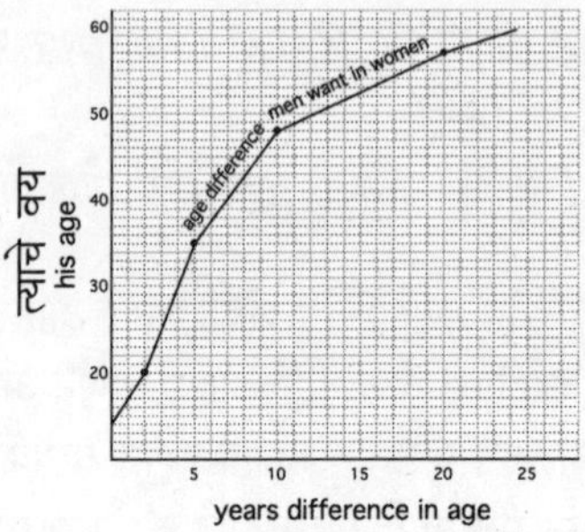

पुरुषांना उपजतच ज्ञान असते की, पुरुषांना त्यांच्याकडे असलेली साधनसंपत्ती आणि त्यायोगे त्याच्यामध्ये असलेली तरुण स्त्रियांना आकर्षून घेण्याची क्षमता यातील संबंध समजतो. जर्मन वंशशास्त्रज्ञ कार्ल ग्रामर यांनी संगणकाच्या सहाय्याने जो डाटा जमा केला त्यानुसार त्यांनी २६३८ स्त्री-पुरुषांची मते आजमावली आणि त्यांच्या असे लक्षात आले की, जसजसे पुरुषांचे उत्पन्न वाढते तसतसे ते तरुण स्त्रियांचा शोध घेतात. उदाहरणार्थ, जो पुरुष १०,००० पौंड्स दर महिन्याला कमावतो त्याला त्याच्यापेक्षा ५ ते १५ वर्षांनी लहान असलेली स्त्री हवी असते. जो पुरुष १००० पौंड्स कमावतो त्याला पाच वर्षांपर्यंत लहान स्त्रीचा शोध असतो. साध्या शब्दात सांगायचे झाले तर पुरुषांना खात्री असते की जेवढी त्यांच्याकडे साधनसंपत्ती अधिक तेवढी स्त्रियांना आकर्षून घेण्याची त्यांची क्षमता अधिक आणि जननक्षमतासुद्धा अधिक. जर एखाद्या पुरुषाने आपल्या साधन संपत्तीच्या जोरावर एखाद्या विशिष्ट स्त्रीशी वचनबद्ध राहण्याचे ठरवले तर ती स्त्री त्याला उच्च प्रतीच्या सेवा पुरवेल. यात तिळमात्र शंका नाही, याचे कारण स्त्रियांना दीर्घ काळ संबंधांची आस असते, त्यासाठी त्या वाटेल तो त्याग करायला तयार असतात.

मग याचा अर्थ असा का की पन्नाशीच्या वरच्या स्त्रियांना आयुष्यभर एकटेच

राहावे लागेल? नाही! असे मुळीच नाही. तरुण स्त्रियांप्रमाणेच या पन्नाशीच्या वरील स्त्रियांनी स्वत:ला आकर्षक ठेवणे गरजेचे आहे. अर्थात जर तिला या मेटिंग गेममध्ये भाग घ्यायचा असेल तर! स्त्रियांच्या मासिकात या संबंधीचे अनेक लेख असतात. तरुण कसे दिसावे, यासंबंधीच्या टिप्स असतात. जर तुम्ही स्वत:ची काळजी घेऊन तरुण दिसलात तर कोणत्याही वयाच्या पुरुषाला आकर्षून घेऊ शकता. याचा तुम्हाला आता मुले होणार नाहीत या वास्तवाशी काहीच संबंध नाही. या बाबतीत रेखा या बॉलिवूडमधील नटीचे उदाहरण बोलके आहे.

स्त्रियांना काय समजावे असे पुरुषांना वाटते

तर आपण जे काही बोललो त्यातून जर दोन अर्थ निघत असतील आणि एका अर्थामुळे तुम्ही रागावला असाल, नाराज झाला असाल तर आमच्या बोलण्याचा दुसरा अर्थ लक्षात घ्यावा.

खाली पुरुषांचा स्त्रियांच्या बाबतीत जो प्राधान्यक्रम दिला आहे तो स्त्रियांना कदाचित असभ्य, चुकीचा, अयोग्य मूर्खपणाचा वाटेल, पण तेच वास्तव आहे. तुम्हाला ते आवडो किंवा न आवडो! जेव्हा तुम्ही हे समजून घ्याल की पुरुषाच्या मेंदूची जडणघडण तशी आहे तेव्हा तुम्ही पुरुषाची वर्तणूक समजून घ्याल आणि मग तुम्हाला त्याला समजून घेणे सोपे जाईल.

मुद्याकडे वळूया!

पुरुषांचा दीर्घकालीन मैत्रीबद्दलचा प्राधान्यक्रम

जेव्हा एखाद्या जोडीदाराबरोबर दीर्घ काळ राहण्याचा पुरुष विचार करतो तेव्हा तो खालील गोष्टी विचारात घेतो.

१. व्यक्तिमत्त्व
२. आकर्षकता
३. बुद्धिमत्ता
४. विनोदबुद्धी
५. उत्तम शरीरसंपदा

आता या यादीबरोबर जर तुम्ही पुढच्या यादीची तुलना केली की बायकांच्या पुरुष जोडीदाराबद्दलचा प्राधान्यक्रम कोणता तर बरेचसे मुद्दे दोन्ही यादीत सारखेच आहेत फक्त क्रम वेगळा आहे, फक्त फरक एवढाच आहे की बायकांना पुरुष संवेदनशील हवा आहे, तर पुरुषांना बायकांच्या सौंदर्याचे माहात्म्य वाटते.

बायकांचा दीर्घकालीन मैत्रीबद्दलचा प्राधान्यक्रम

जेव्हा एखाद्या जोडीदाराबरोबर दीर्घ काळ राहण्याचा स्त्री विचार करते तेव्हा ती खालील गोष्टी विचारात घेते.

१. व्यक्तिमत्त्व २. विनोदबुद्धी ३. संवेदनशीलता
४. बुद्धिमत्ता ५. आरोग्यपूर्ण शरीर

प्राचीन काळातील स्त्रियांची अशी लांबलचक यादी कधीच नव्हती, कारण त्यांना अन्न पुरवणारा व त्यांचे संरक्षण करणारा पुरुष हवा होता. प्राचीन काळी पुरुषांना जोक्स करण्याची गरज नव्हती की बुद्धिबळ खेळण्याची आवश्यकता नव्हती. तिला भावना वगैरे असतात आणि त्या आपण समजून घ्यायच्या असतात हे तर त्याच्या गावीसुद्धा नव्हते. प्राचीन काळच्या स्त्रियांना आजच्या २१व्या शतकातल्या स्त्रियांच्या तुलनेत जोडीदार शोधण्यात काहीच अडचण येत नसे.

आता तुम्हाला पुरुषांचे आणखी एक गुपित आम्ही उघडे करून दाखवणार आहोत. जोडीदार शोधण्याच्या बाबतीत पुरुषांच्या प्राधान्यक्रमाच्या दोन स्वतंत्र याद्या असतात; म्हणजे दीर्घ काल मैत्रीसाठी वेगळी यादी! आणि अल्पकालीन मैत्रीसाठी वेगळी यादी बायकांच्या बाबतीत असे दोन भिन्न निकष नसतात. मुळात अल्पकाळासाठी मैत्री वगैरे असा विचार ती करूच शकत नाही. आपण पुरुषांची अल्प काळासाठी जोडीदार शोधतानाची यादी कोणती ते पाहू.

१. आकर्षकता २. उत्तम आरोग्य ३. कमनीय बांधा
४. आवरग्लास फिगर ५. व्यक्तिमत्त्व

तुम्ही जर बारकाईने ही यादी वाचली तर तुमच्या असे लक्षात येईल की फक्त नयनसुख की ज्यायोगे त्यांच्या मेंदूतील हायपोथॅलॅमस जागृत होईल आणि त्यांच्या वासना बळावतील. डेव्हिस बस या शास्त्रज्ञाने तर स्त्री-पुरुष समागमाच्या वेळी स्त्रियांना हव्याशा वाटणाऱ्या ६७ गोष्टींची यादी केली आहे. यामध्ये निष्ठा, समाजप्रियता, प्रामाणिकपणा, संपत्ती, दयाळूपणा, बुद्धिमत्ता, आकर्षकता, शिक्षण, औदार्य, जबाबदारी, सहकार्य या गोष्टींचा समावेश आहे. त्यांच्या असे लक्षात आले की पुरुष या सगळ्या मुद्द्यांचा अजिबात विचारच करत नाही, जे बायका करतात. जेव्हा पुरुषांना थोड्या काळासाठी मौजमजा करायची असते तेव्हा ते स्त्रियांच्या नकारात्मक बाबींकडे सोयीस्करपणे कानाडोळा करतात. उदाहरणार्थ, अनैतिक संबंध ठेवणाऱ्या स्त्रिया, त्यांचे मद्यपान, त्यांचे कमी शिक्षण, त्यांच्या

दुष्ट प्रवृत्ती या सगळ्याचा विचार ते थोडीफार मौजमजा करत असतात तेव्हा करताना दिसत नाहीत, पण याच्या उलट जेव्हा ते दीर्घ काळासाठी मैत्री करायचे ठरवतात. तेव्हा ते या सगळ्या गोष्टींचा साधक-बाधक विचार करताना दिसतात. दीर्घकालीन मैत्रीसाठी वचनबद्धता, आकर्षक शरीरयष्टी यांचा विचार ते करतात. अर्थातच या मैत्रीतही केसाळ आणि प्रणयाच्या बाबतीत आखडणाऱ्या बायका त्यांना आवडत नाहीत, मात्र जेव्हा त्यांची मैत्री अल्प काळासाठी असेल अशा वेळी त्या स्त्रीने जर वचनबद्धतेची अपेक्षा ठेवली तर ते त्यांना आवडत नाही. आणखी एक गोष्ट अशी की विवाहित स्त्रिया अल्प काळ मैत्रीसाठी पुरुषांना कुमारिकांपेक्षाही अधिक आवडतात, याचे कारण विवाहित स्त्रिया वचनबद्धतेची मागणी करत नाहीत.

ज्या पुरुषाकडे अशी शॉर्ट टर्म लिस्ट असते ती तो क्लब, पब्ज, बार्स, समुद्रकिनारे, जिम असे जेथे-जेथे जातो तेथे-तेथे वापरतो. प्रामुख्याने ही शरीरसुखाची यादी असते आणि आपल्याला माहिती आहेच पुरुषाची नजर किती बुभुक्षित असते. अशा ठिकाणी तो अनेक स्त्रियांचे चेहरे व शरीरे न्याहाळू शकतो. तुम्हाला कदाचित ते आवडणार नाही, पण अशी यादी बाळगणाऱ्या पुरुषांचा 'एका रात्रीपुरती मजा' हाच दृष्टिकोन असतो. जी स्त्री नेहमी उत्तान आणि उच्छृंखल कपडे घालते ती अशा पुरुषाला अपेक्षित असलेला प्रतिसाद देते. मिनिस्कर्ट्स, खोल गळ्यांचे ब्लाऊज, भडक मेकअप आणि उच्छृंखल वागणे हे सगळे शॉर्ट टर्म लिस्टला असणारे प्रतिसाद आहेत, म्हणूनच ज्या बायका स्वत:ला अशा पद्धतीने प्रदर्शित करतात त्यांच्या नशिबी दीर्घकालीन मैत्री नसते. ज्या स्त्रीला एखाद्या पुरुषाला दीर्घकालीन मैत्रीसाठी आमंत्रित करायचे असेल तिने त्याच्या दुसऱ्या यादीचा अभ्यास करावा आणि त्याप्रमाणे संयमित पोशाख करावा आणि शालीनतेने वागावे, पण त्याचवेळी त्याचे लक्ष वेधून घेण्यासाठी तिला त्याच्या शॉर्ट टर्म लिस्टचा पण अभ्यास करावा लागेल.

खाजगी जाहिरातींमधून काय दिसते?

मासिकांमध्ये किंवा वृत्तपत्रांमध्ये 'वधू पाहिजे' किंवा 'वर पाहिजे' म्हणून ज्या जोडीदार शोधण्याच्या जाहिराती असतात, त्या वाचल्यास स्पष्टपणे दिसते की स्त्री व पुरुष यांचा प्राधान्यक्रम वेगळा आहे. पुरुष 'वधू' पाहिजे असे लिहिताना ती आकर्षक असावी, वर्ण गोरा असावा, उंची ५'२"पेक्षा अधिक याच गोष्टींवर अधिक भर देतात, पण बायका जेव्हा 'वर' पाहिजे असे लिहितात तेव्हा त्या

साधनसंपत्तीवर अधिक भर देतात. तेच त्यांचे ध्येय असते की त्याची मासिक प्राप्ती किमान २५,०००/- असावी, स्वत:चे घर असावे, कार असावी वगैरे वगैरे.

नॉर्दमेटन येथील नेमे मधील मार्क मेसन या मानसशास्त्रज्ञाने अशा २२०० जाहिरातींचा अभ्यास केला आहे की जास्तीतजास्त मागणी कशाची असते आणि कोणत्या जाहिरातींना जास्तीत जास्त प्रतिसाद मिळतो! तेव्हा एक विशिष्ट शैली त्यांच्या लक्षात आली की या जाहिरातींमध्ये स्वत:बद्दल ७०% बोलले जाते आणि ३०% तुम्हाला काय हवे त्याबद्दल असते.

खाली उदाहरणादाखल एक जाहिरात दिली आहे की जी अधिक परिणामकारक ठरली.

> *'पुरुष, वय २८, लठ्ठ पगारदार, प्रामाणिक, उत्तम विनोदबुद्धी - शोधतोय आकर्षक, तरुण, प्रेमळ, काळजी घेणारी अशी सुयोग्य जोडीदार.'*

ही जाहिरात परिणामकारक का ठरली तर स्त्रियांना जे हवे आहे ते सगळे यामध्ये आहे आणि त्याच्या काय अपेक्षा आहेत ते पण लिहिले आहे- तरुण आणि निरोगी ज्याचा संबंध जननक्षमतेशी आहे.
आता एका बाईची जाहिरात बघा:

> *'आकर्षक, सडपातळ बांधा, प्रेमळ, संवेदनशील. हवा आहे वर ज्याची सांपत्तिक स्थिती उत्तम आहे. उच्च पगारदार, विनोदबुद्धी असलेला, स्वतंत्र, प्रामाणिक, नातेसंबंध जपणाऱ्या वधूला सुयोग्य.'*

या जाहिरातीमध्ये ती शारीरिक सौंदर्य व वात्सल्य उत्तम साधनसंपत्तीच्या बदल्यात देऊ करत आहे.

स्त्री आणि पुरुषांना काय हवे आहे याची चर्चा समाजातील काही स्त्री-पुरुषांना आवडत नाही. ते नाके मुरडतात आणि आपला निषेध दर्शवतात. काही लोकांबद्दल विनाकारण कंड्या पिकवतात, पण तरीही ही पद्धत योग्यच आहे. नेहमी हे लक्षात ठेवा की या पुस्तकामधे आपण काही मूलभूत तत्त्वांबद्दल बोलत आहोत जे अधिकाधिक वेळा अधिकाधिक लोकांच्या बाबतीत परिणामकारक ठरले! अर्थात त्यालाही अपवाद आहेतच.

आकर्षकतेला एवढे महत्त्व का आहे?

विरुद्धलिंगी मानवी समागमाचा अभ्यास संशोधकांनी ५०पेक्षा अधिक वर्षांपासून सुरू केला आहे. इ.स. १९४०मध्ये स्त्री व पुरुष यांच्यातील समागमाच्या निकषांचा सर्व्हे प्रथम केला गेला. संशोधनामधून असे दिसून आले की प्रत्येक १० वर्षांनी पुरुषांना स्त्रियांच्या आकर्षकतेचे अधिक माहात्म्य वाटते तर स्त्रियांच्या बाबतीत स्त्रियांना आकर्षक पुरुष आवडतात, पण त्या या गोष्टीला तितकेसे महत्त्व देत नाहीत. पण १९९० साली ज्या गटाचा सर्व्हे केला होता त्याचीच ही बदललेली मते आहेत. याचे कारण असे झाले की जग जवळ आले आहे आणि विसाव्या शतकापर्यंत अधिकाधिक प्रमाणात स्त्री व पुरुष एकमेकांना उपलब्ध होऊ लागले. प्रसारमाध्यमांनी तर या गोष्टीला अधिकच हवा देऊन परिपूर्ण पुरुष कसा असावा व परिपूर्ण स्त्री कशी असावी हे अनेक आधुनिक तंत्रांचा, कौशल्यांचा, फोटोग्राफीचा, प्रसाधनांचा वापर करून लोकांच्या मनावर बिंबवले. हा सर्व्हे असेसुद्धा दाखवतो की आपल्या आकर्षकतेच्या कल्पना स्थल-कालपरत्वे बदलत असतात. सुदैवाने आपल्या पूर्वजांपेक्षा आपल्याला परिपूर्णतेचा अधिक ध्यास लागला आहे. हे संशोधन असेही सांगते की पुरुषांची ही मनोवृत्ती संपूर्ण जगभर आहे. कोणत्याही भौगोलिक सीमारेषांचा अटकाव त्याला नाही. लॅटव्हियन पुरुषांना आकर्षक स्त्रियांचे वेड होते, हीच गोष्ट ग्रीकांच्या आणि बर्फाच्छादित प्रदेशातील पुरुषांच्या बाबतीत होती. चायनीज, मोरोक्कोन, इन्युट आणि झुलु पुरुषही याला अपवाद नाहीत. पुरुषांची बुभुक्षित नजर नेमके काय शोधत असते? आणि हे हजारो-लाखो वर्षांपासून चालत आलेले आहे. नेमका याच गोष्टीचा फायदा प्लास्टीक सर्जरी आणि सौंदर्यप्रसाधन उत्पादक घेतात व

> एक बायको बेडरूममधील मोठ्या आरशामध्ये आपले प्रतिबिंब न्याहाळत असते. ती आरशात जे काही पाहते त्यामुळे ती नाराज होते व नवऱ्याला म्हणते, 'शी! माझी मलाच लाज वाटते. मी किती म्हातारी, जाडी आणि कुरूप दिसते आहे. खरंच आत्ता या क्षणी तू माझ्याशी चार कौतुकाचे शब्द बोलशील तर मला बरे वाटेल, आत्ता मला त्याची खूप गरज आहे.' तिचा नवरा यावर उत्तरतो, 'तुझी दृष्टी मात्र अजूनही शाबूत आहे.' यावर भांडणाची ठिणगी तर पडणारच ना!

या व्यवसायात लाखो-करोडो रुपयांची उलाढाल होते. या कंपन्यांना नेमकी कोणती गोष्ट पुरुषी मेंदूमध्ये चमक निर्माण करते हे बरोब्बर माहिती आहे आणि म्हणूनच ते अशी उत्पादने तयार करतात, अशा शस्त्रक्रियांची आमिषे दाखवतात, जेणेकरून पुरुषांना आकर्षित करण्याच्या उद्देशाने स्त्रिया त्या करून घेतात.

पुरुषांना भरपूर साधनसंपत्ती जमवण्यामागची जी प्रेरणा मिळते, ती त्याच्या आकर्षक जोडीदाराच्या हव्यासातून. एखाद्या श्रीमंत पुरुषाच्या खांद्यावर डोके ठेवलेली एखादी आकर्षक स्त्री हे चित्र फार लोभसवाणे दिसते. एखादी ट्रॉफी जिंकल्याचा जो आनंद असतो तोच पुरुषाला आकर्षक स्त्री प्राप्त होण्यातून मिळतो. आकर्षक स्त्री जोडीदाराचे वर्गीकरण हे भारी गाडी, सोन्याचे घड्याळ, भरपूर पदव्या, कलाकुसरीचा उत्कृष्ट नमुना यामध्ये करता येईल. शिवाय इतर आकर्षक स्त्रियांनासुद्धा अशा पुरुषांबद्दल आकर्षण वाटते ते 'वेगळेच'! डॉ. बस यांचे संशोधन असे सांगते की कोणत्याही संस्कृतीमध्ये कुरूप बायकोमुळे ज्या पुरुषाची प्रतिमा कमी होते, पण याच्या उलट तो दिसायला कितीही कुरूप असला, अगदी माईक टायसनसारखा असला, एखाद्या सफरचंदासारखा गोल गरगरीत असला किंवा त्याच्या नाकावरून बस गेली आहे असे वाटत असले तरीसुद्धा जर त्याच्याकडे भरपूर साधनसंपत्ती असेल तर त्याची समाजावर मोठी पकड असते.

'आकर्षक' या शब्दाचा अर्थ काय?

जेव्हा एखादी स्त्री आपले शरीर, चेहरा आणि कपडे अधिक उठावदार दिसण्यासाठी विशेष परिश्रम घेते व आपले दोष प्रयत्नपूर्वक लपवते तेव्हा ती आकर्षक दिसते, असे म्हणायला हरकत नाही. आकर्षक स्त्री स्वत:ला उत्तम रीतीने प्रदर्शित करते आणि लक्षात ठेवा, पुरुषांना जे आहे त्यापेक्षा जे दिसते त्यामुळे भुरळ पडते. बायकांच्या आकर्षक शरीराचा प्रत्यक्ष संबंध त्यांच्या निरोगीपणाशी असतो आणि आपण फळाच्या अपेक्षेने जसे विम्याचे हप्ते भरतो तसेच तोही तिच्या आकर्षक रूपड्यासाठी हप्ते भरत असतो. जेव्हा एखादी प्रौढ स्त्री सुंदर पोशाख करते, भरपूर मेकअप करते तेव्हा तिलाही आकर्षक म्हणता येते, पण तो केवळ तिने तिच्या तारुण्याचा निर्माण केलेला आभास असतो. पुष्कळ बायका या बाबतीत सजग असतात आणि म्हणून चरबी कमी करण्याची, कपड्यांची, प्रसाधनांची उत्पादने केवळ पुरुषांच्या बायकांच्याप्रति असलेल्या दृष्टिकोनामुळे तेजीत आहेत.

पॉल रोझीन या मानसशास्त्रज्ञाने एक प्रयोग केला- ज्यात त्यांनी स्त्री व

पुरुषांना विचारले की, 'तुमच्या दृष्टीने सौंदर्यवती स्त्री कोणती?' त्यांनी त्या सर्व स्त्री-पुरुषांना सर्व प्रकारच्या बायकांचे फोटो दाखवले त्यात काही अत्यंत काटकुळ्या होत्या तर काही अत्यंत जाड होत्या आणि काही त्या दोन्हींच्या मधल्या होत्या. बायकांनी अगदी काटकुळ्या बायकांचेच फोटो निवडले. एकाही बाईचा त्याला अपवाद नव्हता. त्यांच्या दृष्टीने काटकुळी बाई आकर्षक दिसते आणि त्या सगळ्यांना तेवढेच हडकुळे होण्याची मनस्वी इच्छा दिसली. पुरुषांची आवड मात्र तशी नव्हती. त्यांनी काटकुळ्या बायकांचे फोटो नाकारले. मध्यम बांध्याच्या बायका त्यांना आकर्षक वाटल्या. यावरून हेच दिसते की, आधुनिक स्त्रियांचे असे गैरसमज आहेत की पुरुषांना झीरो साईजच्या बायका आवडतात. सर्वसाधारणपणे पुरुषांना मध्यम बांध्याच्या किंवा त्यापेक्षाही अधिक गुबगुबीत बायका आवडतात. वाळूच्या घड्याळ्याच्या आकाराच्या बायका सगळ्यात उत्तम!

आणखी एक विशेष वेगळी माहिती सँटा बार्बरा येथील कॅलिफोर्निया विद्यापीठातील अँथ्रॉपॉलॉजी विभागाचे प्रो. डोनाल्ड सिमन्स यांनी सांगितली की, ज्या समाजात अन्नधान्य मुबलक मिळते - जसे की अमेरिकेत - तेथे पुरुषांना सडपातळ बायका आकर्षक वाटतात, पण ज्या समाजात अन्नधान्याची टंचाई असते तिथे धष्टपुष्ट बायकांकडे पुरुष आकृष्ट होतात. त्यांच्या मते अन्नधान्यापेक्षा अन्नधान्याच्या प्रति असलेली मानसिकता महत्त्वाची.

झाडाचे पान गुंडाळणाऱ्या आदिवासी स्त्रिया

अमेझॉन आणि आफ्रिकेमधील काही जमातीतील स्त्रिया पुरुषांचे लक्ष वेधून घेण्यासाठी छाती उघडी ठेवतात. आपल्याकडेही आदिवासी जमातीमध्ये कमीतकमी कपडे वापरतात. सुशिक्षित आणि सुसंस्कृत समाजातील स्त्रिया हे पाहून हैराण होतात, पण खरे सांगायचे तर सुशिक्षित आधुनिक स्त्रिया पुरुषांना आकर्षून घेण्यासाठी जे करतात त्यामध्ये आणि यामध्ये फारच थोडा फरक आहे. आपल्या त्वचेतील दोष झाकण्यासाठी त्या भरपूर मेकअप करतात. आपले डोळे आहेत त्यापेक्षा मोठे दिसावेत म्हणून मस्कारा लावतात. ओठांमध्ये रक्ताचा पुरवठा आहे हे दिसण्यासाठी लिपस्टिक लावतात. त्यांचे केस सोनेरी रंगात रंगवतात, जेणेकरून त्यांची ॲस्ट्रोजेनची पातळी अधिक आहे असे पुरुषांना वाटावे. कॉस्मेटीक सर्जरी करून घेऊन चेहऱ्याचे तारुण्य टिकवतात. वक्ष सुडौल दिसावेत म्हणून पुश-अप ब्रा वापरतात, नायलॉनचे स्टॉकिंग्ज घालतात. अशा प्रकारे पुरुषांना आकर्षून घेण्यासाठी हजारो रुपयांचा आणि वेळेचा अपव्यय

करतात. पुरुषांना तरुण आणि निरोगी स्त्री आवडते, तेवढ्यासाठी त्या धडपडतात आणि हेच कारण आहे का की स्त्रियांपेक्षा पुरुष चटकन प्रेमात पडतात! डोळ्यांना मिळणारे इशारे अतिजलद असतात.

आम्ही बायकांना असे करू नका, असे अजिबात सांगत नाही आहोत फक्त आम्ही हे सांगतो की त्या असे का करतात!

पुरुष 'सौंदर्य' म्हणजे काय मानतात?

प्राण्यांमध्ये सौंदर्य ही संकल्पना नाही. आत्तापर्यंत कोणत्याही कुत्र्याने किंवा मांजरीने किंवा हत्तीने उभे राहून सूर्यास्त पाहिल्याचे ऐकिवात नाही. हे माकड खूप कुरूप आहे किंवा या मांजरी दिसायला सामान्य आहेत असेही ऐकिवात नाही. प्राण्यांच्या जगतात स्त्रियांना आकर्षक आणि सुंदर म्हणण्याची एकच विशिष्ट वेळ आहे - आणि ती म्हणजे मादी जेव्हा माजावर येते ती!

पण आपण मानव जात सतत आपल्या भोवतीचे सौंदर्य शोधण्यात, त्याचे मूल्यमापन करण्यात मग्न असतो. आपण एखादे चित्र फार सुंदर आहे असे कधी म्हणतो? तर जेव्हा त्यामध्ये आपल्या भोवतालच्या निसर्गाचा, व्यक्तींचा, झाडांचा, नद्यांचा हुबेहूब प्रत्यय आपल्याला येतो.

> एकदा ४५ वर्षांची सरला डॉक्टरकडून चेक-अप करून घरी आली व नवऱ्याला म्हणाली, 'डॉक्टर म्हणाले की, तुम्ही अगदी २० वर्षांच्या मुलीएवढ्या दिसता.' त्यावर तो म्हणाला, 'त्यांना तुझे ते बेढब सुटलेले पोट दिसले नाही वाटते?' सरला म्हणाली, 'नाही, त्यांनी तुमचा उल्लेखही केला नाही.'

पुरुष बायकांच्या सौंदर्याचा जेव्हा उल्लेख करतात तेव्हा त्यांचा रोख त्यांच्या जननक्षमतेकडे असतो. सौंदर्याला या बाबी असतात : नितळ काया, चमकदार केस, अंगाची गोलाई, स्वच्छ नजर आणि प्रचंड ऊर्जा. खरे तर या सगळ्या गोष्टी तुम्ही केवळ उत्कृष्ट शाम्पू, कंडिशनर, क्रीम्स, फेशियल स्क्रब वापरून मिळवू शकता, पण या वैशिष्ट्यांमुळे तुम्ही निरोगी आणि तरुण दिसता. याचा संबंध तुमच्या जननक्षमतेशी असतो. उत्क्रांतिवादाच्या दृष्टिकोनातून तरुण, निरोगी स्त्री अधिकाधिक मुलांना जन्माला घालू शकते, त्यामुळे त्या पुरुषाला

आपला वंशविस्तार करण्याची संधी मिळते, त्याचबरोबर ज्या स्त्रिया स्वच्छतेच्या नियमांचे पालन करतात त्यांनाही जगभर आकर्षकच समजले जाते, पण ज्या स्त्रिया स्वच्छतेचे नियम धुडकावून लावतात त्यांना जगभरातून गलिच्छ व त्यामुळे अनाकर्षक समजले जाते, कारण गलिच्छपणाचा थेट संबंध रोगराईशी जडलेला असतो व त्यामुळे लहान बाळांचे आरोग्य धोक्यात येऊ शकते.

न्यू मेक्सिको येथील एक शरीरशास्त्रज्ञाने- प्रो. रँडी यॉर्नहीलने- असा प्रयोग केला की काही स्त्री-पुरुषांना स्त्रियांच्या फक्त चेहऱ्याचे फोटो पाहायला दिले व क्रम लावायला सांगितला. स्त्री व पुरुष दोघांनीही प्रौढ स्त्रियांचे चेहरे नाकारले; यावरूनच असे दिसते की 'फेस लिफ्टींग'ची ट्रिटमेंट घेणे किती गरजेचे आहे.

आमची जागतिक सौंदर्यस्पर्धा

जवळपास सर्वच संस्कृतींमध्ये आणि संपूर्ण जगातच स्त्रियांमध्ये जणू काही सौंदर्यस्पर्धा लागली आहे. मानवी इतिहासात यापूर्वी कधीही जे घडले नाही ते घडते आहे की जास्तीतजास्त पैसा स्त्रियांच्या सुंदर दिसण्यासाठी खर्च होत आहे. स्त्रियांची मासिके तुम्ही जर चाळली तर असे दिसते की, १९४०मध्ये त्यांचे स्वरूप वेगळे होते. त्या काळच्या स्त्रियांच्या मासिकांमध्ये कपडे, जेवण, घर सुंदर कसे ठेवावे, पाककृती, पाहुण्यांचे स्वागत यावर भर असायचा, पण आजच्या मासिकांमध्ये ९४% विषय हा केवळ स्त्रियांचे सौंदर्य कसे खुलवावे हाच असतो. अमेरिकन सरकारला कॉस्मेटीक सर्जरी, सौंदर्य प्रसाधने, विशेष आहार बनवणाऱ्या कंपन्या यांच्याकडून दर वर्षी १०० कोटी रुपयांचे करपात्र उत्पन्न मिळते. सौंदर्यविषयक उत्पादकांनी फक्त पुरुषांचा स्त्रियांविषयीचा दृष्टिकोन नजरेसमोर न ठेवता बायकांच्यापुढे अशा प्रतिमा उभ्या केल्या, की जेणेकरून त्यांच्याकडून जास्तीतजास्त पैसा लुबाडता येईल. स्त्री मुक्ती चळवळीतल्या बायका सतत कानीकपाळी ओरडून सांगत आहेत की या व्यापारी कंपन्या तुम्हाला मूर्ख बनवत आहेत, पण त्याचा काही फारसा उपयोग होत आहे असे दिसत नाही. प्रसारमाध्यमांनीच हे काम हाती घ्यायला पाहिजे. पण त्यात त्यांचा काही फायदा नाही; उलट तोटाच आहे. या सगळ्यामध्ये वाईट गोष्ट अशी आहे की प्रसारमाध्यमे सौंदर्याचे जे निकष प्रसिद्ध करतात तेथपर्यंत अनेक बायका पोहोचू शकत नाहीत; याचा परिणाम असा होतो की त्यांचा आत्मविश्वास कमी होतो आणि पुरुषांनाही दीर्घकालीन मैत्री हवी असते व त्याबद्दलचे त्यांचे निकष काही वेगळे असतात याचा त्यांना विसर पडतो, त्यामुळे व्यक्तिमत्त्व, बुद्धिमत्ता, विनोदबुद्धी यांचे संवर्धन कसे करावे याची भ्रांत पडते.

आकर्षक चेहऱ्याला आपला प्रतिसाद हा जन्मजात असतो.

इ.स. २००३मध्ये ऑस्टीनमधील टेक्सास विद्यापीठातील ज्युडीथ लँग्लोइस आणि तिच्या सहकाऱ्यांनी त्यांच्या संशोधनाद्वारे हे सिद्ध केले की, आपली संस्कृती किंवा आपल्या भोवतीचा परिसर आपल्याला सुंदर, आकर्षक चेहऱ्यांकडे पाहण्याची आपली आसक्ती शिकवत नाही तर ते आपल्यामध्ये जन्मजातच असते. तिने ८ ते १२ आठवड्यांच्या काही मुलांना अशा लोकांचे फोटो दाखवले की जे कुरूप, कमी आकर्षक, मध्यम व अतिआकर्षक असे होते. नंतर हेच फोटो ६ ते ८ महिन्यांच्या काही बालकांना दाखवले. आश्चर्याची गोष्ट अशी की या दोन्ही गटांमधील मुलांनी आकर्षक फोटोंकडे टक लावून अधिक वेळ पाहिले तर कुरूप व कमी आकर्षक फोटोंवरून चटकन नजर हटवली. दुसऱ्या प्रयोगात तिने एक वर्षाच्या मुलांना बाहुल्या दिल्या. काही खराब होत्या तर काही अत्यंत आकर्षक होत्या. तेव्हा आकर्षक बाहुल्यांशी मुले अधिक वेळ खेळली व अनाकर्षक बाहुल्या त्यांनी हातातून टाकून दिल्या. आकर्षक बाहुल्यांकडे पाहून ही तान्हुली कितीतरी वेळ हसत राहिली.

> 'प्लेबॉय' मासिकातील अनावृत्त स्त्रियांचे फोटो पाहून पुरुषांच्या मनात कधीच असे विचार येत नाहीत की हिला स्वयंपाक येतो का? हिला गिटार वाजवता येते का? किंवा हिचे व्यक्तिमत्त्व कसे आहे?

आश्चर्याची गोष्ट अशी आहे की इतर संस्कृतींचा अभ्याससुद्धा हेच सांगतो की संपूर्ण मानवजातीलाच सौंदर्याचे प्रचंड वेड आहे आणि त्याबद्दलचे त्यांचे निकष परंपरागत आहेत 'व्हाय मेन लाय ॲण्ड वुमेन क्राय' या पुस्तकात आम्ही हे अधिक विस्ताराने सांगितले आहे की, बायकांच्या चेहऱ्याच्या दोन्ही बाजू समान असतात - म्हणजे असे की नाकाच्या डावीकडील भाग व उजवीकडील भाग एकमेकांसारखे ज्या स्त्रीचे असतील ती आकर्षक दिसते, परंतु आपले जेव्हा वय वाढते तेव्हा ते दोन्ही भाग समान नसतात, म्हणून तारुण्यातच आपण अधिक सुंदर दिसतो.

पुरुषांना काय पेटवते? नितंब व कंबर यांचे ७०% गुणोत्तर प्रमाण

आम्ही या ७०% गुणोत्तर प्रमाणाचा अनेकदा उल्लेख यापूर्वीही केला आहे. याचे कारण असे की पुरुषांच्या दृष्टीने ते फार महत्त्वाचे असते. पुरुषांच्या मेंदूमध्ये हे ७०% गुणोत्तर प्रमाण इतके पक्के बसलेले असते यालाच ते 'आवरग्लास फिगर' म्हणतात आणि असा कमनीय बांधा असलेल्या स्त्रीची मुलांना जन्माला घालण्याची शक्यता दाट असते. पुरुष ज्या गोष्टींचे ग्राहक आहेत अशा सर्व वस्तुंच्या जाहिरातींमध्ये अशा आवरग्लास बांधा असलेल्या स्त्रीची प्रतिमा दाखवली जाते. एखादी स्त्री जरी जाड असली तरी तिचे नितंब व कंबर यांच्यातील गुणोत्तर प्रमाण ७०% असेल तर पुरुषांना ती स्त्री आवडते, कारण त्यामुळे त्यांच्या मेंदूमधील वंशविस्ताराचा कंदील पेटतो आणि ज्या स्त्रीच्या शरीरात नितंब, मांड्या या ठिकाणी मेद साठून राहतो त्या मुलांना योग्य स्तनपान करू शकतात.

> बऱ्याच पुरुषांना असे वाटते की ज्या स्त्रीचे उरोज उन्नत असतात ती स्त्री कमी बुद्धीमान असते. पण वास्तव हे आहे की जितके स्त्रीचे उरोज भरदार असते तितकी पुरुषाची बुद्धी भ्रष्ट होते.

एकूणच पुरुषांना स्त्री देह आवडतो, याचे कारण स्त्रिया त्यांच्यापेक्षा वेगळ्या असतात. जेथे तिचे शरीर वळणदार असते तेथे त्याच्या शरीराला कोन असतात. जेथे ती मृदू असते तेथे तो कडक असतो, म्हणून जेव्हा शारीरिक विरोधाभासाचा प्रश्न येतो तेव्हा आपल्याला गुरुत्वाकर्षणाचा नियम माहिती आहेच. 'दोन विरुद्ध ध्रुव एकमेकांना आकर्षून घेतात.'

पुरुषांना कोणत्या गोष्टी थंड करतात?

जी स्त्री सतत आपल्यातील शारीरिक दोषांबद्दल तक्रार करते अशावेळी तो पुरुष तिच्यापासून दूर जातो. उदाहरणार्थ,

'माझ्या मांड्या खूप जाड आहेत, नाही का?'
'माझे नितंब खूप मोठे आहेत ना?'

'माझ्या अंगावर चरबी फार आहे!'
'मी खूपच जाड/उंच/बुटकी आहे!'
'शी! माझे केस फारच निस्तेज झाले आहेत!'
'माझ्या चेहऱ्यावर किती सुरकुत्या पडल्या!'
'माझा चेहरा किती काळवंडला!'
'माझे पोट किती सुटले!'
'माझ्या पोटावरच्या स्ट्रेचमार्क्स किती वाईट दिसतात!'

जेव्हा एखादा पुरुष स्त्रीबरोबर मजेत वेळ घालवत असतो तेव्हा तो एकूणच तिच्या व्यक्तिमत्त्वाने भारावलेला असतो आणि त्यामुळे तिच्यामधील या छोट्या छोट्या त्रुटींकडे त्याचे लक्षही जात नाही. जेव्हा तो तिच्याबरोबर वाईन रिचवत जेवण करत असतो, प्रेमालाप करत असतो तेव्हा त्याच्या शरीरात डोपेमाईन नावाचे संप्रेरक स्रवत असते. आणखीही काही संप्रेरके स्रवतात आणि म्हणूनच तिच्यातील कोणत्याच दोषाशी आत्ता त्याचा काहीच संबंध नसतो.

जेव्हा पुरुष स्त्रीबरोबर असतो तेव्हा त्याच्या गरजा अत्यंत मूलभूत असतात. त्या क्षणाला तिच्या शरीराची मापे किंवा आकार यामुळे काही फरक पडत नाही. हां! पण जर स्त्रीलाच तिच्या मापांबद्दल असुरक्षितता वाटत असेल तर मात्र त्याला नक्की फरक पडतो. इ.स. २००८मध्ये ऑस्ट्रेलियामध्ये जे संशोधन केले गेले त्यावरून असे सांगण्यात आले की १३ ते २८ वयोगटातील ८६% मुलींनी सांगितले की त्या स्वतःच्या रूपावर नाराज आहेत आणि त्या कॉस्मेटीक सर्जरी करण्याच्या विचारात आहेत. आजच्या पुरुषाला या सगळ्या चर्चांचा कंटाळा आला आहे आणि त्याला त्याची काहीच पर्वा वाटत नाही. जेव्हा त्याचे शरीर पेटलेले असते तेव्हा त्याला त्या स्ट्रेचमार्क्स पण सुंदर दिसतात, जाडजूड मांड्यांमध्ये काही खटकत नाही, तिचे निस्तेज केस म्हणजे मोहक केशसंभार वाटतो, पण जर त्या स्त्रीनेच स्वतः तिचे दोष दाखवले तर मग त्यालाही ती कुरूप दिसायला लागते.

खरेतर किती सोपे आहे. बायका कशाला एवढा खटाटोप करतात?

समलिंगी पुरुष व स्त्रियांची आवड-निवड

एलिझाबेथ हॉल या मानसशास्त्रीय प्रोफेसरने आपला सहकारी विल्यम मॅनकोइक याच्या साहाय्याने पुढील संशोधन केले. त्यांनी काही समलिंगी व काही विरुद्धलिंगी जोडप्यांना काही फोटो दाखवून आकर्षकतेप्रमाणे क्रम द्यायला सांगितला. तेव्हा

त्यांच्या असे लक्षात आले की त्या साऱ्यांनीच तारुण्य आणि शारीरिक सौंदर्य हाच निकष लावला. बायकांनी तारुण्याला थोडे कमी महत्त्व दिले. जोडीदार निवडताना मासिकातील जाहिराती देताना तर हॉल व मॅनकोईन दोघांच्याही असे लक्षात आले की विरुद्धलिंगी स्त्री-पुरुष व समलिंगी पुरुष यांचे दृष्टिकोन समान आहेत. त्यांनी जोडीदार निवडीसाठी फोटोग्राफची मागणी केली.

दुसऱ्या एका अभ्यासात स्क्वार्टझ आणि ब्लुमस्टेन यांनी १२००० जोडप्यांचा अभ्यास केला, त्यामध्ये ९६९ गे कपल्स होती, तर ७८८ लेस्बियन कपल्स होती, त्यांच्या असे लक्षात आले की ५७% गे पुरुष व ५९% नॉर्मल पुरुषांना जोडीदार आकर्षकच हवी होती तर ३५% लेस्बियन व ३१% नॉर्मल बायकांना जोडीदार आकर्षक हवे होते. थोडक्यात सांगायचे तर जोडीदार निवडीबद्दलचे निकष दोन्ही प्रकारांत जवळपास सारखेच आहेत; फरक फक्त प्रणयात आहे.

सरकारच आता बनले आहे नवरा!

स्त्रियांचे पावित्र्य आणि एकनिष्ठा या दोन्हींचा थेट संबंध हा पुरुषाच्या साधनसंपत्तीवर अवलंबून असण्याशी असतो. अमेरिका, ऑस्ट्रेलिया, स्वीडन या देशांकडे अशा परित्यक्ता स्त्रियांसाठी व विधवांसाठी कल्याणकारी योजना आहेत, त्यामुळे या देशातील स्त्रियांना नवऱ्यांच्या साधनसंपत्तीवर अवलंबून राहण्याची गरज नाही, कारण त्यांच्या सरकारनेच ही भूमिका स्वीकारलेली आहे, या कारणामुळेसुद्धा अशा प्रगत देशांमध्ये विवाहपूर्व व विवाहबाह्य संबंधांचे प्रमाण फोफावले आहे आणि भारत, चीन यांसारख्या देशांत अशा स्त्रियांसाठी कोणतीच कल्याणकारी योजना नसल्यामुळे तेथे विवाहबाह्य संबंधांचे प्रमाण कमी आहे. या देशांमध्ये पुरुषांकडे साधनसंपत्ती असते आणि बायकांना ती गमवायची नसते.

ॲण्ड्र्यू सरकारी सुरक्षा ऑफीसमध्ये वृद्धत्वाच्या फायद्यासंबंधीचा अर्ज भरण्यास गेला. काऊंटरपलीकडे असलेल्या स्त्रीने त्याला विचारले की जन्मतारखेच्या दाखल्यासाठी ड्रायव्हिंग लायसन्स दाखव, पण तो त्याचे पाकीट घरी विसरला होता. तो म्हणाला की, 'मी घरी जाऊन ते घेऊन येतो.' ती बाई म्हणाली 'त्याची गरज नाही. तुमचा शर्ट काढा.' त्याने शर्ट काढला. त्याच्या छातीवरचे रूपेरी कुरळे केस पाहून ती म्हणाली, 'एवढा पुरावा माझ्यासाठी पुरेसा आहे.'

घरी आल्यावर ॲण्ड्र्यूने बायकोला जे घडले ते सांगितले, त्यावर

ती म्हणाली, 'तू जर तुझी पॅण्ट काढली असतीस तर तुला अपंगाचे सर्टिफिकेट पण मिळाले असते.'

सारांश —

गेल्या ६० वर्षांतील जवळपास प्रत्येक संशोधन हेच सांगते. म्हणजे कवी, लेखक, चित्रकार या सगळ्यांनी गेल्या ६००० वर्षांपासून ज्या कलाकृती बनवल्या. त्यामध्ये हे सांगितले गेले की पुरुषांना स्त्रियांच्या बुद्धिमत्तेपेक्षा आणि तिच्या साधनसंपत्तीपेक्षा केवळ शारीरिक सौंदर्याचीच भुरळ पडली आणि आजच्या काळातही हे मत बदललेले नाही. आजचा २१व्या शतकातला पुरुषही स्त्रियांकडे त्याच नजरेतून बघतो, ज्या नजरेतून त्याचे पूर्वज बघत. एकच दृष्टिकोन म्हणजे त्याचे बीज यशस्वी रीतीने पुढच्या पिढीमध्ये रुजवायचे, त्यांचे संगोपन करायचे आणि कुटुंबाची काळजी घ्यायची, तात्पुरत्या मैत्रीसाठी तो तिचे तारुण्य आणि आरोग्य आणि ती प्राप्त होण्याची संधी पाहात असतो, पण दीर्घ काळ मैत्रीसाठी त्याचे प्राधान्य व्यक्तिमत्त्व, विनोद, बुद्धिमत्ता आणि वात्सल्य यांनाच असते. दुर्दैवाने काय होते की मासिकांमध्ये आदर्श स्त्रीची प्रतिमा जी दर्शवली जाते, तो सगळा मेकअप, तांत्रिक कौशल्य, कॉम्प्युटर आणि स्पेशल लाईट इफेक्ट्स या सगळ्यांचा एकत्रितरीत्या पराक्रम असतो, ते वास्तव नसते, पण सर्वसामान्य माणूस हेच खरे मानतो व आपले आयुष्य विनाकारण दु:खी करून घेतो.

बायकांना खरेच काय (काय) हवे असते?

कोणीतरी प्रेम करावे, कौतुक करावे, आदर द्यावा, विश्वास ठेवावा, तिची गरज ओळखावी, तिचे लाड करावे, स्तुतिसुमने उधळावी, जवळ घ्यावे, शुभेच्छा द्याव्या, आधार द्यावा, सांत्वन करावे, संरक्षण करावे, आकर्षित करावे, पूजा करावी.

पुरुषांना काय हवे असते?

क्रिकेटच्या फायनल मॅचचे तिकिट

शेवटी जेव्हा प्रणयाचा मुद्दा येतो तेव्हा पुरुषांना काय हवे असते? उत्तर आहे 'एव्हरीथिंग', कोणत्याही वेळेस, कोणत्याही ठिकाणी, कोणत्याही प्रसंगी!

स्त्री तिचा जोडीदार केव्हाही शोधू शकते, कारण अंडी तिच्या मालकीची असतात. पुरुषांना मात्र प्रणयासाठी शोध घ्यावा लागतो आणि इतर पुरुषांशीसुद्धा स्पर्धा करावी लागते, कारण सगळेच पुरुष आपल्या बीजप्रसार करण्याच्या कामी लागलेले असतात आणि म्हणूनच पुरुष हा 'सेक्सुअल अपोर्चुनिस्ट' म्हणून ओळखला जातो. आजच्या स्त्रीलासुद्धा प्रणयासाठी कारण लागते. आजच्या पुरुषाला प्रणयासाठी फक्त जागा लागते.

* जरी पुरुषांमध्ये या विषयी जागरुकता नसली तरीसुद्धा हेच म्हणावे लागते की पुरुष अशा स्त्रीचा शोध घेतो जी प्रणय, संगोपन, स्वयंपाक करेल आणि मुलांना जन्माला घालेल.
* पुरुषांची सगळी भिस्त आपल्या नजरेवर असते. तुम्हाला आवडो अथवा न आवडो पण पुरुष सौंदर्याचे भोक्ते असतात.
* त्याच्या पूर्वजांप्रमाणेच आजचा पुरुषसुद्धा तारुण्य, पुनरुत्पादन व आरोग्य याच गोष्टी स्त्रीमध्ये बघतो. हेतू एकच- त्याचा बीजप्रसार.
* पुरुषांना स्त्री केव्हा आवडत नाही तर जेव्हा तिचाच स्वतःच्या शरीराबद्दलचा आत्मविश्वास ढासळतो.

प्रकरण ५

एका रात्रीपुरता सहज प्रणय

रविवारी सकाळी ७ वाजता

शनिवारी रात्री ११.३० वाजता कॉकटेल बार मध्ये
(हे चित्र उलटे करुन पाहा.)

आता असे दृश्य डोळ्यांसमोर आणा. तुम्ही रस्त्याने एकटेच चालले आहात. अचानक समोरून एक रुबाबदार पुरुष येतो व तुम्हाला विचारतो, 'पार्कींग लॉटमध्ये मिनिबस उभी केली आहे. समागमासाठी येतेस का?' तुम्ही जर स्त्री असाल तर तुम्ही ताबडतोब 'नाही' म्हणाल, पण तुम्ही जर ३/४ पुरुषांप्रमाणे असाल तर तुमचे उत्तर 'होय' असेल. या प्रकरणामध्ये आम्ही तुम्हाला पुरुषांच्या 'सहज प्रणय' आणि 'एका रात्रीपुरता प्रणय' या दृष्टिकोनाबद्दल सांगणार आहोत.

इ.स. १९८२मध्ये जेव्हा 'एड्स' या रोगाने एवढे थैमान घातले नव्हते त्या काळात संशोधक डॉ. क्लार्क आणि डॉ. हॅटफील्ड यांनी अमेरिकेत एका कॉलेजच्या परिसरात हा प्रयोग केला. त्यामध्ये असे ठरले की एखाद्या विद्यार्थ्याजवळ किंवा विद्यार्थिनीजवळ एक अत्यंत आकर्षक तरुण किंवा तरुणी जाईल व म्हणेल, 'तू मला खूप आवडलास.' आणि मग पुढील ३ प्रश्न विचारेल.

१. तू माझ्याबरोबर बाहेर येतोस का?
२. तू माझ्या घरी येतोस का?
३. तू माझ्याबरोबर प्रणयाला तयार आहेस का?

निष्कर्ष असा की, ७६% पुरुष आकर्षक तरुणीबरोबर ती जे म्हणेल ते करायला तयार झाले, पण एकही तरुणी प्रणयासाठी तयार झाली नाही; अर्थात ती डेटिंगसाठी मात्र तयार होती. डॉ. क्लार्क यांनी १९८९मध्ये एड्सच्या प्रसारानंतर पुन्हा हाच प्रयोग केला, पाहण्यासाठी की एड्स या रोगाला तरुण मंडळी कितपत गांभीर्याने घेत आहेत! पण असे लक्षात आले की एड्सच्या प्रसारानंतरसुद्धा पुरुष मंडळी अनोळखी व्यक्तीबरोबर प्रणयासाठी पूर्वीइतकीच आतुर होती. बायका तेवढ्याच जोरात 'नाही' म्हणाल्या, पण त्या डेटिंगसाठी मात्र तयार होत्या.

आपल्याला हे माहितीच आहे की या सगळ्या पदवीपूर्व विद्यार्थिनी- यांची प्रणयाबद्दलची मते अजिबात बुरसटलेली नाहीत, फक्त संपूर्णपणे अनोळखी इसमाबरोबर जरी तो कितीही रुबाबदार, आकर्षक असेल तरी त्या त्यांची लक्ष्मणरेषा ओलांडायला तयार नाहीत. संशोधन हे मात्र खात्रीपूर्वक सांगते की पुरुष मात्र अनोळखी, आकर्षक स्त्रीबरोबर प्रणयाला उत्सुक असतात, यावरून असे दिसते की पुरुष कोणत्याही सुंदर स्त्रीबरोबर थोड्या दिवसांसाठी मौजमजा करायला तयार असतात, कारण सुंदर स्त्री पाहिली की त्यांच्यामध्ये काही विशिष्ट संप्रेरके स्रवतात.

हा प्रयोग १९८९ सालानंतरही अनेकदा केला गेला, पण निष्कर्षात कोणतेही बदल झाले नाहीत. जर तो पुरुष आकर्षक व रुबाबदार असेल तर त्याचे आमंत्रण तरुणींनी बिनदिक्कत स्वीकारले पण, फक्त डेटिंगसाठी; समागमासाठी नव्हे! पुरुषांना मात्र असे एखादे आमंत्रण आले की त्यांचा अहंभाव सुखावे, ते खूश होऊन काय वाटेल ते करायला तयार होत असत. बायका मात्र पुरुषांच्या अशा आमंत्रणांनी भांबावून जात असत, चकित होत किंवा क्वचित त्यांना तो त्यांचा अपमान वाटे.

दुसऱ्या एका प्रयोगात अमेरिकेतील पदवीचे शिक्षण घेणाऱ्यांचा एक गुप्त सर्व्हे केला गेला व त्यांचा प्रणयाच्या प्रति कोणता दृष्टिकोन आहे हे विचारले गेले. मुलांनी मुलींपेक्षा मोकळेपणाने उत्तरे दिली, ते म्हणाले...

१. फक्त तीन तासांपूर्वी ओळख झालेल्या मुलीशी पण त्यांना प्रणय करणे आवडेल.

२. ६ तासांच्या अवधीत दोन वेगळ्या जोडीदारांबरोबर संभोग करणे आवडेल.
३. ज्यांच्यावर प्रेम करत नाही त्यांच्याबरोबरसुद्धा प्रणय करायला आवडेल.
४. ज्यांच्याबरोबर संबंध चांगले नाहीत त्यांच्याबरोबरसुद्धा प्रणय करणे आवडेल.

पुरुषांचा हा दृष्टिकोन हेच दाखवतो की प्रणयाच्या संधी मिळाल्यास पुरुष ती सोडत नाही आणि हेच युगानुयुगे सर्व जगभर घडत आहे.

किन्से ह्या निष्कर्षाप्रत आला की, ६९% अमेरीकन पुरुष वेश्यागमन करतात आणि त्यापैकी १५% पुरुष हे नियमीत ग्राहक असतात. पण त्यापैकी फक्त १०% पुरुष अशा बायकांशी संपर्क ठेवतात.

सहज प्रणय म्हणजे काय?

'सहज प्रणया'च्या अनेक व्याख्या आहेत, यांपैकी काही म्हणजे 'बुटी कॉल', 'हुक-अप', 'ॲनॉनिमस सेक्स', 'फ्रेण्ड वुईथ बेनिफिट', 'फक बडी', 'वन नाईट स्टँड' आणि 'चान्स एनकाऊण्टर'. तुम्ही काय पाहिजे ते नाव द्या, अर्थ बदलत नाही. याचा अर्थ एकच - समोरच्या व्यक्तीची फारशी माहिती नसताना, भावनिक गुंतवणूक नसताना काही क्षणांच्या मौजमजेसाठी प्रणय करणे. काहींमध्ये तर नियमितपणे केलेला हा करार असू शकतो.

सहज प्रणयाबद्दल अगदी प्राथमिक माहिती सांगायची तर काही माणसे भावनिक गुंतवणुकीपेक्षा शारीरिक समाधान महत्त्वाचे मानतात. जोडीदाराशी नातेसंबंध प्रस्थापित करण्याचा उद्देश नसल्यामुळे त्यामध्ये भावनिक बंध नसतात आणि अशी कुठलीही वचनबद्धता नसताना किंवा कोणतेही भावनिक बंध नसताना प्रणय उपभोगणे पुरुषांना फार आवडते, पण स्त्रियांना अजिबात असे आवडत नाही, मात्र हल्ली काही बायकांच्यासुद्धा प्रणयाबद्दलच्या कल्पना पुरुषांसारख्याच झाल्या आहेत की काय असा भास होतो; पण वास्तवात असे नसते. क्वचित काही वेळेस स्त्रीला तिची शारीरिक भूक भागवण्यासाठी तसे करणे भाग पडते. तेही जर तिला हे सुख मिळत नसेल आणि तिची टेस्टोस्टोरोनची पातळी जास्त असेल तरच, ते प्रमाण फक्त २०% स्त्रियांमध्येच जास्त असते.

आणखी एक शक्यता म्हणजे जेव्हा तिला सर्वोत्तम जनुकांचा हव्यास असतो तेव्हाच! पण जरी या दोन अपवादात्मक परिस्थितींत ती असेल तरी एकदम अनोळखी पुरुषाबरोबर संग न करण्याचे भान ती ठेवतेच. बायकांमधे टेस्टोस्टोरोनची पातळी सामान्यत: कमीच असते. पुरुषांमध्ये ती सामान्यत: जास्त असते. बायकांचे हेतू अधिक उदात्त असतात. ते आपण नंतर पाहूच.

इ.स. २००८मध्ये डॉ. डेव्हिड स्किल्ट यांनी ४८ देशातल्या १४००० लोकांना प्रश्नपत्रिका भरायला दिल्या की, त्यांचे सहज प्रणयाबद्दल काय मत आहे! येत्या ५ वर्षांत त्यांना किती जोडीदारांबरोबर प्रणय करायला आवडेल आणि 'सहज प्रणय' ही कल्पना त्यांना कितपत सुखावह वाटते! यावरून प्रणयाबाबत विचारांमध्ये व कृतींमध्ये लोक किती उदारमतवादी आहेत हे समजले, तरी त्यामध्ये आफ्रिकन लोकांचा समावेश नव्हता की जे जगभर बाहेरख्याली म्हणून प्रसिद्ध आहेत! या सर्व्हेमधून जो निष्कर्ष मिळाला तो हा की फिनलंडमधील लोक जास्त बाहेरख्याली आहेत आणि त्याच्या पाठोपाठ स्वीडनमधील!

१० लाख लोकसंख्येपेक्षा अधिक लोकसंख्या असलेल्या देशात सहज प्रणयाबाबत व प्रणयामुळे होणाऱ्या रोगांबाबतही ब्रिटनचा पहिला नंबर लागला. याची काही कारणे म्हणजे- धर्माचे बंधन झुगारून देणे, स्त्री व पुरुष यांच्या समान हक्काच्या अतिरिक्त कल्पना आणि व्हिक्टोरियन काळातील जाचक रूढी, परंपरा झुगारून देण्याची फॅशन- हेच असावे.

अधिकाधिक बाहेरख्याली देशांची क्रमवारी

१. युके	२. जर्मनी	३. नेदरलँड्स
४. झेक रिपब्लिक	५. ऑस्ट्रेलिया	६. यूएस
७. फ्रान्स	८. टर्की	९. मेक्सिको
१०. कॅनडा	११. इटली	१२. पोलंड
१३. स्पेन	१४. ग्रीस	१५. पोर्तुगाल

प्रणयी नातेसंबधांची व्याख्या

'शारीरिक नातेसंबंध' याची व्याख्या करण्याची किंवा त्याबद्दल काही जाणून घेण्याची आणि तुमच्या जोडीदाराने तुमचा विश्वासघात केला किंवा नाही याबद्दलची स्त्री वा पुरुष यांची मते वेगळी असतात. या प्रश्नासंबंधी आम्ही बराच अभ्यास केला व ६ प्रकारचे विश्लेषण आमच्याकडे उपलब्ध आहे. अमेरिकेचे अध्यक्ष

बिल क्लिंटन यांचे शारीरिक संबंध त्यांची सेक्रेटरी मोनिका लेविन्स्कीबरोबर असल्याचे जेव्हा जगजाहीर झाले, तेव्हा बिल क्लिंटन यांनी एक धक्कादायक विधान केले. ते म्हणाले, 'माझे त्या स्त्रीबरोबर शारीरिक नातेसंबंध नाहीत.' कायद्याच्या भाषेत बोलायचे झाले तर त्यांचे म्हणणे बरोबर होते, कारण 'ओरल सेक्स' हे कायद्याच्या परिभाषेत शारीरिक संबंधांमध्ये मोडत नाही, पण आपल्या सगळ्यांनाच हे खात्रीपूर्वक माहिती आहे की त्यांचे मोनिका लेविन्स्कीबरोबर शारीरिक संबंध होते. सर्वसाधारणपणे पुरुषांची व स्त्रियांची व्याख्या या संदर्भात काय आहे ते पाहू.

पुरुषांची व्याख्या — *कोणतेही शारीरिक संबंध - त्यामधे मौखिक संबंधसुद्धा आले.*

स्त्रियांची व्याख्या — *कोणतेही शारीरिक किंवा भावनिक नातेसंबंध व त्यानुसार केलेली कृती- अशा पुरुषाबरोबर- ज्याच्यावर तुमचे प्रेम आहे.*

पुरुषाच्या दृष्टिकोनातून शारीरिक नातेसंबंध ही फक्त शारीरिक कृती असते, म्हणजे खास स्पर्शापासून ते समागमापर्यंत सर्व काही त्यात येते. स्त्रियांसाठी मात्र ते एकवेळ शारीरिक पातळीवर नसू शकते, पण भावनिक पातवळीवर असणे अत्यंत गरजेचे असते. त्यांच्या शारीरिक संबंधाच्या व्याख्येत फोरप्ले, चोरटे स्पर्श, चोरटे कटाक्ष, प्रेमाचे इमेल्स, इंटरनेटवरून केलेले चॅटिंग, डीनर ही एवढी व्हरायटी असते. याच्यात जरी प्रणय नसला तरी त्या या सगळ्याला 'सेक्सुअल रिलेशनशिप' म्हणतात. सगळे शोधनिबंध हेच ओरडून सांगतात की पुरुषाच्या दृष्टीने प्रणय हा फक्त शारीरिक पातळीवरच असतो, तर बायकांच्या दृष्टीने हा भावनात्मक करार असतो आणि नातेसंबंध या शब्दांच्या पलीकडेही अधिक काहीतरी असते, पण नेमका हाच कळीचा मुद्दा असतो आणि आम्ही तुम्हाला जे आधी सांगितले तेच खरे की, पुरुषांसाठी प्रणय हा फक्त प्रणय असतो तर स्त्रिया मात्र प्रणयाकडे प्रेमाचा आविष्कार म्हणून बघतात.

जवळपास सर्वच शास्त्रज्ञांकडे असे लेखी पुरावे आहेत की पुरुषांचा प्रेमाप्रति कल हा बायकांपेक्षा भावनाशून्य आणि जाणीव विरहित असतो! इ.स. १९९०मध्ये सिरॅकस विद्यापीठाचे अँथ्रापॉलॉजीस्ट जॉन टाऊनसेंड व गॅरी लेव्ही यांनी ३८२ स्त्री पुरुषांवर हा प्रयोग केला, तेव्हा ते अशा निष्कर्षाला येऊन पोहोचले की एखाद्या पुरुषाला जर एखाद्या विशिष्ट स्त्रीबरोबर प्रणय करायचा असेल तर ते

पूर्णतः शारीरिक आकर्षणावर अवलंबून असते, परंतु स्त्रियांना जर पुरुषांबरोबर प्रणय हवा असेल तर त्यासाठी त्या अनेक निकष लावतात, त्यामध्ये त्याची साधनसंपत्ती, त्याची वचनबद्धता आणि त्याचे माया-प्रेम हे मुख्य मुद्दे असतात. 'त्याचे माझ्यावर प्रेम आहे का?', 'दीर्घ काळ मैत्री ठेवण्यात त्याला रुची आहे का?', 'त्याचे दुसऱ्या कोणत्या बाईबरोबर अफेअर तर नाही ना?', 'त्याच्याकडे भरपूर पैसे आहेत ना? किंवा मिळवण्याची ताकद आहे ना?'

दुसऱ्या एका संशोधनात एलिस आणि सायमन्स या संशोधकांना असे समजले की जर एखाद्या पुरुषाने तिच्या मुलांबद्दलचे किंवा होणाऱ्या मुलांबद्दल प्रेम, ममत्व दाखवले तर तरुण स्त्रिया अशा पुरुषाकडे आकर्षित होतात, पण प्रौढ स्त्रियांच्यात हा मुद्दा खिजगणतीतही नसतो. त्या फक्त त्याच्याकडे किती पैसा आहे यावरच त्याच्याशी संबंध ठेवायचे किंवा नाही ते ठरवतात.

स्त्रियांच्या बाबतीत आणखी एक महत्त्वाचा मुद्दा असा की त्या पुरुषाला त्या कधीपासून ओळखतात त्यावर बऱ्याच गोष्टी अवलंबून असतात - म्हणजे एखादी स्त्री एखाद्या आकर्षक पुरुषाला ५ वर्षांपासून ओळखत असेल तर ती त्याच्याबरोबर प्रणयाला तयार होईल, पण तेच जर ती त्याला फक्त ६ महिन्यांपासून ओळखत असेल तर ती स्पष्टपणे नकार देईल. पुरुषांसाठी मात्र हा मुद्दा अजिबात महत्त्वाचा नसतो. तो तिला ५ वर्षांपासून ओळखत असू दे किंवा ५ मिनिटांपासून! तो तिच्याबरोबर कुठेही जायला तयार असतो.

सहज प्रणय का करतात?

पुरुषांमधील सहज प्रणयाची काळी बाजू काय दाखवते? उघडच आहे! त्यांच्यावर बाहेरख्यालीपणाचा शिक्का बसतो. त्यांना अनेक घाणेरडे रोग जडतात. एखाद्या मत्सरी नवऱ्याकडून त्यांना मारपीट होऊ शकते, त्यांचे घटस्फोट होतात व त्यामध्ये त्यांना संपत्ती गमवावी लागते किंवा त्यांच्या नसलेल्या अपत्यांचे पितृत्वपण स्विकारावे लागते. बायकांच्या बाबतीत तिला पण सहजप्राप्य, छाकटी, नटमोगरी, अनैतिक वगैरे उपाधी मिळतात, अर्थात थोडा वेळ मौजमजा करण्यापुरती अशी स्त्री पुरुषांना आवडते, पण दीर्घ काळासाठी किंवा आपल्या मुलांची आई म्हणून अशी स्त्री नाकारली जाते. अशा बाईला एकेरी पालकत्व निभवावे लागते. तिला कष्ट उपसावे लागतात. तिची समाजातली पत कमी होते व जोडीदाराकडून ती अव्हेरली जाते, त्यामुळे तिला साधनसंपत्ती पण मिळत नाही, पण उत्क्रांतिवादाच्या दृष्टिकोनातून पुरुषांना मात्र काही सरळसरळ फायदे

मिळतात, प्रजनन! आपला बीजप्रसार व्हावा म्हणून पुरुष आकर्षक स्त्रियांच्या शोधात असतात; म्हणजे प्रत्येक पुरुष असे करेलच असे नव्हे, पण त्यांना असे करण्याची चालना मिळते. जर त्याला ५० मैत्रिणी असतील तर प्रत्येक वर्षी ५० किंवा त्यापेक्षा अधिक मुले तो जन्माला घालू शकतो; म्हणजे वंश टिकवण्याच्या दृष्टीने भरीव कामगिरी तो करू शकतो. एखाद्या स्त्रीला जरी ५० मित्र असले तरी उत्क्रांतिवादाच्या दृष्टिकोनातून भरीव कामगिरी होऊ शकत नाही; म्हणजे एका वर्षात ती एकाच मुलाला जन्माला घालू शकते, याचाच अर्थ स्त्रियांच्या सहज प्रणयाच्या वर्तणुकीमागे इतरही काही कारणे असली पाहिजेत, मात्र हल्ली स्त्रियांचा प्रणयाच्या प्रति दृष्टिकोन पाहता त्यांचीसुद्धा मानसिकता पुरुषांप्रमाणेच आहे की काय असे वाटू लागले आहे. या बायका दारू पिऊन बेहोश होतात, आक्रमक व उद्धटपणे वागतात आणि त्यांचाही एका रात्रीपुरती मजा हाच हेतू असतो. जरी त्यांची कृती पुरुषांसारखीच असली तरी त्यामागे आणखी काही हेतू असतात.

सहज प्रणयामागची स्त्रियांची कारणे

१. स्वत:ला जोखणे
२. दीर्घ काळासाठी जोडीदाराची चाचपणी करणे
३. फायदे मिळवणे
४. अधिक चांगली जनुके मिळवणे

१. स्वत:ला जोखणे :

पुरुषांना आकर्षित करण्याचे कौशल्य आपल्यामध्ये किती प्रमाणात आहे हे तपासून घेणे अशा स्त्रियांना आवश्यक वाटते. त्यासाठी त्या अनेक प्रेमप्रकरणे करत सुटतात, त्यामुळे आपण पुरुषांना किती हव्याहव्याशा आहोत आणि आपली मार्केट व्हॅल्यू चांगली असेल याची त्यांना खात्री पटते. हे माहिती करून घेणे तिला आवश्यक यासाठी वाटते की तिने विनाकारण न्यूनगंडाच्या भावनेतून गरीब, दरिद्री जोडीदार पत्करायला नको; कारण तिची लायकी त्यापेक्षा अधिक असणार! म्हणजे आपण असे म्हणू की ती खरेतर दहापैकी नऊ मार्क्सवाली मुलगी, पण गैरसमजाने दहापैकी सातच्या गटात जायला नको! ज्या बायकांचे जोडीदार त्यांच्याशी सतत प्रतारणा करतात, त्या बायका स्वत:चा अहम कुरवाळण्यासाठी परपुरुषांशी प्रणय करतात. काही वेळेस तर त्याला धडा शिकवण्यासाठीसुद्धा करतात.

२. दीर्घ काळासाठी जोडीदाराची चाचपणी करणे :

स्त्रियांना पुरुषांबरोबरच्या शारीरिक संबंधांमुळे दीर्घकालीन जोडीदार म्हणून तो आपल्यासाठी योग्य आहे की अयोग्य याचीही चाचपणी करता येते. पूर्वीच्या स्त्रियांना जेवढ्या मानहानीला सामोरे जावे लागत असे तेवढी आताच्या स्त्रियांची मानहानी होत नाही. पुरुषांबरोबरच्या अशा संबंधांमुळे ती त्याचे औदार्य, सहचर्य, साधनसंपत्ती, त्याची वचनबद्धता, त्याच्या इतर क्षमता या सगळ्यांचा अंदाज घेते. वेगळ्या शब्दात सांगायचे तर ती तिचे थर्मामीटर त्याच्या तोंडात घालते व त्याचे तापमान पाहते. पुरुषांशी संबंध ठेवताना बायका त्याच्या सध्या चालू असलेल्या प्रेमप्रकरणांचा छडा लावतात. पुरुष मात्र जेव्हा अशा बायकांची चौकशी करतात तेव्हा त्यांना तिच्यापर्यंत पोहोचणे अधिक सोपे वाटते आणि जर ती विवाहित असेल तर सोन्याहून पिवळे, कारण मग ती वचनबद्धतेची मागणी कधीच करत नाही. बायका दुसऱ्या बाईचे वर्णन जेव्हा 'नटमोगरी' वगैरे करतात तेव्हा त्यांचे व अशा पुरुषांचे एकमत होत नाही जे पुरुष वासूगिरी करत फिरतात.

३. फायदे मिळवणे :

आजही जर आदिवासी टोळ्यांच्या काही रानटी जाती-जमाती- ज्या अनेकांना बोर्निओ आणि आफ्रिकेत अजूनही अस्तित्वात आहेत- त्यांच्याकडे पाहिल्यास हे पटते की बायका सहज प्रणयाच्या बदल्यात भेटवस्तू, दागिने, तंबाखू, अन्न वगैरे

> फरचा कोट बनवण्यासाठी किती प्राणी मारले जातात ते फारसे महत्त्वाचे नाही, पण हा फर कोट मिळवण्यासाठी बायकांना किती तरुणांबरोबर झोपावे लागते ते पाहणे गरजेचे आहे.
>
> - *ॲजेला ला ग्रेका*

गोष्टी मिळवतात - वेगळ्या शब्दांत झटपट संपत्तीचा ओघ! डेव्हिड बसचे असे निरीक्षण आहे की सहज प्रणयाच्या बदल्यात बायकांना भेटवस्तू, पैसा आणि चंगळवादी जीवनशैली हवी असते, पण ज्या बायकांना जोडीदार पुरुष नवरा म्हणून हवा असतो त्यांच्या मागण्या कमी असतात.

प्राचीन काळी पुरुषांबरोबरच्या सहज प्रणयामुळे त्या स्त्रीला इतर आक्रमक पुरुषांपासून संरक्षण मिळत असे. आत्ताच्या प्रगत समाजामध्ये म्हणजे स्वीडनसारख्या

ठिकाणी सरकार सर्व सुखसुविधा पुरवते, त्यामुळे तेथे विवाहित जोडप्यांपेक्षा अविवाहित जोडप्यांचे प्रमाण अधिक आहे.

४. अधिक चांगली जनुके मिळवणे :

बायकांच्या सहज प्रणयाचे चौथे संभाव्य कारण असे असू शकते की, त्यांना उच्च प्रतीची जीन्स असलेली मुले हवी असतात. बायकांना अशा पुरुषाकडून मूल हवे असते की जो अत्यंत यशस्वी, उमदा व भरपूर साधनसंपत्ती असलेला आहे. त्या मुलाचे जीन्स जितके जास्त चांगले तितका तो मुलगा पण यशस्वी, उमदा, श्रीमंत, निरोगी होण्याची शक्यता अधिक! त्यामुळे त्या मुलाकडेसुद्धा समृद्धी नांदून त्याचे आयुष्य अधिक आनंदी होण्याची शक्यता अधिक. अर्थात प्रत्येक बायकोला नवऱ्यापासून प्रेम, संरक्षण, आदर या गोष्टी तर हव्याच असतात पण परक्या, यशस्वी पुरुषाकडून उच्च प्रतीचे जीन्स हवे असतात, म्हणून तिच्या मासिक चक्राच्या १३व्या ते १५व्या दिवसांपर्यंत तिच्या मनात अशी लालसा उत्पन्न होते.

सहज प्रणयानंतर कसे वाटते?

जे पुरुष एखाद्या रात्रीपुरते बायकांशी संबंध ठेवतात ते त्यातून मानसिकदृष्ट्या खूप लवकर बाहेर पडतात. पुरुष त्यांच्यातील टेस्टोस्टोरोनमुळे भारावलेले असतात आणि त्यांचा मेंदू प्रेम व प्रणय यांना वेगवेगळे ठेवू शकतो. पुरुषांसाठी प्रणय हा फक्त प्रणय असतो, बायकांना मात्र हे समजून घेणे खूप अवघड जाते.

सर्व शोधनिबंध हेच सांगतात की सहज प्रणयाबाबत पुरुष अत्यंत समाधानी असतात आणि त्याबद्दल त्यांच्या मनात अपराधी भावना नसते, पण स्त्रियांच्या बाबतीत दुसऱ्या दिवशीची सकाळ फारच वेगळी असते. कित्येक बायकांनी हेच सांगितले की दुसऱ्या दिवशी सकाळी त्यांना अपराधी वाटले व पश्चात्ताप झाला. त्यांचे स्वत्व कमी झाले. इ.स. २००८मध्ये ॲनी कॅम्पबेल हिने १७४३ स्त्री-पुरुषांना भेटून त्यांच्या 'वन नाईट स्टँड'बद्दल अनुभव विचारल्यावर ८०% पुरुषांनी खुशी व्यक्त केली, तर ५४% महिलांनी पश्चात्ताप व्यक्त केला. पुरुषांचा आत्मविश्वास वाढला आणि त्यांना त्यांचा अनुभव इतरांबरोबर शेअर करावासा वाटला.

ज्या महिला ४०पेक्षा अधिक वयाच्या होत्या त्यांच्या मनात अपराधीपणाची भावना होती, कारण त्यांच्यावर त्यांच्या पालकांनी तसे संस्कार केले होते. प्रणय हा घाणेरडा असतो, लाजिरवाणा असतो असे त्यांना शिकवले गेले होते.

शोधनिबंध हेपण सांगतात की, तरुण महिलांना काही लाज वगैरे वाटली नाही, अर्थात तरीही त्या प्रणयाबद्दल फारशा खूश वाटल्या नाहीत.

मुलांच्या मनोवृत्तीवर वडिलांचा प्रभाव

इ.स. १९९१मध्ये पेट्राशिया ड्रेपर आणि जे. बेल्बसी यांनी असे सांगितले की एखाद्या घरात जर वडिलांची अनुपस्थिती असेल तर त्या घरातल्या मुलाची कामुकता बळावते. अशी मुले सन्माननीय पद्धतीने वागत नाहीत. अशा घरातल्या मुलीसुद्धा वाईट मार्गाने जातात. त्या मुली याच मताला येतात की साधनसंपत्तीसाठी पुरुषांवर अवलंबून राहायचे नसते आणि म्हणूनच पौगंडावस्थेपासूनच त्या पैसे मिळवण्याचा प्रयत्न करतात आणि अनेक प्रेमप्रकरणे करतात.

जोडीदार किती असावेत?

जोडीदार किती असावेत हे त्या-त्या ठिकाणच्या संस्कृतीवर अवलंबून असते, त्या-त्या ठिकाणच्या सामाजिक बंधनांवर अवलंबून असते. काही समाजांमध्ये तर पाहुण्यांचा आदरसत्कार म्हणून त्यांना बायकांचा नजराणा देण्याची पद्धत आहे, तर मध्य-पूर्व देशांमध्ये डोक्यापासून पायाच्या नखापर्यंत स्त्रियांनी संपूर्ण शरीर झाकले पाहिजे अशी प्रथा आहे, की जेणेकरून परपुरुषाची पापी नजर त्यांच्यावर पडू नये. भारतासारख्या देशात ज्या स्त्रिया बाहेरख्याली आहेत त्यांच्याकडे समाज तिरस्काराने बघतो आणि अशा स्त्रियांच्या कुटुंबातील एखादा सदस्य 'ऑफर किलींग' नावाखाली त्यांचा खूनसुद्धा करतो, परंतु युरोप आणि इतर पाश्चिमात्त्य देशांमध्ये स्त्रियांना कितीही जोडीदार बदलण्याची मुभा असते.

> माझा असा विश्वास आहे की, प्रणय हा फक्त दोन व्यक्तींमध्येच सुंदर असू शकतो
>
> *- वुडी अलॅन*

रॉय ब्रॉमनिस्टरने एकदा अमेरिकेतील १८ ते ३० वयोगटातील पुरुष व स्त्रियांचा सर्व्हे केला व त्यांना विचारले की त्यांना मनापासून काय वाटते की संपूर्ण आयुष्यात त्यांना किती जोडीदार हवेत? पुरुषांना सांगितले की पुढील वर्षात त्यांना ६ जोडीदार हवेत तर बायकांनी सांगितले फक्त १! तर पुढील ३ वर्षांत पुरुषांची इच्छा १० तर स्त्रियांची इच्छा २ ही होती. संपूर्ण आयुष्यभरासाठी पुरुष म्हणाले की १८ जोडीदार हवेत तर स्त्रियांना ४ जोडीदार हवे होते.

प्रणयाबद्दलचा कल्पनाविलास आणि प्रत्यक्ष प्रणय

प्रणयाबद्दलची पुरुषांची आंतरिक इच्छा व स्त्रियांची आंतरिक इच्छा यात त्यांच्या मेंदूतील सॉफ्टवेअर्स वेगळे असल्यामुळे साहजिकच वेगळ्या आहेत. एलिस आणि सायमन्स या संशोधकांना असे आढळून आले की ८८% पुरुष मनाशीच असा खेळ खेळतात की ते नवीन जोडीदाराबरोबर प्रणय करत आहेत, तर फक्त ५७% स्त्रिया मनातल्या मनात जोडीदार बदलून बघतात. ८१% पुरुषांना चित्रातला जोडीदार हवा असतो. तेथे भावनांचा काहीच संबंध नसतो. पुरुषांना नवीन अनोळखी जोडीदार प्रणयासाठी हवी असते, म्हणजेच पुरुषांच्या प्रणयाबद्दलच्या दोन विशिष्ट खुळचट कल्पना अशा की त्यांच्या कल्पनाविश्वातली तरुणी ही प्रणयासाठी उत्सुक आणि आमंत्रित करणारी असते आणि दुसरे म्हणजे या काल्पनिक चित्रात कोठेही भावना, वचनबद्धता आणि प्रणयानंतरची जवळिकता असे काहीच नसते.

> प्रेमाशिवाय प्रणय म्हणजे तर अर्थशून्य गोष्ट आहे पण हीच गोष्ट जेव्हा घडून जाते तेव्हा खूप बरे वाटते
>
> *- वुडी अलॅन*

बायकांच्या कल्पनाविश्वातील जोडीदार हा अत्यंत भावनाशील असतो (५७%) त्यांच्या कल्पनाविश्वातील हा जोडीदार त्यांच्या माहितीतला असतो किंवा त्याच्यावर

त्यांचे प्रेम असते. फार क्वचितच त्या एखाद्या परक्या पुरुषाबरोबर सहज प्रणयाचे दृश्य मन:चक्षुंपुढे आणतात. बायका आपल्या स्त्री-सौंदर्याचे मदनबाण फेकून पुरुषावर ताबा मिळवण्याचा प्रयत्न करतात, पण आम्ही आधी सांगितल्याप्रमाणे हे असेच असते की पुरुषांसाठी प्रणय हा प्रणय असतो आणि प्रेम हे प्रेम असते आणि फारच क्वचित प्रेम आणि प्रणय एकत्र असतात.

डॉ. सँड्रा यांनी मॉण्ट्रियल येथील त्यांच्या 'ड्रीम ॲण्ड नाईटमेअर' या प्रयोगशाळेत ३५०० स्वप्नांच्या अहवालांचा अभ्यास केला. स्त्री व पुरुष यांना प्रणयाबद्दलची कोणती स्वप्ने पडतात याचा तो अभ्यास होता. ४% स्त्री-पुरुषांना स्वप्नातसुद्धा प्रणयपूर्तीचा आनंद मिळू शकतो. २०% स्त्री-पुरुषांच्याच फक्त स्वप्नातला जोडीदार हा त्यांच्या प्रत्यक्षातला जोडीदार होता. बायकांचा स्वप्नातला जोडीदार फार श्रीमंत, यशस्वी होता. फक्त १४% पुरुषांच्या स्वप्नातली जोडीदार ही त्यांच्या माहितीतली होती.

स्त्रियांसाठी मात्र स्वप्नातसुद्धा प्रेमाचीच परिणती प्रणयात होती.

> पुरुष जसे मॉडेल्सच्या मागे-मागे फिरतात तशाच बायका डॉक्टरांच्या मागे -मागे फिरतात, कारण बायकांना त्यांच्या शरीराविषयी अधिक आकर्षण असते तर पुरुषांना फक्त शरीरच हवे असते.
>
> *- साइनफेल्ड*

गे स्त्री-पुरुषांचा काय दृष्टिकोन असतो?

डोनाल्ड सायमन्सने काही गे स्त्री-पुरुषांचे निरीक्षण केल्यानंतर असे सांगितले की, गे जोडप्यातील पुरुषालासुद्धा सामान्य पुरुषाप्रमाणेच वचनबद्धता, मानसिक गुंतवणूक वगैरे गोष्टी नको असतात.

गे जोडप्यातील बायकांचासुद्धा सामान्य बायकांप्रमाणे 'वचनबद्धते'वर भर असतो, त्यांनाही मानसिक पातळीवर गुंतवणूक हवी असते. गे पुरुषाला आयुष्यभरात १५ जोडीदार असतात तर हाफ गे पुरुषाला ५००. हे जोडीदार बहुधा त्यांना बारमध्ये, टॉयलेटमध्ये, गे क्लबमध्ये किंवा स्टीम बाथ घेताना मिळतात. फक्त १५% गे स्त्रियांना एकापेक्षा अधिक जोडीदार असतात. त्यांना जिव्हाळ्याचे नातेसंबंध हवे असतात.

सारांश —

पुरुष सहज प्रणय करतात, यामागचे अगदी साधे कारण म्हणजे त्यांना व्हरायटी हवी असते आणि ते ही गोष्ट फार सावधानतेने करतात. पुरुष हे संधिसाधू असतात आणि सहज प्रणय काही ते नियोजन करून करत नाहीत. सर्वच शोधनिबंध असे सांगतात की स्त्रियांच्या मानाने पुरुष हे दुपटीने बाहेरख्याली असतात. कोणत्याही देशात कोणत्याही जातीजमातीत! बायका जर भावनिक पातळीवर उपाशी असतील तरच त्या सहज प्रणय करतात.

सहज प्रणय हा मेंदूच्या मागच्या भागात असतो आणि तो संप्रेरकांमुळे प्रेरित होतो. जर केवळ शारीरिक आकर्षणापासून तो मानसिक गुंतवणुकीपर्यंत पोहोचला तर त्याचे वर्गीकरण 'अफेअर' या सदरात मोडते, ज्याचा आपण पुढील प्रकरणांत ऊहापोह करणार आहोत.

* सहज प्रणयाकडे पाहण्याचा स्त्री व पुरुषांचा दृष्टिकोन पूर्णपणे भिन्न आहे.
* पुरुष पुनरुत्पादनाच्या विचारांनी भारलेला असतो. प्रणय त्याच्यासाठी फक्त प्रणय असतो, म्हणूनच तो केवळ त्या रात्रीपुरताच विचार करतो.
* स्त्रिया मात्र प्रणयाला प्रेमापासून वेगळे ठेवू शकत नाहीत.

प्रकरण ६

भानगडी आणि प्रेमप्रकरणे

माझा धंदा पूर्णपणे बसलाय तू जरा स्वयंपाक करणे आणि कपडे धुणे शिकून घेतलेस तर आपल्याला ही मोलकरीण काढून टाकता येईल!

असे! तुम्ही जरा माझ्यावर प्रेम करणे शिकलात तर ह्या माळ्याची पण काही गरज नाही.

कोलीन आणि जिलचे ५ वर्षांपूर्वी लग्न झाले. आपला हनीमून 'अवर्णनीय' होता असे दोघांनीही ठासून सांगितले होते. दोघांनाही एकमेकांच्या सहवासाबद्दल प्रचंड आपुलकी होती. अशातच आणखी आनंददायक घटना घडली की जिलला दिवस गेले. पहिले वहिले स्वप्नाळू दिवस होते ते! पण हळूहळू सगळेच बिनसत गेले. तिचे शरीर सर्व बाजूंनी फुलत चालले होते. आपण खूप बेढब दिसतो अशी तिला खंत वाटू लागली. तब्येतीच्याही काही तक्रारी होत्या. त्यामुळे ती कोलीनबरोबर प्रणय टाळत होती. आज काय डोके दुखतेय तर उद्या काय पोट दुखते! खरे तर तिला त्याच्याशी भरभरून बोलायचे होते! पण कोलीनने या सगळ्याचा अर्थ असा घेतला की ती त्याला टाळते आहे आणि तिला एकटीला राहायचे आहे. एकमेकांशी बोलणे आणि परस्परांचे ऐकून घेणे हे त्याच्या पुरुषी मेंदूला फारसे महत्त्वाचे वाटत नव्हते, पण त्यामुळे त्याला तिची बिल्कुलच पर्वा नाही आणि तो तिच्याकडे फक्त कामवासना

पूर्तीचे यंत्र म्हणूनच बघतो असा तिचा समज झाला; याचा परिणाम म्हणून कोलीन धुत्कारला गेला. त्याला शारीरिक पातळीवर जिलने उपाशी ठेवल्यामुळे त्याच्या नैराश्याचे रूपांतर संशयात झाले; त्याच्या पौरुषाचा प्रचंड अपमान झाला होता. तिच्या भावनिक उद्रेकाला तो व्यक्तिगत अपयश मानत होता तर त्याचे तिच्यावरचे जळजळीत कटाक्ष हे तिच्याकडे नसून तिच्या बेढब शरीराकडे आहेत आणि याचाच हा पुरावा आहे असे तिला वाटत होते.

मुलाच्या जन्मानंतर तर परिस्थिती आणखीनच बिघडली. जिल त्या छोट्या बाळाच्या संगोपनात इतकी गुंतून पडली की तिचे कोलीनकडे झालेले दुर्लक्ष हे तिने हेतुपुरस्सर केले आहे अशी त्याची खात्री पटली. आता तिच्या आयुष्यात त्याचे स्थान गौण झाले होते आणि ते छोटे बाळ आता प्रथम स्थानावर होते. आता तर तो इतका अस्वस्थ झाला की घरातला कुत्रासुद्धा द्वितीय स्थानावर गेला आणि तो तृतीय स्थानावर आहे असे त्याला वाटू लागले, त्यातून विरंगुळा म्हणून कोलीनने ॲलीसनबरोबर प्रेमप्रकरण सुरू केले, त्यामुळे जिलने त्याला सोडले आणि ती तिच्या मुलाबरोबर राहू लागली. आता कोलीनवर आर्थिक संकट कोसळले आहे, कारण त्याच्यावर आता दोन संसारांची जबाबदारी पडली आहे.

दीर्घ काळ नातेसंबंधांमध्ये आपल्या जोडीदाराचे 'अफेअर आहे' हा विचारसुद्धा गहन चिंतेत टाकणारा असतो! तथापि अफेअर्स का सुरू होतात हे फारच थोड्या लोकांना माहिती आहे. जिल आणि कोलीन यांच्यातील ताटातूट हे एक दुष्टचक्र आहे. नेमके हेच सगळे अनेक जोडप्यांबाबत घडते. कोलीनच्या कधीच हे लक्षात आले नाही की प्रणय हा यांत्रिक पद्धतीने करायचा नसतो तर त्यासाठी जिल मानसिकदृष्ट्या कितपत तयार आहे याचाही विचार करणे गरजेचे आहे. तिला तशा परिस्थितीत असा पुरुष जवळ हवा आहे की जो तिच्या भावना समजून घेईल. तिची सहानुभूतीने विचारपूस करेल आणि तिला हळुवार स्पर्श करेल! पण या सगळ्या गोष्टी त्याच्या मेंदूच्या हार्डवेअरमध्ये कोठेच नसतात. जिलच्या बाबतीत मात्र तिच्या शरीरातील संप्रेरकांनी ही गंभीर केलेली आपत्ती असते. जिलच्या आत्मसन्मानाला धक्का बसलेला असतो, कारण तिचे शरीर खूप बेढब दिसत असते. जिलला हे माहितीच नसते की पुरुष स्वतःच्या भावना प्रणयाद्वारेच व्यक्त करू शकतात आणि पुरुष प्रेम व प्रणय वेगळे ठेवू शकतात. पुरुषांसाठी

प्रेम हे प्रेम असते व प्रणय फक्त प्रणय असतो आणि कधीकधी ते एकत्र असते; परिणामी जिलने कोलीनवर 'भावनाशून्य' व 'निर्दयी' असे शिक्के मारले तर कोलीनने जिलवर आरोप केले की जिल मुद्दामच त्याला शारीरिक पातळीवर उपाशी ठेवून त्याची कोंडी करते. थोड्याच दिवसात हे सगळे सवयीचे झाले. त्याला नाकारले जाण्याची सवय झाली तर तिला त्याची अलिप्तताच अपेक्षित होती. वास्तव हे होते की त्याला नाकारलेपण व एकाकीपण भेडसावत होते आणि तिला असुरक्षित आणि अनाकर्षक वाटत होते. तिला आता प्रणयाची भीती वाटत होती, म्हणून ती कोलीनला टाळत होती. त्याला नाकारले जाण्याची भीती वाटत होती, म्हणून त्याने प्रणयात पुढाकार घेतला नाही. दोघांनीही एकमेकांना समजून न घेतल्यामुळे त्यांचे नातेसंबंध तुटले.

'अफेअर' म्हणजे काय?

या प्रकरणामधे आपण 'लग्न' हा शब्द अशा नातेसंबंधासाठी वापरणार आहोत की ज्यामधे दोन्ही जोडीदारांनी एकमेकांशी एकनिष्ठ राहण्याचे ठरवले आहे. तांत्रिक दृष्टीने सांगायचे झाले तर नातेसंबंधांमध्ये ते 'वासना' या पायरीवरून 'जिव्हाळा' या पायरीवर पोहोचले आहेत आणि जन्म-जन्मांतरीसाठी एकमेकांचे झाले आहेत, कारण त्यांच्या मेंदूमध्ये अनेक रासायनिक चमत्कार झाले आहेत.

तेव्हा आपण पहिल्या प्रकरणात चर्चा केल्याप्रमाणे मेंदूमध्ये दोन भाग कार्यरत असतात. हे दोन भाग म्हणजे हायपोथॅलॅमस आणि ॲमिग्डेल! वासनेच्या अवस्थेत असताना खूप मोठ्या प्रमाणावर डोपेमाईन स्त्रवते आणि त्यामुळे मोठ्या प्रमाणावर टेस्टोस्टोरोनची निर्मिती होते आणि म्हणून त्याच्या कामुक भावना बळावतात, पण जेव्हा तो वासनेच्या अवस्थेतून जिव्हाळ्याच्या अवस्थेत प्रवेश करतो तेव्हा तो प्रेमवीर होतो. काहीसा मृदु, हळुवार होतो आणि तेथूनच 'अफेअर'ची सुरुवात होते. बायकांच्या मेंदूमधे 'कॉडेट' कार्यरत होतो. त्यांची टेस्टोस्टोरोनची पातळी वाढते आणि त्यांच्या पण कामुक इच्छा प्रबळ होतात.

पुरुषांमध्ये मेंदूतील अनेक जागा कार्यरत होतात- त्यामध्ये व्हिजुअल कॉरटेक्स पण असते. पुरुषाची ऑक्सिटोसिनची पातळी वाढते, त्यामुळेच तो अधिक मृदू होतो. गाढ आलिंगने देतो. त्याच्या मेंदूतील हे तात्पुरते रासायनिक बदल असतात तर त्यामुळे त्या जोडप्याला असा भ्रम होतो की ते एकमेकांना अनुरूप आहेत. स्त्री व पुरुष यांच्यातील मुख्य फरक हा असतो की पुरुष

स्त्रियांपेक्षा अधिक काळ 'वासना' या अवस्थेतच राहतात, म्हणजेच तो 'वासने'च्या अवस्थेत असताना ती मात्र 'जिव्हाळ्या'च्या अवस्थेत पोहोचलेली असते.

जर तुम्ही पुरुषांना 'अफेअर' या शब्दाची व्याख्या विचारली तर ते म्हणतात 'भावनिक किंवा भावनाशून्य प्रणय' म्हणजेच त्यांच्या मते सहज प्रणय आणि अफेअर ही एकच गोष्ट आहे. पुरुष अफेअरकडे शारीरिक पातळीवरच बघतात, क्वचित ते भावनिक पातळीवर असते.

बायका मात्र 'अफेअर' भावनिक पातळीवर स्वीकारतात! कदाचित त्यामध्ये शारीरिक प्रणय नसतोसुद्धा! त्यांच्यासाठी ते 'इमोशनल अफेअर' असते. अफेअर मध्ये फोनवर बोलणे, वैयक्तिक पातळीवर इमेल्स पाठवणे, प्रेमाने ओथंबलेल्या काही ओळी लिहिणे, कॉफीशॉपमधे किंवा लंचसाठी हॉटेलमध्ये जाणे इतपतच ते असते. अफेअर म्हणजे नवऱ्याव्यतिरिक्त दुसऱ्या पुरुषाबरोबर असलेले भावनिक अथवा शारीरिक नातेसंबंध! मानसिक अथवा शारीरिक जवळीक!! विवाहापासून न मिळणाऱ्या सुखांचा बॅलन्स!!! जो जोडीदार एकनिष्ठ राहात नाही तो त्याचा/तिचा वेळ तिसऱ्या व्यक्तीसाठी देतो, म्हणजेच एकनिष्ठ जोडीदाराकडून बऱ्याच गोष्टींचा अपव्यय होतो. तो/ती या नवीन व्यक्तीबरोबर इतकी एकरूप होते की ती आपल्या खऱ्या जोडीदाराकडे संपूर्ण दुर्लक्ष करते आणि आपल्या सर्व सुख-दुःखाच्या भावना त्या व्यक्तीबरोबर वाटून घेते. सुरुवातीला हे नातेसंबंध जरी भावनिक पातळीवर असले तरी हळूहळू ते शारीरिक पातळीवर स्थिरावतात. हे घडणे अटळ असते. बहुतांशी बायकांसाठी तरीही ते फक्त अफेअर असते, जेव्हा अफेअर शारीरिक प्रणयाशी निगडित असते तेव्हा ते भावनांची खोली दाखवते.

> अनेक पुरुषांसाठी दुसऱ्या स्त्रीबरोबर असणारे अफेअर हे 'चलता है' या सदरात मोडते. त्यात त्यांना काही गैर वाटत नाही.

तुमचे लबाड हृदय!

इ.स. २००७मध्ये १५० संस्कृतींचा अभ्यास करून जो अहवाल बनवण्यात आला. त्यामध्ये असे निष्पन्न झाले की अनैतिकता हेच घटस्फोटामागचे प्रमुख कारण आहे. फसवणूक करणारे लोक नेमके किती आहेत हे समजू शकले नाही,

कारण जे लोक आपल्या जोडीदाराला फसवतात ते सर्व्हे करताना कितपत प्रामाणिक असतील? उदाहरणार्थ इ.स. २००७मध्ये कोलोराडो विद्यापीठातील संशोधकांनी ४८८४ विवाहित स्त्रियांचा सर्व्हे केला- त्यांच्या प्रत्यक्ष मुलाखती घेतल्या. त्यांना कॉम्प्युटरवर प्रश्नावली सोडवण्यास दिल्या. आश्चर्य म्हणजे फक्त १% स्त्रियांनी हे कबूल केले की मागच्या वर्षी त्या त्यांच्या नवऱ्याबरोबर अप्रामाणिक होत्या तर फक्त ६% स्त्रियांनी प्रश्नावली सोडवताना स्वत:च्या चारित्र्यहननाची कबुली दिली.

अनैतिकतेबद्दलचा सर्वांत सुसंगत सर्व्हे शिकागो विद्यापीठाने केला- त्यामध्ये १९७२पासून अमेरिकन लोकांच्या वर्तणुकीत, मतमतांतरांमध्ये कसा-कसा बदल घडला याचा मागोवा त्यांनी घेतला. विवाहित स्त्री-पुरुषांपैकी १२% पुरुष व ७% स्त्रियांनी सांगितले की त्यांचे विवाहबाह्य संबंध होते. युरोपियन व पाश्चिमात्त्य देशातील ५० ते ६०% पुरुषांनी कबूल केले की मागील वर्षात त्यांनी एकदा तरी अनैतिक वर्तन केले होते, तर फ्रान्स व स्वीडन या देशांमध्ये हे प्रमाण ७० ते ८०% होते. यांपैकी ४०% प्रेमप्रकरणे उघडकीला आली, बाकीची तशीच गुलदस्त्यात राहिली. संपूर्ण जगात फ्रान्स हा एकच देश असा होता की अनैतिकतेबाबत स्त्रियांनी पुरुषांवर कुरघोडी केली होती.

अनैतिकता ही सर्वच वयोगटांमध्ये दिसून येते. १९९८ ते २००८ यादरम्यान अमेरिकेत अनैतिकता साठीच्या वरच्या पुरुषांमध्ये २०%नी वाढली होती तर स्त्रियांमध्ये १५% नी! मग या लोकांना काय म्हातारचळ लागला का? यामागची दोन कारणे आहेत. एक म्हणजे या लोकांनी त्यांचे आता वय झाले हेच नाकारले. त्यांचे शारीरिक वय जरी ६० असले तरी मानसिक वय ४५ होते आणि दुसरे कारण असे की हल्लीच्या वृद्धांकडे मागच्या पिढीकडे नव्हती अशी साधने आहेत जशी की व्हिआग्रा, HRT थेरपी वगैरे वगैरे. ४० ते ६० वयाच्या स्त्रियांनी तर पूर्वापार चालत आलेले समज खोटे ठरवले आहेत.

अनैतिकता चाळीस वर्षे वयोगटामध्ये तर फारच जास्त प्रमाणात असते आणि याचा प्रसार विशेष करून इंटरनेटवरील पोर्न साईट्समुळे होतो, त्यामुळेच पूर्वीच्या पिढीने कधीही न ऐकलेल्या, पाहिलेल्या, अनुभवलेल्या प्रणयकथा या पिढीला नॉर्मल वाटतात. इ.स. २००२मध्ये मानसशास्त्रज्ञ रेमंड बर्गनर व ॲना ब्रिनरेस यांनी अनेक पुरावे देऊन ते सिद्ध केले की इंटरनेटवरील पोर्न साईट्समुळे नातेसंबंधांवर किती विपरीत परिणाम होतो! इंटरनेटवरील हा धुमाकूळ तुमच्या वास्तव जीवनातील नातेसंबंधात दुरावा निर्माण करतो.

मला फसवतोस थेरडया मला माहीती आहे,
तू तिला इथेच कोठेतरी लपवले आहेस.

> मला खूप नैराश्य आले आहे. माझ्या डॉक्टरांनी मला व्हिआग्रा प्रिस्क्राईब करण्यास नकार दिला. ते म्हणाले की हे म्हणजे बुड्ढी घोडी लाल लगाम होईल!
>
> - *जॉर्ज बर्न्स*

इलिनॉयमधील डॉ. डेव्हिड स्किमिटने ४८ देशांतील स्त्री व पुरुष यांच्या प्रणयाबाबतच्या सवयींची माहिती गोळा केली, तेव्हा त्याच्या असे लक्षात आले की विशीपर्यंत पुरुष आपले मसल्स बनवण्यात गुंग झालेला असतो. या काळात त्यांच्या शरीरातील टेस्टोस्टोरोनने कळस गाठलेला असतो. बायका त्यांच्या तिशीपर्यंत त्यांच्या प्रेमाचा शोध घेताना दिसतात, कारण त्या काळापर्यंत त्यांची पुनरुत्पादनाची क्षमता अधिक असते, जी नंतर कमी होते. तिशीच्या मध्यापर्यंत त्यांची कामुकता जास्त असते, कारण त्यांच्या शरीरातील टेस्टोस्टोरोनची पातळी वाढलेली असते आणि निसर्गाचीसुद्धा हीच तर खेळी असते की स्त्रियांनी या काळात त्यांच्या पुनरुत्पादनक्षमतेचा अधिकाधिक लाभ घ्यावा.

अनैतिकतेबद्दलच्या अनेक सर्व्हेंचा निष्कर्ष हाच असतो की ५०% पुरुष आणि ३०% स्त्रिया आपल्या जोडीदाराचे लक्ष नसताना आपले ड्रॉवर्स बदलून टाकतात. अनैतिकता मोठ्या प्रमाणावर असली तरी हेच आकडे असेही दाखवतात की अजूनही नैतिकता बऱ्याच प्रमाणात अस्तित्वात आहे!

एका माणसाला सहा मुले होती आणि त्याचा त्याला इतका अभिमान होता की, त्याने त्याच्या बायकोला 'सहा मुलांची माता' अशी हाक मारायला सुरुवात केली. तिला ते पसंत नव्हते. तो असे बोलला की ती खूप रागावत असे. एके रात्री रेस्टॉरंटमध्ये गेले असताना तो तार स्वरात ओरडला 'मदर ऑफ सिक्स घरी जायचे का?' चिडून ती जोरात उत्तरली, 'कधीही, तू म्हणशील तेव्हा, फादर ऑफ फोर.'

अफेअर्स का होतात?

इ.स. २००८मध्ये इंग्लंडमधील घटस्फोटाच्या केसेस चालवणाऱ्या वकिलांनी सर्वानुमते अफेअर घडण्याची प्रमुख १० कारणे सांगितली, ती पुढीलप्रमाणे-

१. वासना
२. जोडीदाराबद्दल आकर्षण न उरणे
३. प्रणयाबद्दलच्या समस्या - अधिक प्रणय किंवा प्रणयामधली विविधता किंवा प्रणयाचेच व्यसन
४. बायको संसारात आणि मुलांमध्ये इतकी गुंतून पडली की तिला जोडीदाराकडे लक्ष द्यायला वेळ नाही.
५. दुसऱ्या बाईबद्दल कामुक भावना
६. जोडीदाराबद्दल उदासीनता
७. परक्या स्त्रीचा किंवा पुरुषाचा माग काढण्यात धन्यता
८. जोडीदाराचे सतत टाकून बोलणे.
९. जोडीदाराशी कुठल्याही समस्येबद्दल संवाद साधण्यात अपयश
१०. पुरुषांनी स्वत:शीच बनवलेले- बांधा, वय, रंग, रूपाबद्दलचे- निकष

याच्याउलट बहुतेक बायका या शरीरापलीकडे जाऊन काहीतरी नवीन अनुभवू इच्छितात. त्यांना आई, बायको, मुलगी किंवा मालकीण यापेक्षा कोणीतरी वेगळे असावे असे वाटते की जेथे त्यांना 'माझा सूट धोब्याकडे दिला का?' किंवा 'माझा डबा भर.' किंवा 'माझ्या मिटिंगसाठी मला एखादा तरी स्वच्छ शर्ट मिळेल का?' अशी वाक्ये कानावर पडू नयेत असे वाटते. हे तर गृहिणींबद्दल झाले, पण करिअर करणाऱ्या बायका ज्या उच्च पदावर आहेत व त्यांना कामाच्या

ठिकाणी सन्मानाने वागवले जाते, त्यांना त्यांच्या स्वत:च्या घरात योग्य किंमत मिळत नाही, त्यांना हलके लेखले जाते.

काही बायकांसाठी अफेअर हे आपल्या नवऱ्याला सरळ करण्यासाठी किंवा त्याने तिची दखल घ्यावी म्हणून किंवा प्रणयाची गाडी मूळ पदावर आणण्यासाठी किंवा त्याला आठवण करून देण्यासाठी की ती केवळ गृहिणी नाही किंवा त्याने जे अफेअर केले त्याची परतफेड म्हणून असते. बायकांनासुद्धा त्यांचा अहम जोपासायचा असतो; त्यांची कोणालातरी गरज आहे, त्या कोणाला तरी हव्याहव्याशा आहेत आणि त्याच्यासाठी एखाद्या पुरुषाला 'एखादी जोखीम पत्करणे योग्य वाटते' असे त्यांना फार आवडते.

> पुरुष त्यांच्या वैवाहिक जीवनाला विवाहबाह्य प्रणयाची जोड देतात तर बायका त्यांच्या वैवाहिक सुखात भावनिक पातळीवर भर घालतात, त्यामध्ये प्रणयाचाही समावेश करतात.
>
> *- डेबी देन, विमन हू स्टे विथ मेन हू स्ट्रे*

बायका अफेअर का करतात? त्यामागची प्रमुख १० कारणे अशी :

१. एकटेपण (घरी राहणाऱ्या बायकांमध्ये) सर्वत्र दिसणारी समस्या.
२. कोणत्याही समस्येबद्दल आपल्या जोडीदाराशी संवाद न साधू शकणे.
३. आपण नकोशा आहोत ही भावना
४. पतीकडून कौतुक होत नाही
५. पती जरुरीपेक्षा जास्त आत्ममग्न
६. कंटाळवाण्या रात्री
७. रोजच्या दैनंदिन कार्यक्रमापासून सुटका
८. आपले वैयक्तिक जीवनसुद्धा सामर्थ्यशाली असावे ही भावना
९. उबलेली दैनंदिनी
१०. योग्य वेळेस मिळालेली योग्य संधी

हे कोणत्याही परिस्थितीत घडू शकते!

आपण सगळ्यांनीच समाजात असे घडताना प्रत्यक्ष पाहिले आहे की अतिशय प्रसिद्ध व सामर्थ्यशाली व्यक्तींनी- ज्यांच्यासमोर सर्व सुखं हात जोडून उभी

आहेत- क्षणिक मोहाला बळी पडून आपली प्रतिष्ठा मातीमोल केली. ह्युज ग्रांट जो एकेकाळी प्रसिद्ध नट होता व एलिझाबेथ हर्लीसारखी स्वप्नसुंदरी ज्याच्याबरोबर होती, तो एका सुमार वेश्येबरोबर बकाल वस्तीत गाडीत सापडला! तर एक प्रतिष्ठित टेनिस खेळाडू कॅलिफोर्नियातील एका वेट्रेसबरोबर एका जॅपनीज रेस्टॉरंटमध्ये सापडला!

फार कशाला बिल क्लिंटन जो आपल्या बोटांवर सर्व जगाला नाचवू शकत होता त्याने आपली तीच बोटे मोनिका लेविन्स्कीसारख्या अत्यंत सामान्य स्त्रीच्या शरीरावर फिरवल्याचे पाहून संपूर्ण जगाने मोठ्ठा आ वासला! ज्याच्या पायाशी सर्व सुखे लोळण घेत होती असा माणूस इतका मूर्खपणा कसा करू शकतो की आत्तापर्यंत मिळवलेल्या लोकप्रियतेला काळिमा फासला जाईल? तेही एका क्षुद्र बाईसाठी? याच्या उलट इतिहासात अशा अनेक प्रसिद्ध महिला आहेत की ज्या त्यांचे एकटेपण घालवण्यासाठी प्रेमाच्या शोधात फिरल्या आहेत, पण त्यांना असे नितांत सुंदर नातेसंबंध कधीच मिळाले नाहीत. नावेच घ्यायची झाली तर मर्लिन मन्रो, जेनिस जोप्लीन आणि ॲना निकोल स्मिथ! या सगळ्या लोकांच्या कृतीचे समर्थन आपण तेव्हाच करू शकू जेव्हा आपण मागच्या पानावर दिलेल्या अफेअर्सच्या मागच्या कारणांचा अभ्यास करू!

मेरील स्ट्रीपचा 'दि ब्रिजेस ऑफ मॅडिसन काऊंटी' नावाचा एक सिनेमा येऊन गेला- त्यामध्ये सामान्य स्त्री दैनंदिन जीवनाला कंटाळून मुक्त जीवन जगण्याचा ध्यास घेते. जी भूमिका क्लीण्ट इस्टवूडने केली आहे. ती तिची प्रेमप्रकरणे यशस्वीपणे लपवते, पण जेव्हा बिल क्लिंटन टी.व्ही.च्या कॅमेऱ्यासमोर उभे राहून म्हणतो की माझा मोनिका लेविन्स्कीशी प्रणय संबंध नाही व त्याची बायकोसुद्धा सोयीस्करपणे कानावर हात ठेवते तेव्हाही संपूर्ण जगाची खात्री होती की बिल क्लिंटन दोषी आहे!

> क्लिंटन खोटे बोलला! एखादा पुरुष आपण गाडी कोठे पार्क केली किंवा आपण कोठे राहतो हे कदाचित विसरू शकेल, पण तो त्याचा ओरल सेक्स कधीच विसरू शकत नाही; कितीही वाईट असला तरीही!
>
> *- बार्बरा बुश*

बायका पुरुषांपेक्षा सभ्यपणे वागतात.

पुरुषांची कल्पनांची भरारी फार उंच आणि वास्तवापासून दूर असते. बायका

अफेअर्सपासून स्वत:ला दूर ठेवण्याचा प्रयत्न करतात, पण पुरुष तसे नसतात. पुरुषांची मुख्य समस्या अशी असते की प्रणयाच्या विषयात ते तार्किक, सुसंगत विचार करू शकत नाहीत. बहुधा पुरुषांची अफेअर्स ही नियोजित नसतात. ती आपोआप होतात. बायकांची अफेअर्स मात्र सुनियोजित, आखीव-रेखीव आणि अगदी ड्रॉईंगबोर्डवर काढल्यासारखी असतात, पण निष्कर्ष हाच काढता येईल की पुरुषांपेक्षा बायका अफेअर्स करण्यात खूप मागे असतात, त्यातूनही प्रौढ स्त्रिया या तरुण मुलींच्या मानाने फारच कमी प्रमाणात अफेअर्स करतात. 'वुमेन्स इनफायडीलिटी' या पुस्तकाच्या लेखिकेने (मिशेल) १० वर्षांच्या अनुभवांचा सर्व्हे केला व असे सांगितले की बायकासुद्धा पुरुषांइतक्याच फसवणाऱ्या असतात, पण प्रामुख्याने तरुण बायका! तरीही असे म्हणता येईल की पुरुषांपेक्षा बायका अधिक प्रेमळ, काळजी घेणाऱ्या आणि संगोपन करणाऱ्या असतात. त्यांच्यात प्रणयाच्या टेस्टोस्टोरोन या संप्रेरकाची पातळी कमी असते आणि 'कडल (संगोपनाच्या) हार्मोन्स'ची पातळी जास्त असते आणि म्हणूनच त्यांची शारीरिक पातळीवर प्रणयाची इच्छा तेवढी प्रबळ नसते, म्हणूनच प्रत्येक स्त्रीचा हा समज असतो की तिच्या पुरुषाच्या आयुष्यात तिचे स्थान प्रथम क्रमांकाचे आहे, कारण तिच्या स्वत:च्या आयुष्यात तिचा पुरुष प्रथम स्थानावर असतो.

अनेक स्त्रिया आपल्या नवऱ्यासाठी खूप मोठा त्याग करतात. स्वत:च्या गरजांकडे दुर्लक्ष करून त्याला आधार देतात. त्याची मुले वाढवतात, त्याचे घर चालवतात आणि त्याच्याशी एकनिष्ठ राहतात. अनेक स्त्रियांना परक्या पुरुषांचा ओझरता स्पर्शही आवडत नाही किंवा ती कल्पनाही पसंत पडत नाही. अशा स्त्रिया म्हणूनच आपल्या नवऱ्याकडूनही तशी अपेक्षा करतात, पण प्रत्यक्षात असे नसते. जेव्हा स्त्री-पुरुष फररकांबद्दलच्या ट्रेनिंग क्लासेसमध्ये त्या प्रवेश घेतात, तेव्हा त्यांना ते समजते आणि मग त्यांचे डोळे उघडतात. बायकांना हे जर आधीच समजले तर सध्या जेवढे घटस्फोट होतात त्यांपैकी ५०% घटस्फोट तरी कमी होतील. पुरुष त्याच्या जाणत्या वयापासूनच संप्रेरकांच्या करामतींमुळे प्रणयशील असतो आणि त्याच्या आयुष्याच्या अंतापर्यंत त्याच्यात बदल होत नाही. हं! पण जसजसे त्याचे वय वाढते तसतसे त्याच्या मनाने दिलेली वचने त्याचे शरीर पूर्ण करू शकत नाही. काळाप्रमाणे त्याची कामेच्छा कमी होईलही, पण संपूर्णपणे व्ही.आर.एस. तो कधीच घेत नाही.

विवाहाच्या काही चांगल्या बाजू आहेत. ते तुम्हाला निष्ठा, सहनशीलता, आत्मसंयमन अशा अनेक मौल्यवान गोष्टी शिकवते, ज्याची तुम्हाला एकटे असताना गरज पडत नाही.

फसवणुकीबद्दलच्या सहा सर्वसामान्य दंतकथा

दंतकथा पहिली : विशेषतः पुरुष फसवणारे असतात.

१९६२पूर्वी ज्या स्त्री-पुरुषांचा जन्म झाला त्यातील पुरुष स्त्रियांपेक्षा दुपटीने अधिक फसवणारे होते, पण सध्याचे शोधनिबंध असे सांगतात की सध्याच्या विशीतल्या व तिशीतल्या स्त्री-पुरुषांचे फसवण्याचे प्रमाण सारखेच आहे. या वयोगटातील अनेक स्त्रिया नोकरी करणाऱ्या- त्यामुळे आर्थिकदृष्ट्या स्वावलंबी आहेत आणि म्हणून नातेसंबंधात त्या मनमानी करू शकतात. ५०% अफेअर्स ही कामाच्या ठिकाणी होतात.

दंतकथा दुसरी : फसवणे— जन्मजात सवय

एखाद्या विशिष्ट परिस्थितीत कोणाचीही फसवणूक होऊ शकते. जर फसवणे हा हेतू नसेल व एखाद्या परिस्थितीच्या रेट्यामुळे एखादे प्रेमप्रकरण झाले तर त्यात फारसे वावगे असे काही नसते. काही वेळेस तर त्या व्यक्तीची नीतिमूल्येसुद्धा तशी नसतात; केवळ परिस्थिती किंवा काळ-वेळाचे गणित जमून अफेअर घडण्याची शक्यता असते. क्वचित कामाच्या ठिकाणी खूप तणाव निर्माण होऊन त्यातून सुटका म्हणूनही अफेअर होऊ शकते, पण तरीही लोकांचा असा विश्वास आहे की काही लोक जन्मजात अनीतिमान असतात, त्यांच्या रक्तातच लबाडी असते आणि तरीही त्यांचा असा समज असतो की इतरांच्या ते लक्षात येत नाही. काही लोक एका पाठोपाठ एक अशी अनेक प्रेमप्रकरणे करतात. पुरुषांसाठी अफेअर हे संधिसाधूपणाचे प्रतीक असते तर बायका मात्र विशिष्ट हेतूने प्रेमप्रकरण नियोजित करतात. तुम्हीही अशा भ्रमात राहू नका की तुमचे कधी अफेअर होणारच नाही! त्यापेक्षा अशा परिस्थितीचा आणि वस्तुस्थितीचा अभ्यास करून ठेवा की, हे तुम्ही टाळू शकाल.

दंतकथा तीसरी : एकमेकांना कंटाळून अफेअर होऊ शकते.

अनेक घटस्फोट हे लग्नाच्या पहिल्या दोन वर्षांत होतात. हा काल असा असतो

की, त्या जोडप्यातील स्त्री स्वत:ला सतत असा प्रश्न विचारत असते- तिची निवड योग्य आहे का? की यापेक्षा दुसऱ्या कोणाबरोबर ती अधिक सुखी होऊ शकली असती? पण कोणाबरोबर दोन वर्षे राहिल्याखेरीज हे समजत नाही. जर त्या जोडप्यातील पुरुष लग्नापूर्वीही अनेक प्रेमप्रकरणे करणाऱ्यातला असेल तर तो लग्नानंतरही स्वत:ला थोपवू शकत नाही. अशा पुरुषांची टेस्टोस्टोरोनची पातळी अधिक असते आणि या त्यांच्या फार जुन्या सवयी असतात, ज्यामुळे विवाहसंबंधांवर विपरित परिणाम होतो.

दंतकथा चौथी : गृहसौख्य न मिळाल्यामुळे पुरुष आपल्या पत्नीशी अप्रामाणिक होतो.

इ.स. २००७मध्ये शर्ली ग्लास यांनी 'जस्ट फ्रेण्ड्स' या पुस्तकाच्या निमित्ताने व्यभिचाराबद्दलचा जो सर्व्हे केला तेव्हा असा निष्कर्ष काढला की, अनेक लोक असे होते जे व्यभिचार करण्याचा यत्किंचितही हेतू नसताना केवळ झपाटलेल्या प्रेमापोटी त्यांनी शुद्ध मैत्री आणि प्रणय यांच्यामधील सीमारेषा नकळतपणे पार केल्या. वासूगिरी करणाऱ्या पुरुषांमध्येसुद्धा त्यांच्या शरीरातील संप्रेरकांच्या रासायनिक बदलांमुळे त्यांनी प्रणय केला. अफेअर करणाऱ्या ज्या स्त्रिया होत्या त्यांनी हे कबूल केले की जवळपास एक वर्षापासून त्यांचे त्यांच्या जोडीदाराशी संबंध तुटल्यामुळे ही आगळीक घडली. बायकांनी हेसुद्धा कबूल केले की अफेअर करणे हे त्यांच्या डोक्यात कोठेतरी होतेच!

तात्पर्य हे, की तुमच्यामध्ये आणि तुमच्या जोडीदारामध्ये जेवढी भावनिक जवळीक कमी तेवढे अफेअर होण्याची शक्यता जास्त. यावर उपाय असा की तुमच्या नातेसंबंधांबद्दल मोकळेपणाने चर्चा करा.

दंतकथा पाचवी : जे लोक प्रेमप्रकरणे करतात व आपल्या जोडीदाराबरोबर आयुष्यभरासाठी राहण्याचे ठरवतात ते योग्य वेळ येण्याची वाट पाहतात.

मेंदूमधील रासायनिक क्रिया त्यांच्या क्रमाने घडत असतात, त्यामुळेच जोडप्यांनी जरी कायम एकत्र राहायचे ठरवले तरी फक्त २५% जोडपी लग्न करतात व एकत्र राहात असलेल्या ७५% जोडप्यांचा घटस्फोट होतो किंवा ते एकमेकांना सोडतात. ज्या लोकांना लग्नापासून स्वर्गसुख अपेक्षित असते त्यांना जेव्हा टॉयलेट्स स्वच्छ करावी लागतात किंवा बिले द्यावी लागतात तेव्हा त्यांचा भ्रमनिरास होतो. कोणत्याही नव्या गाडीचा धुंद करणारा वास मालकाला फार

आवडतो, पण एक वर्षानंतर त्या गाडीचे नियमित सर्व्हिसिंग करावे लागते व ती इतर सामान्य गाड्यांसारखीच दिसते.

दंतकथा सहावी : जेव्हा तुमचा जोडीदार बाहेर लफडी करतो तेव्हा त्याचा तुम्हाला वास आल्याशिवाय राहात नाही.

जे लोक वैवाहिक बंधनात असतात आणि ज्यांना त्यांच्या निष्ठावान नातेसंबंधांबद्दल खात्री असते ते आपण केलेले एखादे अफेअर सहज विसरून जातात आणि जर एखादे अफेअर उघडकीला येईल अशी शक्यता वाटलीच तर ते त्याकडे पाठ फिरवतात, कारण त्यांच्या सुरळीत चाललेल्या वैवाहिक जीवनामध्ये या कारणासाठी उठणारे वादळ त्यांना परवडणारे नसते. बायका मात्र हे इशारे पटकन समजून घेतात आणि म्हणूनच ८०% नातेसंबंध बायकांकडून संपवले जातात. आमच्या 'बॉडी लँग्वेज' या पुस्तकामध्ये पुरुषांची आकलनशक्ती बायकांइतकी प्रबळ का नसते हे सांगितले आहे, कारण पुरुषांचा मेंदू कृती आणि भाषेतील इशाऱ्यांमधला विरोधाभास समजून घेण्यात तत्पर नसतो आणि म्हणूनच जेव्हा पुरुषांना समजते, की ते आत्तापर्यंत बायकोकडून फसत आलेले आहेत तेव्हा त्यांना धक्का बसतो.

नऊ वेगवेगळ्या प्रकारची अफेअर्स

जेव्हा तुमच्या वैवाहिक जीवनामध्ये काही समस्या येतात आणि त्या कशा सोडवायच्या हे तुम्हाला समजत नाही तेव्हा तुमचे अफेअर होण्याची सर्वांत अधिक शक्यता असते आणि अफेअरमुळे तुमची प्राप्त समस्येपासून तात्पुरती सुटका होते. लोक किती प्रकारची अफेअर्स करतात हे खाली दिले आहे.

१. अजूनही लग्नाच्या बाजारात माझी पत आहे का ते आजमावणे –

कदाचित तुम्हाला आता असे वाटू लागले की तुमच्या जोडीदाराला आता तुमच्यात रुची नाही किंवा जोडीदार तुमच्याबरोबर वेळ घालवायला फारसा उत्सुक नाही किंवा तुमचे जरा जास्तच लवकर लग्न झाले आहे आणि तुम्हाला अननुभवी वाटते आहे. जेव्हा अशा भावना मनात गर्दी करतात तेव्हा साहजिकच वाटते की आपण उगाच घाई केली. आजही आपल्याला दुसरे चांगले स्थळ सांगून आले असते. तुम्हाला अपुरेपणाची जाणीव होते आणि आपला जोडीदार आपल्या गरजा पूर्ण करत नाही याचा तुम्हाला राग येतो. अनुभवी बायकांना भुलवण्याची ताकद तुमच्यात आहे अशी तुमची खात्री पटते. जे काही राहून गेले

त्याची भरपाई करावी असे तुम्हाला वाटते. या प्रकारचे अफेअर तुम्ही केवळ तुमच्या शंकांचे समाधान करण्यासाठीच करता. एकदा का तुमच्या शंकांचे समाधान झाले की तुम्ही पुन्हा या अफेअरकडे पाठ फिरवता आणि पुन्हा आपल्या घराकडे परतता!

२. मध्यम वयाचा पेचप्रसंग –

तुम्ही आयुष्याच्या मध्यान्हीला पोहोचला आहात; तुमच्या मनाचा शंकासूर झाला आहे. तुम्ही आयुष्यात अनेक गोष्टी गमावल्या आहेत. तर काही गोष्टी करायच्या राहून गेल्या आहेत. तुम्ही व्यथित झाल्या आहात की तुमचे आयुष्य अक्षरश: वाया गेले आहे. तुमच्या वयाचे किंवा तुमच्याहीपेक्षा लहान माणसे रोगांची शिकार झाले आहेत, काही मृत्यू पावले आहेत, तुमच्या चेहऱ्यावरही आता वार्धक्याच्या खुणा उमटू लागल्या आहेत. तुमची कामेच्छा कमी-कमी होऊ लागली आहे. दूर क्षितिजावर तुमच्या मृत्यूच्या छाया तुम्हाला भेडसावू लागल्या आहेत आणि आता अशावेळी तुम्ही आततायीपणे घायकुतीला आला आहात की तुम्हाला अगदी ताबडतोब काहीतरी विशेष संस्मरणीय गोष्ट तातडीने करायची आहे. मनाच्या अशा अवस्थेत तुम्हाला तुमचे अस्तित्व जाणवण्यासाठी काहीतरी अतर्क्य करायचे आहे आणि मनाच्या अशा संभ्रमित अवस्थेत तुम्ही अफेअर करता. खरे सांगायचे, तर या मन:स्थितीत तुम्हाला समुपदेशनाची गरज असते, अफेअरची नाही. तुमच्या नव्याने येऊ घातलेल्या वार्धक्यासाठी समुपदेशक तुमच्या आयुष्याची नवी ध्येये आखून देईल, नवी दिशा दाखवेल.

३. तुलनात्मक दृष्टिकोनातून केलेले अफेअर –

या प्रकारचे अफेअर तुमच्या आजूबाजूला सामान्यपणे पाहायला मिळेल. लग्नाच्या सुरुवातीच्याच काळात हे होते. जी व्यक्ती हे अफेअर करते तिच्या मनात सतत शंका असते की त्यांची निवड चुकली तर नाही ना? दुसऱ्या कोणा जोडीदाराबरोबर ते अधिक सुखाने राहू शकले असते का? सध्या त्यांच्या आयुष्यात ज्या समस्या आहेत त्या कदाचित दुसऱ्या जोडीदाराबरोबर उद्‌भवल्या नसत्या का? अशा मनोवृत्तीतून जर तुम्ही अफेअर करत असाल तर खरी गरज ही आहे की तुम्ही तुमच्या नातेसंबंधांकडे नेमक्या कोणत्या भावनेतून बघता हे जाणून घेणे! स्वत:च हे जाणून घेण्याची गरज आहे. खरेतर तुम्हाला अफेअर करण्याची अजिबात गरज नाही. या अफेअरमधून बाहेर पडा आणि खऱ्याखुऱ्या आयुष्याला सामोरे जा.

४. टाईम बॉम्ब अफेअर –

तुम्हाला तुमच्या जोडीदाराबरोबर सामना करण्याची इच्छा नसते आणि तुमची नाराजी, पण त्यांच्याशी उघडपणे बोलायची नसते यातूनच या प्रकारचे अफेअर सुरू होते. तुमच्या वैवाहिक जीवनातूनच नेमके काय तुम्हाला मिळत नाही हेसुद्धा तुम्हाला कळत नाही, म्हणून तुम्ही हा छुपा हल्ला चढवता. तुमच्या अफेअरचे धागेदोरे तुमच्या जोडीदाराला सहज मिळतील अशीच व्यवस्था तुम्ही करता, ज्यामुळे तुम्हाला उघडउघड संघर्ष करावा लागणार नाही. खरेतर असे अफेअर करण्याची गरज नाही, त्यापेक्षा सरळ सरळ जोडीदाराशी वादग्रस्त मुद्यांबद्दल बोला. हा मार्ग कमी वेदनादायक व कमी खर्चाचा आहे. टाईम बॉम्ब अफेअर हा तुम्हाला सुटकेचा सोपा मार्ग वाटत असला तरी तो तसा नाही.

५. सूडबुद्धीने केलेले अफेअर –

तुमच्या जोडीदाराने तुम्हाला फसवले आहे म्हणून जोडीदाराबरोबरचा हिशोब चुकता करण्यासाठी तुम्ही हे अफेअर करता; त्यामुळे तुम्हाला काय त्रास झाला तो त्याला/तिला समजेल. हे अफेअर तुम्ही भावनिक किंवा शारीरिक पातळीवर केलेले नसते. केवळ बदला घेण्यासाठी म्हणूनच केलेले असते, पण या अफेअरमुळे तुमच्यात आणि तुमच्या जोडीदारामध्येसुद्धा अपराधीपणाची भावना येईल. हे दोघांसाठीही अपमानास्पद आणि शरमेचे आहे. (पण जोडीदार पुरुष असेल तर प्रणयाबद्दल तो तुमचा आभारी राहील) जर तुम्ही या अफेअरमध्ये असाल तर लक्षात ठेवा की हे फक्त सूडबुद्धीने केलेले आहे. मानसिक गुंतवणूक करू नका, त्यापेक्षा समुपदेशकाकडे जाऊन क्रोधाचे व्यवस्थापन कसे करायचे याचा सल्ला घ्या.

६. रडण्यासाठी खांदा हवा म्हणून केलेले अफेअर –

आपल्या जोडीदाराकडून उपेक्षित झाल्यामुळे दुखावलेले तुम्ही कोणाची तरी सहानुभूती शोधत असता. त्या हेतूने हे अफेअर होते, पण तेथेही तुमचे हृदय उघडे करण्याऐवजी तुम्ही प्रणयातच गुंतता, पण तरीही ही फुकट उपचारपद्धती असते. तुम्हाला ही दुसरी व्यक्ती समजून घेते, आधार देते, प्रोत्साहन देते. खरेतर अशा अफेअरची पण तुम्हाला गरज नसते, यापेक्षा समुपदेशकाकडे जा, अधिक स्वस्तात काम होईल.

७. अधिक वरच्या पातळीवर जाण्यासाठी केलेले अफेअर–

अचानक तुमची खूप भरभराट झाली, तुम्हाला उच्च पदावरची नोकरी मिळाली किंवा तुमचे बेढब शरीर आटोक्यात आले किंवा तुमचे व्यक्तिमत्त्व अधिक प्रभावी झाले, तुम्हाला सन्मानाची पदवी मिळाली आणि त्याच वेळेस तुमचा जोडीदार मात्र आहे तेथेच राहिला तर हे अफेअर होते. तुम्ही जेव्हा लग्न केले होते तेव्हा तो जोडीदार तुम्हाला स्वत:साठी अनुरूप वाटला होता, पण आता तुम्ही प्रस्थापित झाले आहात, अधिक अनुभवी आहात. नातेसंबंधांकडे पाहण्याचा वेगळा दृष्टिकोन आता तुमच्यात आला आहे म्हणून तुम्हाला आता असे वाटते की, तुमची लायकी यापेक्षा अधिक आहे, पण हे बरोबर नाही. यापेक्षा तुमच्या जोडीदाराशी बोला; ज्या काही त्रुटी, कमतरता आहेत त्या कमी करण्याचा प्रयत्न करा व दोघांसाठीही अशी ध्येये निश्चित करा की जे तुम्हाला समपातळीवर आणतील. तुम्हाला हे चांगले माहिती आहे की तुम्ही एखादी नवी गोष्ट आणता व जुनी मोडीत काढता तेव्हा ते तुम्हाला खूप महागात पडते. त्यापेक्षा नातेसंबंधांला नवीन रंगरंगोटी करा.

८. 'माझ्या गरजा भागवल्या जात नाहीत' म्हणून केलेले अफेअर –

तुम्ही जे काही सांगता किंवा मागता हे तुमचा जोडीदार तुम्हाला देत नाही. भावनिक किंवा शारीरिक पातळीवरच्या तुमच्या मागण्या असू शकतील पण म्हणून तुमचे जुने नातेसंबंध धोक्यात आणू नका. जर तुमच्या मागण्या तुम्ही इतर ठिकाणांहून पूर्ण करण्याचा प्रयत्न केलात तर प्रकरण घटस्फोटापर्यंत जाईल. त्यापेक्षा एखादा समुपदेशक बघा जो तुम्हाला अनेक युक्त्या सांगेल. कदाचित तुम्हाला जर हे पटले नाही तर मात्र तुम्ही तुमच्या मनाचे ऐका.

९. निरुद्देश अफेअर —

आपण आधी म्हटल्याप्रमाणे योग्य वेळ, योग्य जागा आणि योग्य परिस्थिती असेल तर कोणीही एखाद्या अफेअरमधे गुंतू शकता. तुम्हाला कळतसुद्धा नाही की तुमचे अफेअर चालू आहे आणि तुम्ही त्याची पर्वाही करत नाही, कारण तुम्हाला खूप बरे वाटत असते, पण नंतर यातून बाहेर कसे पडायचे हे तुम्हाला समजत नाही, मग तुम्हाला अपराधी वाटते. तुम्ही स्वत:लाच प्रश्न विचारता, मी हे सगळे का करतो? पण तुमच्याकडे याचे उत्तर नसते. अशा प्रकारचे निर्हेतुक अफेअर असे सांगते की तुमच्या नातेसंबंधांमध्ये कसलीतरी कमतरता

होती, पण तुम्ही किंवा तुमचा जोडीदार हे मानायला तयार नव्हते. तुमच्या गरजांचा अभ्यास करा आणि तुमच्या अफेअरला पूर्णविराम द्या.

'परिपूर्ण अफेअर' हे धादांत खोटे आहे.

एखादे अफेअर आदर्श आहे असे आपण कधीच म्हणणार नाही. अनैतिक संबंध नेहमी दडवण्याची गरज असते, त्याबद्दल स्पष्टीकरण द्यावे लागते आणि अशा संबंधांतून अपराधीपण आणि रागच ओढवतो. जो फसवणारा असतो त्याला त्याच्या जोडीदाराचे अपराधी बनून राहावे लागते. जर तुम्ही अफेअर करत असाल तर तुमच्या व जोडीदाराच्या आत्मसन्मानाला ठेच पोहोचू देऊ नका आणि या अफेअरमधून सुटका करून घेण्यासाठी दोघांनी मिळून समुपदेशकाचा सल्ला घ्या.

> कौटुंबिक न्यायालयातील समुपदेशकाने भांडणाऱ्या जोडप्याला बागेत चर्चा करण्यासाठी पाठवले. त्यांच्या समस्या ते कशा सोडवू शकतील याबद्दल बोलत-बोलत ते एका विहिरीजवळ आले. ती विहीर 'इच्छापूर्ती' करणारी होती. त्यातली बायको विहिरीत डोकावली, मनात इच्छा व्यक्त केली व पाण्यात एक नाणे फेकले. आता नवऱ्यानेही इच्छा करण्याचे ठरवले. तोसुद्धा विहिरीत वाकला, पण जरा जास्तच वाकल्यामुळे तोल जाऊन पडला व बुडाला. क्षणभर बायको अचंबित झाली, पण नंतर हसली आणि स्वतःशी कुजबुजली, 'खरेच इच्छापूर्ती करणारी विहीर आहे!'

लोकांची कुजबुज

वैवाहिक जीवनात जर त्या जोडप्यातील एकाच्या मानेवर संशयाचे भूत चढले तर ते फार विदारक असते. अनेक बायका अशा प्रसंगी माघार घेऊन संबंध संपवतात, पण पुरुष मात्र पुरावे गोळा करण्याच्या कामी लागतात.

दूरदर्शनवर जसे दाखवतात की, एखादा पुरुष घरात शिरतो व आपल्या बायकोला रेडहॅण्ड व्यभिचार करताना पकडतो, असे प्रत्यक्ष जीवनात फारच क्वचित घडते. अनेकदा जी व्यक्ती फसवली जाते तिला या अफेअरबद्दल कर्णोपकर्णी समजलेले असते. मित्र-मैत्रिणींमध्ये त्या व्यक्तीला कसे सांगावे याचा

खल होतो, पण शक्यतो ते मौन धारण करतात; कारण अशा प्रसंगात जो सांगायला जातो त्यालाच लोक टांगायला निघतात! तर काही मित्रांचा कंड्या पिकवणे हाच हेतू असतो. बायका मात्र या गोष्टी मैत्रिणींच्या कानांवर घालतात, कारण त्यांनाही मनातून असे वाटते की न जाणो उद्या आपल्या नवऱ्याने अफेअर केले तर आपल्या मैत्रिणीने ते आपल्या कानावर घालावे.

आपल्या जोडीदाराचा व्यभिचार सिद्ध करण्यासाठी काही तरी लेखी स्वरूपाचे पुरावे शोधण्याच्या कामी ही मंडळी लागतात. प्रामुख्याने त्यात हॉटेलची बिले, सिनेमाची तिकिटे, भेटीच्या पावत्या, मोबाईल फोनचे रेकॉर्ड, क्रेडिट कार्ड्सची स्टेटमेंट्स, ई-मेल रेकॉर्ड अशा गोष्टींवर लक्ष ठेवले जाते.

अनीतिमान जोडीदाराची आठ प्रमुख लक्षणे

जर लेखी स्वरूपात आपल्या जोडीदाराच्या बदफैलीपणाचे पुरावे मिळाले नाहीत तर एखादा प्रायव्हेट डिटेक्टिव्ह नेमावा लागतो, पण यदाकदाचित जर जोडीदारावर घेतलेला संशय खोटा ठरला तर मात्र खूप मोठ्या नाराजीला आणि संतापाला सामोरे जावे लागते.

> एकदा एक माणूस घरी आला तेव्हा त्याने त्याच्या मित्राला आपल्या पत्नीसोबत बिछान्यात पाहीले. म्हणून त्याने बंदुक काढली, पत्नीला ठार केले व ती जागा त्याच्या कुत्र्याला दिली.

जेव्हा एखादा पुरुष किंवा एखादी स्त्री कोणाच्या प्रेमात पडतात तेव्हा त्यांच्या मेंदूमध्ये संप्रेरकांच्या हालचाली वाढतात आणि त्याचा परिणाम त्यांच्या वागणुकीतून दिसून येतो. हे बदल अत्यंत सूक्ष्म असतात. त्यांच्या नेहमीच्या सवयींपेक्षा ते वेगळ्या प्रकारे वागतात.

दैनंदिन जीवनातील बदल— दैनंदिन जीवनातील मुख्य फरक म्हणजे जो जोडीदार एखाद्या अफेअरमध्ये गुंततो तेव्हा तो/ती अधिकाधिक वेळ घराबाहेर रमते. पुरुष स्वतःचे कपडे स्वतः धुवायला लागतो, खुर्चीत बसून तासनतास टी.व्ही. पाहतो, जिम जॉईन करतो, लग्नातली अंगठी कपाटात काढून ठेवतो आणि मुख्य म्हणजे स्वतःच्या ड्रॉवरला कुलूप लावायला लागतो.

प्रणयाबाबतचे बदल – अफेअरमधे गुंतलेल्या व्यक्तीला आपल्या जोडीदाराबरोबर प्रणयाराधन करण्यापेक्षा त्याचा उरकून टाकण्याकडेच कल असतो. क्वचित प्रणय नकोच वाटतो.

व्यक्तिमत्त्वाबाबतचे बदल — तो/ती खाण्या-पिण्याच्या बाबतीत अधिक जागरूक राहतात. घरात शिरल्याबरोबर बाथरूममध्ये जाऊन शॉवर घेतात. तो दिवसातून दोनदा दाढी करतो, ती सारखी पार्लरमध्ये जाऊन हेअर स्टाईल करते किंवा हेअर कट करते.

बिझिनेस ट्रीप्स वाढतात — नेहमीपेक्षा अधिक वेळा बिझिनेस/नोकरीनिमित्त टूरवर जावे लागते. रात्री घरी न येण्याचे प्रमाण वाढते. बिझिनेसच्या ठिकाणी असलेल्या कार्यक्रमांना जोडीदाराला बोलावले जात नाही. स्वत:च्या टाईम टेबलबद्दल गुप्तता बाळगली जाते किंवा सगळे 'नक्की नाही'च्या स्वरूपात असते. विमानाच्या वेळा किंवा हॉटेलची नावे सांगण्याचे टाळले जाते. रोज ऑफीसमधून यायला उशीर होतो आणि त्यांचे ऑफिसचे सहकारी तुमच्याबरोबर औपचारिक वागतात, त्यांनाच टेन्शन येते.

घबराट — जेव्हा फोन वाजतो किंवा तुम्ही ऑफिसमधले कोणी भेटल्याचे सांगता तेव्हा त्यांच्या चेहऱ्यावर बारा वाजतात. फोन वाजला तर अपरात्रीसुद्धा फोन बाहेर नेऊन बोलतात. त्यांचे मूड्स सारखे बदलतात आणि ते तुमच्यावर सतत कोणते ना कोणते कारण काढून टीका करतात.

संभाषणातील बदल — जी व्यक्ती अफेअरमध्ये गुंतलेली असते ती फोनवर बोलताना जवळून कोणी गेले तर मुद्दामच ऑफिसच्या संदर्भातील आकडेमोड किंवा त्या दिवसाची विशेष बातमी किंवा इतर सहकाऱ्यांची नावे घेतात किंवा संभाषण पूर्णपणे थांबवतात. पुरुष तर त्याच-त्याच गोष्टी पुन्हा सांगत राहतो, कारण कुणाला काय सांगितले हेच तो विसरतो.

तांत्रिक बदल — तुमच्या असे लक्षात येईल की तुमचा जोडीदार तुम्हाला फोन करण्याऐवजी ई-मेल करतो. जेव्हा ते फोन करतात तेव्हा बोलणे तातडीने संपवतात किंवा हळू आवाजात बोलतात, याचाच अर्थ त्यांच्याजवळ कोणीतरी असते. तुम्ही सगळे बसलेले असताना नेटवर्क प्रॉब्लेम सांगून फोन घेऊन बाहेर जाऊन बोलतात किंवा 'काय? काय?

ऐकू येत नाही' असा बहाणा करतात किंवा तासनतास टॉयलेटमध्ये बसतात. तुम्ही बरोबर असताना काही फोन कॉल्स उचलत नाहीत किंवा बंद करून टाकतात. ते लॅपटॉपवर सतत मेल्स चेक करत राहतात आणि तुम्ही मध्ये डोकावलाच तर ताबडतोब विंडो बंद करतात. त्यांचा ब्लॅकबेरी कधीच इकडे-तिकडे पडलेला तुमच्या दृष्टीस पडणार नाही. त्यांच्या कॉम्प्युटरला व फोनला पासवर्ड असेल.

नवीन मित्र — त्यांच्या कामाच्या ठिकाणी असे काही नवीन सहकारी असतात ज्यांना तुम्ही कधीच भेटत नाही. ते त्यांना सतत फोन करतात, पण थोडेच बोलतात आणि प्रत्येक वेळी, 'मी तुला नंतर कॉल करेन' असे म्हणतात किंवा 'आत्ता मला माहिती नाही रे' असेही म्हणतात. तुम्ही जर शोध घेतला तर त्यांचे मित्रही त्यांच्यासारखेच खोटारडे असतात. समान शील असणाऱ्यांचीच मैत्री होते ना!

वर दिलेल्या सर्व सूचना या प्रामुख्याने स्त्रियांपेक्षा पुरुषांच्या बाबतीत लागू पडतात. बायका लपवालपवी करण्यामध्ये माहीर असतात. पुरुष मात्र पाळेमुळे खणून काढण्याच्या वृत्तीत जरा लेचेपेचे असतात. एखाद्या आंधळ्या कुत्र्याला दिसेल ते पुरुषाच्या लक्षात येत नाही हे तुम्ही नीट निरीक्षण केले तर तुम्हाला कळेल. तिची कमी झालेली माया-प्रेम, प्रवासी बॅगेतील कंडोम्स, प्रणयाच्या बाबतीत नाराजी आणि कोणत्याही कार्यक्रमाची त्याला वगळून केलेली आखणी हे त्याच्या लक्षात येत नाही. ज्या बायका अफेअर करतात, त्या वैवाहिक जीवनात, प्रणयात रस घेऊ शकत नाहीत, कारण असे दुटप्पी वागणे हे तिच्या मेंदूत बसत नाही, त्यामुळे बायका सहसा एकनिष्ठ असतात.

पुरुषांचे मात्र असे नसते. ते प्रणय आणि प्रेम वेगळे ठेवू शकत असल्यामुळे एकाच वेळी अनेक स्त्रियांबरोबर संबंध ठेवणे त्यांना अवघड जात नाही.

> पुरुषांना कुत्र्यांपेक्षा मोठा मेंदू का दिलेला असतो? त्यांनी कॉकटेल पार्टीजमध्ये बायकांशी लगट करायला जाऊ नये म्हणून!

लबाड माणसाशी कसे वागावे?

ज्या रात्री प्रिन्स चार्ल्सने टी.व्ही.वर त्याच्या दीर्घ काळ चाललेल्या प्रसिद्ध

मुलाखतीमध्ये कॅमिला पार्करबरोबरचे त्याचे अफेअर कबूल केले तेव्हा प्रिन्सेस डायनाने तिच्या शरीराचे उन्मत्त प्रदर्शन करणारा काळा ड्रेस घालून संपूर्ण जगाला तिच्या उन्मादक रूपाचे दर्शन दिले. डायनासाठीसुद्धा नक्कीच हे सोपे नव्हते! पण घरी टी.व्ही.समोर रुमाल घेऊन रडत बसण्यापेक्षा ते सोपे होते. पुरुष जेव्हा फसवला जातो तेव्हा त्याला दुःख कमी होते, कारण तेव्हा त्याच्या मनात क्रोध, राग, संताप याच भावना असतात. त्यांचा स्वाभिमान दुखावला जातो, पण या सर्वच भावना आक्रमक आहेत. हं! पण त्यांची झालेली फसवणूक व त्यांना झालेले दुःख मित्रांकडे व्यक्त करणे ही गोष्ट त्यांच्यासाठी अवघड आहे.

बायकांवर मात्र जोडीदाराच्या अनैतिक वर्तणुकीचे फार खोलवर परिणाम होतात. सुरुवातीला जेव्हा तिला या अफेअरबद्दल समजते तेव्हा तिला राग येतो, ती दुखावली जाते, पण मग नंतर तिचा आत्मविश्वास कमी होतो, तिच्यामध्ये न्यूनत्वाची भावना निर्माण होते. तिला मुलांचाच आधार वाटतो आणि कुटुंबांची मोडतोड होऊ न देण्याचे ओझे तिच्याच शिरावर येते. जेव्हा बाई फसवली जाते तेव्हा आणखी दुसरे वाईट परिणाम असे होतात की तिला नैराश्य येते आणि शारीरिक आजारही होतात, कारण मोठ्या प्रमाणावरील ताणतणावांमुळे तिच्या रोगप्रतिकारक क्षमतेवर वाईट परिणाम होऊन कोणताही रोग तिला लगेच होतो. म्हणजे सर्दी, पडसे, पाठदुखी, संधिवात हे सगळे तिच्या शरीराला कुरतडत असतात.

अनेक बायका त्यांच्या या परिस्थितीसाठी नवऱ्याच्या मैत्रिणीलाच जबाबदार धरतात. हे म्हणजे स्वतःची भलावण करण्यासारखे असते. त्यांचा नवरा जो त्यांचे सर्वस्व आहे तो आपल्याला अशा प्रकारे दुखावू शकेल यावर त्यांचा विश्वास बसत नाही. असे सगळे असले तरी बायका नवऱ्याला आधी त्याची 'पहिली चूक' म्हणून माफ करतात, तर नंतर अधूनमधून केलेल्या चुका म्हणून माफ करतात आणि शेवटी स्वतःला या गोष्टीची सवय करून घेतात.

> काही लोकांना वाटते की कुंपणापलीकडचे गवत अधिक हिरवे आहे. खरे आहे ते! कारण तिथून झाकलेली गटारगंगा वाहते.

बायका हे सगळे सहन करतात, त्यामागे अनेक कारणे आहेत. एक तर त्यांचे त्यांच्या नवऱ्यावर प्रेम असते, त्यांच्या मुलांवर प्रेम असते, त्यांच्या

कुटुंबावर प्रेम असते. नवरा, मुले यांच्यासमवेत राहताना स्त्रीला एक सामाजिक प्रतिष्ठा प्राप्त होते आणि सगळ्यात महत्त्वाचे म्हणजे नवऱ्याकडून मिळणारी साधनसंपत्ती त्यांना गमवायची नसते. त्यांचे घर त्यांना गमवायचे नसते. अशा प्रसंगी त्यांचे स्वत्व इतके कमी झालेले असते की दुसरे कोणी आपल्यावर प्रेम करू शकेल याचा विचारही त्या करू शकत नाहीत, म्हणून पुरुषांचा व्यभिचार हा त्याने देऊ केलेल्या घराच्या पैशाच्या, चैनीच्या मोबदल्यात फारसे आक्षेपार्ह नाही असे त्यांना वाटते. थोडक्यात, या साधनसंपत्तीच्या बदल्यातच ती त्याला चिकटून राहते. जरी स्त्री या तडजोडी नाइलाजाने स्वीकारते, तरीसुद्धा तो तिला कधीही सोडून जाईल याचे भय तिला असतेच. संसारात पुरुष दु:खी आहे म्हणून सोडून गेला अशी उदाहरणे दुर्मीळ आहेत, पण त्याला दुसरी चांगली संधी मिळाली तर तो सुखी संसारातूनसुद्धा उठून जाऊ शकतो, एका रात्रीपुरते त्याने बाहेर सुख शोधले तर तो पुन्हा आपल्या आयुष्यात नवे चैतन्य आणू शकतो. पण जर ही नवीन भेटलेली स्त्री त्याला त्याच्या योग्यतेची वाटली तर मात्र त्याचे पत्नीबरोबरचे नातेसंबंध तुटू शकतात.

ज्या पुरुषाला आपल्या बायकोच्या अफेअरबद्दल समजते तेव्हा तो जर ते अफेअर गुप्त असेल, त्याचा फारसा बोभाटा झाला नसेल तरच तिच्याबरोबर राहायला तयार होतो. पुरुषांचा अहम बायकोच्या अफेअरमुळे दुखावला जातो आणि जगाला याची माहिती आहे हे समजल्यावर तर तो बेभान होतो; मग त्याला स्वत:च्या पितृत्वाबद्दलसुद्धा शंका निर्माण होते. आपण आधी म्हटल्याप्रमाणे जोपर्यंत त्याला अधिक चांगली संधी मिळत नाही तोपर्यंत तो जमवून घेतो.

पण जोडीदाराचे अफेअर समजून घेऊन त्याच्याबरोबर एकत्र राहणे हे फार कठीण असते. फारच थोड्या लोकांना यातून बाहेर पडण्याचा मार्ग सापडतो. आपल्या वेदना लपवून ठेवून खोटे-खोटे नाटक करणे अवघड असते, अर्थात आपला सगळा राग त्यांनी त्यांच्या जोडीदारावरच काढला पाहिजे, ज्यांच्याशी त्यांची बांधीलकी आहे. जोडीदाराचे ज्याच्याबरोबर अफेअर आहे त्याच्यावर रागावणे व्यर्थ असते.

> आयुष्यात तुम्हाला दोनच पर्याय असतात. तुम्ही अविवाहित राहणे आणि दु:खी असणे किंवा लग्न करणे आणि आपण मृत्यू पावलो आहोत असे समजणे!
>
> *बॉब होप*

जे लोक आपल्या जोडीदाराच्या व्यभिचाराबद्दल त्यांच्याशी संघर्ष करतात, भांडतात, कानउघाडणी करतात त्यांनासुद्धा पश्चात्ताप होतो, कारण ते अशा लोकांच्या पातळीवर येतात जे रस्त्यात तमाशा करतात, भांडतात, गाड्यांचे नुकसान करतात, खिडकीतून काही-बाही फेकतात, इंटरनेटवर घाणेरडे मजकूर सूडबुद्धीने लिहितात.

माझ्या माहितीप्रमाणे लिओपार्डस्च्या अंगावर ठिपके असतात.

अे, मी तुला आधीपासून सांगत होतो की मी चित्ता होतो.

काही स्त्री-पुरुष सूडबुद्धीने अफेअर करतात, कारण त्यावेळी त्यांच्याकडे दुसरा पर्याय नसतो, पण मन शांत झाले व त्यांचा अहम सुखावला की त्यांना त्या अफेअरमधे काही गम्य वाटत नाही, शिवाय अशा प्रकारच्या अफेअरमुळे तेसुद्धा त्यांना फसवणाऱ्या जोडीदाराच्याच पंक्तीत जाऊन बसतात.

सुधारसमिती

लबाड आणि फसवणारा माणूस हा लग्न करण्यासाठी अयोग्य असतो; खरे तर अशा लबाड माणसाला समुपदेशन करून घेण्याची गरज असते. दीर्घ काळ नातेसंबंध प्रस्थापित करण्यासाठी त्यांना तपासून पाहण्याची गरज असते. त्यांच्या जोडीदारांनी अशा लबाड माणसांकडून सुखी आयुष्याची स्वप्ने न बघता त्यांचा

नाद सोडावा हेच हितावह! तुम्ही मुद्दाम असा लबाड माणूस जोडीदार म्हणून शोधाल का? नाही ना?

जी व्यक्ती दीर्घ काळापासून एखादे अफेअर करत असेल तर त्यांनी आता निर्णय घेण्याची वेळ आली आहे. खरे सांगायचे तर अफेअरला भवितव्य नसते. जो फसवला जातो त्याला फक्त आजारपण आणि नैराश्यच भोगावे लागते. जर, हीच परिस्थिती कायम राहिली तर त्याचा शेवट दुःखात होतो आणि भावनिक पातळीवर फार मोठी किंमत चुकवावी लागते.

सगळ्यात मोठे आव्हान तर अशा लोकांसाठी असते जे त्यांच्या समस्या प्रयत्नपूर्वक सोडवून आपले नातेसंबंध पुनःप्रस्थापित करतात. आपले झालेले नुकसान विसरून जातात व अधिक चांगले नातेसंबंध जोडून आपल्या नवीन जोडीदाराबरोबर अधिक चांगले जीवन जगण्यासाठी धडपडतात.

अफेअर संपल्यानंतरची काही मार्गदर्शक तत्त्वे

१. **संवाद** — जोपर्यंत तुम्ही काय घडले, का व कोणत्या परिस्थितीत घडले याबद्दल काही बोलत नाही तोपर्यंत तुम्हाला पुढे जाण्याचा मार्ग सापडणार नाही. प्रामाणिक राहा आणि कोणतेही प्रश्न विचारायला घाबरू नका, जरी तुम्हाला उत्तर आवडणारे नसले तरीही! ही उत्तरेच तुमच्या भविष्यातील कुलपे उघडतील.

२. **स्पष्टपणे बोला** — जर तुम्ही अफेअर केले असेल तर कबूल करा की ती तुमची चूक होती आणि जोडीदाराला सांगा की प्रामाणिकपणे तुम्हाला तुमचे नातेसंबंध जोडायचे आहेत. कदाचित कबुली दिल्यानंतर होणाऱ्या परिणामांची तुम्हाला भीती वाटत असेल, पण तुमचा कबुलीजबाबच तुमच्यामधील नातेसंबंध सुधारण्याची संधी देणार आहे. दुसऱ्या कुठून काही कळण्यापेक्षा तुम्हीच ते सांगितलेले बरे पडेल. तुमचे बिघडलेले वैवाहिक जीवन सुधारण्याची ही योग्य वेळ आहे, तेव्हा थेट हृदयाला भिडणारे बोला.

३. **एकमेकांना दूषणे देणे टाळा** — कोणी काय केले? किंवा कोणी काय केले नाही? याबद्दल बोलणे टाळा. असा नकारात्मक दृष्टिकोन बाळगून काहीच साध्य होणार नाही, त्यामुळे समस्या मिटण्याऐवजी त्या आणखी वाढतील.

४. **घाईघाईने निर्णय घेऊ नका** — धक्क्यातून सावरण्यासाठी थोडा

वेळ द्या, त्यामुळे परिस्थिती अधिक तर्कशुद्धपणे तुम्ही हाताळू शकाल. एखादा आठवडा मध्ये जाऊ द्या, त्यामुळे तुम्ही शांतपणे व सुज्ञपणे विचार करून भविष्यातील तुमचे नातेसंबंध कसे असावेत याबद्दलचे महत्त्वाचे निर्णय घेऊ शकाल.

५. **शोक करण्यासाठी काही वेळ लागेलच हे स्वीकारा —** आता पूर्वीचे रोमांचक दिवस पुन्हा कधी येणार नाहीत हे गृहीत धरा. जगासमोर जरी तुम्ही सर्व काही ठीक असल्याचा मुखवटा धारण केला तरी याचा अर्थ असा नाही की ते तुम्ही स्वत:लाही पटवून देऊ शकाल.

६. **जे तुम्ही बोलू शकणार नाही ते लिहून काढा —** अनेक लोकांच्या अनुभवांवरून हे सिद्ध झाले आहे की ज्या लोकांना संवाद साधायला अडचण पडते व ते आपल्या भावना किंवा भय व्यक्त करू शकत नाहीत, त्यांनी त्या लिहिल्यामुळे त्यांना फायदा झाला. खरे सांगायचे तर पुरुष मुखदुर्बल असतात, म्हणून अफेअरचे विनाकारण फार पोस्टमार्टेम करू नका. मुद्याचे तेवढेच बोला.

७. **यादी बनवा —** तुम्ही आणि तुमचा जोडीदार वेळ ठरवून एकत्र बसा व दोघांमधील कोणत्या गोष्टी बदलण्याची गरज आहे व नातेसंबंध अधिक दृढ व्हावे म्हणून आणखी काय-काय करण्याची गरज आहे याची एक यादी बनवा. जर ही यादी वाचून पाहिली तर तुम्हालाही खूप आश्चर्य वाटेल की या किती साध्या आणि सोप्या गोष्टी आहेत! तुम्हीच तुमच्या मनाशी म्हणाल की अफेअर होण्यापूर्वी इतक्या साध्या गोष्टी तुमच्या लक्षात कशा आल्या नाहीत? पण वास्तव असे असते की आपल्या रोजच्या धबडग्यात या साध्या-क्षुल्लक गोष्टी पार गाडल्या जातात.

८. **स्वत:वरच दया करा —** ज्या गोष्टी करण्याची फारशी गरज नाही अशा कामांमधून रजा घ्या किंवा अशी कामे पुढे ढकला की ज्या कामांमुळे तुमच्या दोघांच्या सहजीवनातील खास क्षणांवर मर्यादा पडतील.

९. **आपली भूमिका निश्चित करा —** एखादे अफेअर घडून गेल्यानंतर वैवाहिक जीवनातील पापविमोचन असे असायला हवे की तुम्हाला मनापासून पश्चात्ताप व्हायला हवा, अर्थात म्हणून तुम्ही पश्चात्तापाच्या भावनेत होरपळून जाण्याची गरज नाही, त्यापेक्षा आयुष्याला सकारात्मक दृष्टिकोनातून सामोरे जा. तुमच्या अपराधीपणाच्या भावनेतून बाहेर पडण्याचा योग्य उपाय म्हणजे सरळ चूक कबूल करून टाका आणि पुन्हा असे घडणार नाही असे वचन द्या.

तुम्हाला कोणी ‘लबाड’ हे संबोधन देऊ नये, यासाठी पुढील चार नियम पाळा.

१. **तुमच्या जोडीदाराला अग्रक्रम द्या** — ज्या नातेसंबंधांमधील जोडीदार आपले करिअर, व्यवसाय, मुले यांच्यावरच फक्त लक्ष केंद्रित करतात त्यांच्याबाबतीत अफेअर घडण्याची दाट शक्यता असते. या गोष्टी महत्त्वाच्या आहेत हे जरी खरे असले तरी या गोष्टींना एक नंबरवर ठेवू नका.

२. **दोघांमधले खाजगीपण जपा** — ज्या खास गोष्टी आहेत त्यांची चर्चा फक्त दोघांमध्येच करा. तिसऱ्या व्यक्तीजवळ असले विषय बोलू नका किंवा चर्चा केलीच तर दोघांच्या संमतीशिवाय करू नका.

३. **रोज एकत्रितपणे काहीतरी करा** — जी जोडपी रोज एकमेकांशी निगडित, मिळून-मिसळून काही गोष्टी करतात, गप्पा मारतात त्यांच्याबाबतीत अनैतिक गोष्टी घडत नाही व त्यांना स्वत:ला पण सुरक्षित वाटते.

४. **असे प्रसंग टाळा ज्यामुळे अफेअर घडू शकेल** — असे प्रसंग टाळा की ज्यायोगे काही तात्पुरत्या क्षणांसाठीसुद्धा तुम्ही दुसऱ्या कोणाकडे आकर्षित व्हाल! अर्थात याचा अर्थ असा नाही की तुमच्या नातेसंबंधांमध्ये काही तरी बिघाड आहे, पण तुम्हाला अशी काळजी नक्कीच घेतली पाहिजे की ज्यामुळे तुम्ही अफेअरपासून दूर राहाल!

सारांश —

वैवाहिक जीवनात ‘व्यभिचार’ ही गोष्ट अशी आहे की कोणालाही त्याचे भय वाटते, पण जेव्हा दोघांपैकी एक जोडीदार नाराज असतो तेव्हा तो बहकण्याची शक्यता जास्त असते आणि हा इशारा असतो हे लक्षात ठेवावे, म्हणूनच जोडीदारांनी एकमेकांशी सतत संवाद साधून, आपल्या भावना व्यक्त करून, एकमेकांना आधार देऊन हे भय काढून टाकावे. एकमेकांच्या सान्निध्यात अधिक वेळ घालवून अनैतिकतेला आपल्यापासून दूर ठेवावे.

अफेअर्समुळे कोणत्याच समस्या सुटत नाहीत, उलट त्या वाढतात.

> जो माणूस आपल्या मालकिणीशी लग्न करतो, तो स्वत:ची जागा दुसऱ्या इच्छुक उमेदवारासाठी रिकामी ठेवतो.
>
> *- ऑस्कर वाइल्ड*

नवीन जोडीदाराच्या नवीन मागण्या असतात. तुमच्यातील वयाचे अंतर जेवढे अधिक तेवढ्या समस्या अधिक! बरेचसे व्यभिचारी लोक हे प्रेम, वासना आणि आपले अफेअर उघडकीला येईल याचे भय याबाबतीत संभ्रमित असतात. अफेअर हे पूर्णपणे स्वार्थीपणाचे असते. रोजच्या जीवनात टॉयलेट कोणी साफ करायचे, मुलांना पियानो क्लासमधून कोणी आणायचे, कचऱ्याची विल्हेवाट कोणी लावायची या प्रश्नांबद्दल चर्चाच झालेली नसते. अगदी एखाद्या पुरुषाने तिच्याबरोबर अफेअर केले, तिच्याशीच पुढे लग्न केले, तरी वासनेचे संप्रेरक स्त्रवणे बंद झाल्यावर ९०% लोकांच्या बाबतीत असे लग्नपण संपुष्टात येते, अर्थात यासाठी वर्ष दोन वर्षांचा काळ जावा लागतो, कारण मग तेच रटाळ दैनंदिन जीवन सुरू होते.

जे लोक अफेअरमध्ये अडकले आहेत त्यांचे ५०% सामाजिक जीवन धोक्यात येते, त्याचबरोबर ५०% साधनसंपत्ती पण धोक्यात येते, तसेच नातेसंबंधातसुद्धा त्यांचे भाऊ, बहीण, पालक, सहकारी, मुले त्यांच्या नवीन जोडीदाराला नाकारण्याची शक्यता असते.

इंग्लंडमधील नातेसंबंधांवर अभ्यास करणाऱ्या संस्थेनी असा निष्कर्ष मांडला आहे की, ज्या जोडप्यांनी आपले नातेसंबंध संपुष्टात आणले त्यांपैकी ५०% लोकांना त्यांच्या निर्णयाबद्दल पश्चात्ताप झाला आहे. अफेअर हे लग्न संपुष्टात आणण्याचे कारण असू नये, परंतु तो बिघडलेल्या जीवनाचा इशारा आहे हे समजून घ्यावे. वैवाहिक जीवनातील एका जोडीदाराच्या नाराजीची समस्या दुसऱ्यानेच समजून घ्यावी. जेव्हा एखादी स्त्री किंवा पुरुष निष्ठावान नसते तेव्हा नातेसंबंधात काहीतरी बदल करण्याची आवश्यकता असते. नातेसंबंधांबाबतच्या समुपदेशकाचा सल्ला घेतला तर अफेअर होण्याच्या समस्येला आळा बसेल.

* कोणत्याही नातेसंबंधात कोणाचेही, कधीही अफेअर होऊ शकते.
* अफेअर्स कोणत्याही समस्या सोडवत नाहीत, उलट नवीन समस्या निर्माण करतात.
* वैवाहिक जीवनातील प्रश्न जोडीदारांनी एकत्रितरीत्या समुपदेशकाच्या मदतीने सोडवावे.

प्रकरण ७

योग्य जोडीदार कसा निवडावा?

तुम्ही भरलेल्या वैयक्तिक माहीतीनुसार तुमच्या योग्य जोडीदाराच्या ओळखीची ही पहीली खूण आहे.

आता हे भेटणे वगैरे याला फारसा काही अर्थ नव्हता, कारण मी तिच्याशी लग्न करण्याचे पक्के ठरवले होते, पण हे प्रियाराधन करताना मी काय बोलू, असे म्हणू का? की- 'हे च्युईंगम घे!' हे फारच खालच्या दर्जाचे वाटते. 'हेऽऽ बेबी', असे वाग्दत्त वधूला संबोधणे फारच पोरकटपणाचे होईल. 'आय लव्ह यू! तू भलतीच मादक दिसतेस!' असे म्हणणे फार पुढारपणाचे दिसेल. 'मी तुझ्यामध्ये माझ्या मुलांची आई बघतो.' असे म्हणणे अपरिपक्वपणाचे होईल; म्हणून मग मी काहीच म्हणालो नाही खरेच! काहीच म्हणालो नाही. मी तिथे नुसता बसून राहिलो. थोड्या वेळाने तिचा स्टॉप आला ती बसमधून खाली उतरली आणि आम्ही पुन्हा कधीच भेटलो नाही.

बहुतेक नातेसंबंधांची सुरुवात कशी होते...

आपल्यापैकी अनेकांच्या नातेसंबंधांची सुरुवात अपघाताने झाली आहे. हल्ली वधू-वर सूचक मंडळे आणि इंटरनेट यामुळे हेतुपुरस्सर भेटी घडवून आणल्या जातात. निम्मी माणसे कामाच्या ठिकाणी प्रेमात पडतात आणि उरलेले योगायोगाने क्लब्ज, पब्ज, बार्स, डिस्कोज, बार्बेक्यूज अशा ठिकाणी एकत्र भेटतात. आपल्यापैकी अनेकांना कोणतेही नियोजन न करता जोडीदार मिळतात किंवा त्यांच्यापुढे तसे

कोणतेच ध्येय नसते आणि तरीही इतक्या मोठ्या प्रमाणात घटस्फोट होतात हे पाहून आम्ही हैराण झालो आहोत.

जर तुम्ही एखाद्या कंपनीमध्ये एच.आर. मॅनेजर असलात आणि तुम्हाला एखाद्या उच्चपदस्थ अधिकाऱ्याची नेमणूक करायची असली तर तुम्ही कसला आग्रह धरला असता? त्या व्यक्तीचे परिचयपत्र, आरोग्याचा अहवाल, आर्थिक बाबींचा अहवाल, बँकेचा थकदार! नाही ना! क्रेडिट कार्डाची तपासणी, शिवाय आधीच्या मालकाची शिफारस हे सगळे नक्कीच पाहाणार ना! ती व्यक्ती जेलमध्ये जाऊन आली आहे का किंवा संशयित खुनी तर नाही ना, हे तुम्हाला माहिती असणे गरजेचे आहे, होय ना? मग केवळ एखादी व्यक्ती पबमध्ये किंवा क्लबमध्ये भेटली तर तिच्याशी नातेसंबंध प्रस्थापित करण्यापूर्वी तिच्याबद्दल अशी सगळी माहिती गोळा करण्याची गरज तुम्हाला का नाही वाटत? पण आपल्यापैकी अनेकजण या चुका करतात. ते त्यांचे जोडीदार केवळ योगायोगाने निवडतात. नातेसंबंधांच्या पहिल्या वर्षात नवीन-नवीन लोक त्यांच्यातील दोष लपवून गुणप्रदर्शन करण्याचाच प्रयत्न करतात, त्यामुळे बराच काळपर्यंत या व्यक्तीची खरी ओळख पटत नाही.

तुमच्यासाठी योग्य जोडीदार कोण? तर ज्या व्यक्तीबद्दल तुमच्या मनात असा यत्किंचितही संदेह नाही की जो तुम्हाला आयुष्यभर आवडत राहील! जोडीदार निवडण्याची घाई करु नका. वय वाढीला घाबरू नका, कारण हा काही फार मोठा मुद्दा नाही. जरा धीर धरलात तर तुमच्यासाठी भरपूर निवड उपलब्ध आहे.

> प्रत्येक नातेसंबंधातून तुम्हाला काहीतरी शिकायला मिळेल आणि त्याच्यातूनच पुढे जाऊन तुम्हाला आदर्श जोडीदार मिळेल.

जेव्हा प्रश्न आयुष्यभराचा असतो किंवा दीर्घ काळ मैत्रीचा असतो तेव्हा भावना आणि जाणिवा यांच्यापेक्षा व्यवहार्य भूमिका अधिक उपयुक्त ठरते. आम्ही आधीच सांगितल्याप्रमाणे आपल्या मेंदूमध्ये पुनरुत्पादनाच्या हेतूने जी रसायने स्रवतात त्यांचा समोरची व्यक्ती आपल्यासाठी योग्य जोडीदार आहे किंवा नाही याच्याशी दूरपर्यंत संबंध नसतो. तुमचे संपूर्ण आयुष्य बदलवून टाकणारा जोडीदार निवडीबद्दलचा निर्णय हा अत्यंत काळजीपूर्वक घ्यावा लागतो; तरच तुमची जोडी टिकून राहते. जर जोडीदार वाईट असेल तर तुम्हाला त्याचे दूरगामी

परिणाम भोगावे लागतात आणि आयुष्य पण दुःखी होते. तुम्ही उच्च पदाची नोकरी मिळवण्यासाठी इंटरव्ह्यूला जाताना जेवढी काळजी घेता, जेवढे सजग असता तेवढीच सजगता आणि तेवढेच कौशल्य तुम्ही जोडीदार निवडताना दाखवले पाहिजे. एखादी परकी व्यक्ती तुमचे संपूर्ण आयुष्य ढवळून कशी काय टाकू शकते? फक्त एवढ्या कारणासाठी, की तुमची टेस्टास्टोरॉनची पातळी वाढली म्हणून?

सुयोग्य जोडीदाराची निवड कशी करायची?

योग्य जोडीदार निवडणे हे मुख्यतः दोन गोष्टींवर अवलंबून असते.

१. तुम्हाला तुमच्या जोडीदारामधे काय-काय असणे आवश्यक वाटते ते जाणून घेणे

२. आणि त्या बदल्यात जोडीदाराला तुमच्याकडून जे हवे ते देऊ करणे

हे तर तुम्हाला माहीतच आहे की प्राचीन स्त्रीला पुरुषाकडून साधनसंपत्ती हवी होती, परिणामी पुरुषांची प्रजाती ही साठवण्याकडे कल असणारी अशी आहे. प्राचीन पुरुषाला स्त्रीमध्ये पुनरुत्पादन करण्याची ताकद असण्याचा शोध लागला आणि स्त्री यांची प्रजाती ही आपण तरुण, सुंदर, निरोगी आणि बहुप्रसवा कशा होऊ याबद्दल प्रेरित होऊ लागली. जाणतेपणाने किंवा अजाणतेपणाने स्त्री व पुरुष दोघांनाही विरुद्धलिंगी व्यक्तीला नेमके काय हवे आहे हे समजू लागले; एखादा फिशरमन जसे आपल्या काठीला मासे पकडण्यासाठी गळ लावू लागला तसेच हे काहीसे होते, त्यामुळेच स्त्री व पुरुष एकमेकांना आकर्षित करण्यासाठी आपली जास्तीतजास्त क्षमता वापरू लागले.

> बायकांनी त्यांच्या गळाला प्रणयाची लालूच लावली तर पुरुषांनी त्यांच्या गळाला साधनसंपत्ती जोडली.

पण आत्ता काहीतरी तंत्र बिघडले आहे! सर्व तरुणाई संभ्रमित झाल्यासारखी दिसते. तरुण मुलींच्या मेंदूवर सतत हे बिंबवले गेले आहे की स्त्री व पुरुष प्रणयाराधन, फोरप्ले, भावनांचे विश्लेषण यामध्ये गुंतलेले दिसतात, पण खरे सांगायचे तर २१व्या शतकातील पुरुषाच्या मेंदूतील घडण ही त्याच्या पूर्वजांसारखीच आहे. त्यांनाही शक्य तेवढा प्रणय, शक्य तितकी व्हरायटी आणि कमीतकमी वेळात हवी आहे.

ज्या पुरुषांना स्त्रियांच्या मूलभूत गरजा समजतात असे अनुभवी पुरुष आपल्याला हवे ते मिळविण्यासाठी प्रेमाच्या खेळात भाग घेतात; पण पुरुषाचे सामाजिक स्थान जेवढे उच्च तेवढे त्याला हवे ते कमी वेळात मिळते. उदाहरणार्थ, ब्रॅड पिटला एखाद्या आकर्षक स्त्रीला बिछान्यापर्यंत नेण्यास फक्त ३० मिनिटे लागतील तेच बँकेत काम करणाऱ्या श्रेयसला त्याच गोष्टीसाठी ६ महिने लागतील.

महत्वाची मूल्ये आणि समज

मानवी आकर्षणाच्या महत्त्वाच्या गोष्टी म्हणजे पुरुषाची साधनसंपत्ती आणि स्त्रियांचे तारुण्य व आरोग्य, नातेसंबंध, दीर्घ काळ टिकण्यामागची कारणे शोधताना सर्वच निष्कर्ष इथपर्यंत येऊन पोहोचले आहेत. ज्यांना हे समजते त्यांची मूल्ये आणि विश्वास सारखे असतात.

> **जी जोडपी टिकतात त्यांची मूल्ये व विश्वास सारखे असतात.**

महत्त्वाची मूल्ये कोणती?

१. मुलांना कसे वाढवायचे व शिस्त कशी लावायची?
२. घरगुती कामे व जबाबदाऱ्या यांची वाटणी कशी करायची?
३. आर्थिक बाबी - पैसे कुठे, केव्हा, कसे खर्च करायचे?
४. स्वच्छता आणि जीवनमूल्ये
५. सामाजिक आणि कौटुंबिक जीवन कसे व्यतीत करायचे?
६. प्रणय आणि जवळीक- कोणाची काय गरज हे ओळखून- पुरविली जाण्याची हमी

महत्वाचा विश्वास असा

१. आत्मिक आणि धार्मिक
२. तात्त्विक आणि नैतिक
३. राजकीय आणि सांस्कृतिक

खरे सांगायचे तर पूर्णतः 'अनुरूप जोडपे' असे काही नसतेच! अनेक

जोडप्यांमधे पैसे, प्रणय, मुले आणि वेळ या मुद्यांवरून मतभेद असतात. दीर्घकालीन यशस्वी, टिकाऊ नातेसंबंध म्हणजे ज्यांचे आचार, विचार, विश्वास, जीवनाविषयीची मूल्ये सारखी आहेत आणि आपल्यातील मतभेद जे शांतपणे मिटवू शकतात! सुसंगतता किंवा अनुरूपताही तुम्ही निर्माण करावी लागते, लक्षात ठेवा १/२ वर्षांनंतर जेव्हा संप्रेरकांचा प्रभाव कमी होतो तेव्हा हीच जीवनाविषयीची मूल्ये आणि विश्वास नातेसंबंध टिकवण्यासाठी कामी येतात. जेव्हा तुमची नव्याने कोणाशी ओळख होते तेव्हा निदान वर्षभर तरी ते तुमच्याशी चांगलेच वागतात; म्हणूनच समोरच्या व्यक्तीचे आचार, विचार, जीवनमूल्ये समजून घेण्यास वेळ लागतो.

एखाद्या नवीन नातेसंबंधामधील श्रीयुत आदर्श आणि श्रीमती आदर्श यांची परीक्षा घेण्यासाठी पुढील ३ साधे प्रश्न विचारा.

१. **त्यांची मूळ विचारसरणी कशी आहे?** — ती व्यक्ती समोरच्या माणसाला कशी वागवते, मित्रांशी कशी वागते, नातेवाइकांशी कशी वागते, कामाच्या ठिकाणी सहकाऱ्यांशी कशी वागते? ती काळजी घेणारी, दक्ष, प्रेमळ आणि मायाळू आहे का? ती व्यक्ती कुत्र्याशी कशी वागते किंवा एखाद्या रेस्टॉरंटमध्ये गेल्यावर वेटरशी कशी वागते यावरूनच ती तुमच्याशीसुद्धा कशी वागणार आहे हे समजते.
२. **त्यांच्या कृतीतून काय दिसते?** — एखादी व्यक्ती स्वतःबद्दल तुम्हाला काहीही सांगत असली तरी त्यांची कृती बोलते आणि त्यामधूनच ती व्यक्ती खरी कशी आहे हे समजते. जर ती व्यक्ती म्हणेल की, 'तूच माझे सर्वस्व आहेस.' पण आपला सगळा वेळ इतर मित्रमैत्रिणींबरोबर घालवत असेल तर सत्य उघडकीस येते.
३. **तुमचे मित्र काय म्हणतात?** — तुमचे स्वतःचे मत तर सगळ्यात महत्त्वाचे आहेच, पण तुमचे जवळचे मित्र त्या व्यक्तीचे वागणे न्याहाळू शकतात. तुम्ही जरी प्रेमात आंधळे झाला असलात तरी तुमचे मित्र तुम्हाला खरी वस्तुस्थिती जाणवून देऊन मदत करू शकतात.

नवीन नातेसंबंधातील ५ सर्वसामान्य चुका

अनेक लोक या मजकुराबाबत आमच्याशी सहमत होतील, कारण तुमच्यापैकी बऱ्याचजणांनी आयुष्यात कधी ना कधी या चुका केल्या आहेत.

चूक १ : संप्रेरकाच्या प्रभावाखाली केलेली निवड

जेव्हा एखादी व्यक्ती प्रेमात वेडी होऊन निर्णय घेते तेव्हा तो निर्णय भावनिक पातळीवरचा असतो आणि दीर्घकालीन नातेसंबंधासाठी तो योग्य नसतो. आपण पहिल्या प्रकरणात वाचल्याप्रमाणे ही निव्वळ वासना असते. ज्या वेळी मेंदू संप्रेरकांनी भरून वाहात असतो आणि आपली अवस्था एखादे नशीले द्रव्य घेतल्यासारखी असते. जर तुम्हाला वचनबद्ध व्हायचे असेल किंवा एखाद्या चुंबकाप्रमाणे तुम्ही त्या व्यक्तीकडे आकर्षिले जात असाल आणि तुमच्यावर जादुई प्रभाव पडत असेल तर सरळ बाथरूममध्ये जाऊन कोल्ड शॉवर घ्या आणि पुन्हा एकदा पहिले प्रकरण वाचा, कारण या सूचना तुमच्यापर्यंत मेंदूकडून येत नाहीत, तर त्या फक्त संप्रेरकांकडून येतात, अर्थात या नवीन नातेसंबंधातली मौजमजा तुम्ही घेऊ शकता, पण आधीच मनाशी हे बजावून ठेवा की भविष्यकालीन निर्णय घ्यायला अजून अवकाश आहे.

चूक २ : समस्यांकडे पाठ फिरवणे

तुम्ही स्वत:शी नाकबूल करता की त्या व्यक्तीमध्ये काहीतरी दोष आहेत. खरे तर तुम्हाला ते समजलेले असतात, पण तुमचे त्या व्यक्तीवर इतके प्रेम असते की तुम्ही त्या दोषांकडे काणाडोळा करता आणि मनाला पटवता की अशीच तर व्यक्ती तुम्हाला जोडीदार म्हणून हवी होती. खरे तर तुम्हाला जी काही माहिती त्या व्यक्तीबद्दल मिळाली असेल तिचा उपयोग बुद्धिकौशल्याने जोडीदाराच्या निवडीबाबत करा.

चूक ३ : गरजू लोकांची निवड

तुम्ही अशा व्यक्तीकडे आकर्षित होता की जी तुम्हाला सतत आर्जवे करते की तिला तुमची किती गरज आहे! त्यामुळे तुम्ही सतत त्या व्यक्तीचे नैराश्य दूर करण्यात बुडून जाता; शेवटी याचा परिणाम असा होतो की तुम्ही दमून-भागून घटस्फोटाचा किंवा दूर होण्याचा निर्णय घेता. आता गरजू तुम्ही होता, कारण तुमची ही वर्तणूक बूमरँगसारखी तुमच्यावरच उलटलेली असते. आता तरी शहाणे व्हा- स्वत:ला वेळ द्या- यानंतर असा जोडीदार शोधा की ज्याला तुमची गरज नाही, पण ज्याला किंवा जिला तुम्ही हवे आहात.

चूक ४ : हार

तुम्ही अगदी हतबल झाला आहात आणि त्यामुळे कुठलाही वादविवाद तुम्ही

टाळत आहात. तुम्हाला तुमच्या जोडीदाराला आनंदी ठेवायचे आहे, म्हणून त्याला किंवा तिला त्रास होईल अशी प्रत्येक गोष्ट तुम्ही टाळता. तुम्ही आता फक्त 'होय ना' म्हणून जगत आहात, पण अकार्यक्षम आणि मान खाली घालून खांद्यात झुकलेले तुम्ही तुम्हाला स्वत:लाही आवडत नाही आणि मग तुमचा पारा फुटतो आणि तुमचा उद्रेक होतो, यामुळे तुमच्या जोडीदाराला असे वाटते की तुमच्या खऱ्या भावना एक तर तुम्ही व्यक्त करत नाही किंवा तुम्हाला त्या नाहीतच! परिणामी तुम्ही स्वत:च तुमचा अपमान करायला त्यांना संधी देता म्हणून निदान २/३ वेळा तरी भरपूर वादावादी रंगू द्या किंवा अगदी कंबर कसून भांडा, पण माघार घेऊ नका.

चूक ५ : अशा जोडीदारांची निवड ज्याला आपण बदलू शकू असा तुमचा आत्मविश्वास

तुम्ही असे म्हणता की मला माहिती आहे या व्यक्तीला नातेसंबंध जपता येत नाही. भूतकाळातही त्याच्या/तिच्या बाबतीत अनेक किस्से घडले आहेत, पण माझ्याबरोबर असे होणार नाही; तो/ती आता बदललेल्या गोष्टी निराळ्या घडतील. हा, हा! हा तुमचा केवळ भ्रम आहे! असे कधीही घडणार नाही! असा गैरसमज ज्यांचा असतो ते स्वत:वर नवीन संकट ओढवून घेतात. खूप बायकांचा असा भ्रम असतो, की त्यांच्या प्रेमात एवढी विलक्षण जादू आहे की त्या समोरच्या व्यक्तीमध्ये आमूलाग्र बदल घडवून आणू शकतील! पण त्यांचा हा प्रेमवीर त्याच्या जुन्या सवयी बदलू शकत नाही, अर्थात सुरुवातीच्या काळात प्रेम भरपूर प्रमाणात असते. बरेच लोक आपल्या वाईट सवयी लपवतात, पण फार काळ नाटक करणे अवघड असते.

> इ.स. २००७मध्ये वैवाहिक सौख्याचा काळ हा फक्त १२ वर्षांचा होता.

जोडप्यांची अनुरूपता

प्रत्येक व्यक्तीला गुण दिले जातात, ज्याचा संबंध जोडप्यांच्या अनुरूपतेशी असतो. हे गुण सहसा ० ते १०च्या मध्ये असतात. आपल्यापैकी कोण उत्तम जोडीदार होण्यास लायक आहे याचे ते मोजमाप असते. आपण जाणतेपणाने किंवा अजाणतेपणाने इतरांच्या क्रमवाऱ्या लावत असतो. कोणालाच आपण

सोडत नाही, ही क्रमवारी कशावर अवलंबून असते? तर स्त्री व पुरुषांना जोडीदारामध्ये अपेक्षित असलेले गुण पडताळले जातात.

एखादे जोडपे रेस्टॉरंटमध्ये बसलेले असेल किंवा आपल्या जवळून गेले तर आपण त्या दोघांनाही दहापैकी गुण देतो व ठरवतो की ते जोडपे अनुरूप आहे की नाही? आपण हे गुण कशाच्या जोरावर देतो, तर त्यांचे नातेसंबंध दोघांसाठीसुद्धा आरामदायी आहेत किंवा नाहीत किंवा या दोघांनाही एकमेकांपासून हवे ते मिळते आहे किंवा नाही. आपण त्यांचे व्यक्तिमत्त्व, आकर्षकता, शरीरयष्टी, साधनसंपत्ती, साम्य, सौंदर्य इत्यादी गुणांचे निकष लावतो.

उदाहरणच द्यायचे तर ब्रॅड पिट व अँजेलिना जोली यांचे घेता येईल. अनेक लोकांनी त्यांना १०पैकी १० गुण दिले, कारण त्यांच्याकडे काय नव्हते? पैसा, कीर्ती, सत्ता आणि आकर्षकता यांचा गुणानुक्रम सारखाच होता, पण तेच इतर जोडप्यांच्या बाबतीत घडत नाही आणि आपण विचारात पडतो, की तिने त्याच्यात काय पाहिले असावे? आणि त्याला तिची कसली एवढी भुरळ पडली? किंवा त्यांचा संसार आता कसा टिकेल? तुम्हाला वाटते त्याला तिच्यापेक्षा कितीतरी चांगली मुलगी मिळाली असती किंवा ती निराश झाली असणार!

तुम्हाला जर त्या जोडप्याशी बोलायची संधी मिळाली आणि त्यांना अधिक चांगल्या प्रकारे जाणून घेता आले तर तुम्ही त्यांचे मार्क्स वाढवाल किंवा कमी कराल. जर ते श्रीमंत, आनंदी, दयाळू आणि हुशार असतील तर तुम्ही त्यांचे गुण वाढवाल! पण तेच जर ते हलकट, हिशोबी, कंटाळवाणे, त्रासदायक असतील तर तुम्ही त्यांचे मार्क्स कमी कराल.

> पेंग्विन्स आयुष्यभर आपला जोडीदार बदलत नाहीत, पण यामध्ये मला काहीच आश्चर्य वाटत नाही, कारण ते सगळे सारखेच दिसतात. एक ना एक दिवस यापेक्षा अधिक चांगला जोडीदार मिळेल अशी आशा ते करू शकत नाहीत.
>
> *- एलन डिजेनस*

मानवी जोडप्यांबद्दलचा सगळा अभ्यास हेच सांगतो की आपल्यापैकी प्रत्येकालाच आपल्याला अनुरूप असलेल्या जोडीदाराबरोबर दीर्घ काळपर्यंत संसार करण्याची संधी मिळते. एखाद्या ७ मार्क असलेल्या व्यक्तीला दुसऱ्या ७

मार्क मिळवणाऱ्या जोडीदाराबरोबर दीर्घ काळ सुखाने राहता येईल. कदाचित आपण क्याली मिनोग अथवा ब्रॅड पिट आहोत असे वारे त्यांच्या डोक्यात जाईल, पण नंतर त्यांचे पाय जमिनीवरच राहतील. जर त्यांची जीवनावश्यक मूल्ये व समज आणि त्यांची केमिस्ट्री सारखी असेल तर ते जोडीदार म्हणून एकमेकांना योग्यच आहेत. जर एखादा पुरुष खूप मोठे प्रमोशन घेऊन किंवा लॉटरी लागून मोठा झाला तर त्याचे गुण ७च्या ऐवजी ८॥ होऊ शकतील. जर एखाद्या स्त्रीने स्वत:कडे दुर्लक्ष केले किंवा तिचे वजन खूप वाढून ती बेढब झाली तर तिचे गुण ७च्या ऐवजी ५ होऊ शकतात. मग तो सतत तिचे दोष दाखवत राहील किंवा मग ती त्याला अधिक अधिक सेवा देण्याचा प्रयत्न करेल, जेणेकरून त्यांच्यातील ती दरी भरून निघेल.

लग्नाच्या बाजारातील तुमचा पसंतीक्रम कसा ओळखाल?

आम्ही तुमच्यासमोर एक प्रश्नावली ठेवत आहोत, ज्यामुळे वैवाहिक जीवनासाठी तुमचा पसंतीक्रम ठरणार आहे, म्हणजे विरुद्धलिंगी स्त्री-पुरुष एकमेकांना पसंत किंवा नापसंत करणारे मुद्दे कोणते ते आपण पाहणार आहोत. ज्या कोणाला या शर्यतीत धावायचे आहे त्यांनी ती प्रश्नावली जरूर सोडवावी, यामुळे तुमच्यातील दोष किंवा कमतरता तुमच्या लक्षात येण्यास मदत होईल. ही प्रश्नावली सोडवल्यानंतर तुमचे वर्गीकरण कोणत्या प्रकारात होते ते पाहा, अर्थात तुम्ही तरीही खूश असलात तर काहीच प्रश्न नाही, पण तरीही तुमच्या कमतरता काढून टाकण्यास या गोष्टीचा तुम्हाला फायदा होईल व तुम्ही स्वत:मध्ये आवश्यक ते बदल घडवून आणू शकाल. आमच्या असे लक्षात आले आहे की लोक स्वत:ला योग्य पद्धतीने आजमावू शकत नाहीत, म्हणून आम्ही तुम्हाला असे सुचवतो की तुमच्या एखाद्या मित्राला किंवा मैत्रिणीला तुमच्याबरोबर घेऊन ही प्रश्नावली सोडवा, कारण ते तुम्हाला चांगले ओळखतात व त्यांची तुमच्याबद्दलची मते अधिक ग्राह्य असतील, त्यामुळे फक्त तुम्हाला तुमच्याबद्दल काय वाटते, एवढेच नव्हे तर इतरांचे तुमच्याबद्दल काय मत आहे हे तुम्हाला समजेल. काही लोकांना इतरांची त्यांच्याबद्दलची मते ऐकून धक्काही बसेल, पण ठीक आहे, राग मानू नका; स्वीकार करा.

संपूर्ण प्रश्नावली सोडवल्याशिवाय मार्कांच्या योग्य आलेखाकडे जाऊ नका, तरच तुम्ही स्वत:शी प्रामाणिक राहू शकाल.

पुरुषांसाठी प्रश्नावली			
भाग १	क्वचित	कधीकधी	नेहमी
१. माझा बी.एम.आय. (बॉडी मास इंडेक्स) योग्य आहे.			
२. मी माझ्या बायोडेटात सगळे खरेच लिहितो.			
३. मी बारमध्ये बसलेला असताना एखाद्या स्त्रीने माझ्याकडे बघून इशारे केले तर मला ते समजतात.			
४. लोकांच्या बोलण्यातला आतला आवाज मला समजतो.			
५. मी माझा व्यायाम/खेळ नियमितपणे करतो/खेळतो.			
६. ज्या गोष्टी मी केल्या आहेत तेवढेच श्रेय मी घेतो, जे मी केले नाही त्याचे श्रेय मी घेत नाही.			
७. दुकानात मला एखादी हटके वस्तू दिसली तर इतरांना गिफ्ट देण्यासाठी मी ती घेतो.			
८. माझ्या शरीराचा वरचा भाग हा V शेप आहे.			
९. जेव्हा माझे प्रेमप्रकरण सुरू असते तेव्हा मी माझ्या हाताने अशा काही ओळी लिहितो, नंतर त्या माझ्या जोडीदाराकडे पाठवतो, त्यामुळे तिला समजते की ती माझ्यासाठी किती खास आहे!			
१०. अनेक लोकांचे माझ्याबद्दल असे मत आहे की, माझी विनोदबुद्धी चांगली आहे.			
११. मला मुले आणि प्राणी आवडतात.			
१२. मला 'G स्पॉट' समजतो आणि तो कसा शोधायचा तेही समजते.			
१३. मी एक उत्तम श्रोता आहे आणि मी इतरांच्या सुखदु:खात सहभागी होतो.			

१४. जे लोक मला ओळखतात त्यांच्या मते मी शिष्टाचार पाळतो. १५. माझी त्वचा आणि तिचा पोत चांगला, स्वच्छ आहे. १६. सरासरी पुरुषाच्या उंचीपेक्षा तुमची उंची अधिक आहे का कमी? की सरासरीइतकीच आहे.	बुटका	सामान्य	उंच
बरोबरच्या खुणांची संख्या			
भाग २	क्वचित	कधीकधी	नेहमी
१७. मला नवीन नवीन लोकांना भेटायला आणि त्यांच्याशी मैत्री करायला आवडते. लोकपण माझ्यापर्यंत सहज पोहोचू शकतात. १८. मी स्वतःवरसुद्धा हसू शकतो. १९. इतर लोक वेदनेत, दुःखात असतील तर त्यांचे दुःख मला जाणवते. २०. मी माझे कपाट नेहमी आवरून ठेवतो, विशेषतः अंतःवस्त्रे! २१. ज्यायोगे माझा जोडीदार माझ्यावर अधिक प्रेम करेल अशा गोष्टींचा मी विचार करतो. २२. रोजच्या जीवनातील छोट्या-छोट्या प्रसंगांवर मी हसू शकतो. २३. जे लोक मला ओळखतात, त्यांच्या मते माझे सामान्य ज्ञान चांगले आहे. २४. माझ्या आयुष्यातील महत्त्वाच्या व्यक्तींच्या गरजा मी जाणून घेतो. २५. मी माझ्या व्यक्तिमत्त्व उठावाच्या बाबतीत जागरूक असतो. उदा. माझे केस, माझी नखे आणि माझी त्वचा स्वच्छ असतात. २६. मला विनोद आवडतात आणि ते सांगण्यात आणि ऐकण्यात मी मजा घेतो.			

२७. मला एखादी व्यक्ती आवडली आणि मला तिच्याशी नातेसंबंध प्रस्थापित करावे असे वाटले आणि तिनेही माझ्यात रुची दाखवली तर त्यासाठी मी काय वाट्टेल ते करायला तयार होतो.			
२८. मी माझ्या जोडीदाराला नियमितपणे 'आय लव्ह यू' म्हणतो.			
२९. मी बरेचदा रात्रीचे जेवण बनवतो. डिशेस धुवतो आणि माझ्या जोडीदाराला रात्रीच्या कामातून सुट्टी देतो.			
३०. अनेक लोकांचे माझ्याबद्दलचे मत असे आहे की, मी प्रामाणिक, स्वतंत्र वृत्तीचा आणि समजूतदार आहे.			
३१. मला माझ्या रूपाचा आणि माझ्या शारीरिक क्षमतांचा सार्थ अभिमान आहे.			
३२. कितीही संकटं आली तरी मी माझा सकारात्मक दृष्टिकोन सोडत नाही.			
३३. एकदा मी एखादे काम तडीस न्यायचे ठरवले की मग मी मागे फिरत नाही.			
३४. जर कोणाचे १०० रु. पडले तर मी ते उचलून त्याला देतो.			
३५. जे लोक मला ओळखतात ते मला 'स्ट्रीट स्मार्ट' म्हणतात.			
३६. माझ्या शरीराच्या दोन्ही बाजू समान आहेत.	नाही	बऱ्यापैकी	होय
बरोबरच्या खुणांची संख्या			
भाग ३	क्वचित	कधीकधी	नेहमी
३७. माझा जीवनाकडे पाहण्याचा दृष्टिकोन सकारात्मक आहे. माझी उद्दिष्टे स्पष्ट आहेत. मी महत्त्वाकांक्षी आहे.			

३८. मी माझी सर्व साधनसंपत्ती माझ्या जोडीदाराबरोबर वाटून घ्यायला तयार आहे. ३९. मला याची जाणीव आहे की प्रथमदर्शी मत हे अनेकदा चुकीचे ठरू शकते. ४०. मी पैसे मिळविण्यासाठी खूप झगडतो. ४१. मी ज्या पद्धतीने कपडे करतो, समाजात उठतो, बसतो त्यामुळे माझी समाजातली प्रतिष्ठा आणखी खुलून येते. ४२. मी माझ्या जोडीदारापासून कोणतीच गोष्ट लपवून ठेवत नाही आणि माझा विश्वास आहे 'खऱ्याला मरण नसते.' ४३. जर माझ्या आयुष्यात काही अडचणी आल्याच तर मी त्या व्यवस्थित निस्तरतो. ४४. मी माझी कौशल्ये सुधारण्यासाठी विशेष प्रयत्न करतो.			
४५. तुमचा तळहात तुमच्या चेहऱ्यासमोर धरा आणि अंगठीच्या बोटाकडे पाहा. ते बोट तुमच्या तर्जनीपेक्षा अधिक लांब आहे की त्यापेक्षा लहान आहे.	अधिक लांब	सारखेच	लांब नाही
४६. तुमची मिळकत व उत्पन्नाचे स्रोत हे सर्वसामान्य माणसाच्या तुलनेत कसे आहेत.	कमी	सारखेच	जास्त
बरोबरच्या खुणांची संख्या			

एकूण गुण			
भाग १ :	क्वचित	कधीकधी	नेहमी
प्रत्येक भागातील खुणांची संख्या गुणिले	१	२	३
भाग १ची बेरीज			
भाग २ :			
प्रत्येक भागातील खुणांची संख्या गुणिले	१	४	६
भाग २ची बेरीज			
भाग ३ :			
प्रत्येक भागातील खुणांची संख्या गुणिले	१	६	९
भाग ३ची बेरीज			
सर्व भागांच्या गुणांची बेरीज = एकूण बेरीज = तुमचा पसंतीचा प्राधान्यक्रम			

बायकांसाठी प्रश्नावली भाग १	क्वचित	कधीकधी	नेहमी
१. जर माझ्या आयुष्यात काही समस्या आल्या तर त्या मी सोडवू शकते. २. मी स्वत:वर हसू शकते. ३. माझा बी.एम.आय. (बॉडी मास इंडेक्स) योग्य आहे. ४. रोजच्या दैनंदिन जीवनात अनेक गोष्टींवर मी हसू शकते. ५. मी उत्तम श्रोता आहे. ६. आयुष्यात कितीही संकटे आली तरी हसण्याजोगे काहीतरी घडतेच. ७. पुरुषांनी सांगितलेल्या विनोदांवर मी हसू शकते व त्याची मजा लुटते. ८. मी नियमित व्यायाम करते/खेळ खेळते. ९. मी कोणत्याही निर्णयाला येण्यापूर्वी काळजीपूर्वक लक्ष देऊन ऐकते. १०. जे लोक मला ओळखतात ते मला 'स्ट्रीट स्मार्ट' म्हणतात. ११. हाती घेतलेले काम पूर्ण झाले की नाही यावर मी लक्ष केंद्रित करते. १२. जेव्हा मी अत्यंत यशस्वी लोकांबरोबर असते तेव्हा मला त्यांच्याशी बोलण्यात आनंद मिळतो. १३. मला ओळखणारे अनेक लोक म्हणतात की मला विनोदाची चांगली जाण आहे. १४. मला ओळखणारे अनेक लोक म्हणतात की माझे सामान्यज्ञान खूप चांगले आहे.			

१५. सरासरी स्त्रीच्या उंचीपेक्षा तुमची उंची कमी आहे की अधिक?	उंच	सामान्य	बुटकी
एकूण बरोबरच्या खुणांची संख्या			
भाग २	क्वचित	कधीकधी	नेहमी
१६. मला नवीन नवीन माणसांना भेटायला आवडते आणि नवीन मित्र-मैत्रिणी जोडायला आवडते.			
१७. माझी त्वचा नितळ आहे आणि वर्णही चांगला आहे.			
१८. मी इतर पुरुषांच्या गोतावळ्यात असताना सुद्धा माझ्या जोडीदारालाच प्राधान्य देते.			
१९. कोणीही माझ्याशी सहज संपर्क साधू शकते आणि मी त्यांच्याशी मोकळेपणाने बोलते.			
२०. मी स्वच्छतेचे नियम काटेकोरपणे पाळते.			
२१. भूतकाळातील प्रियकरांची मला आठवण असते आणि त्या नातेसंबंधांबद्दल मी कुठेही वाच्यता करत नाही.			
२२. पुरुषांना अश्लील चित्रे पाहायला आवडतात, यात मला काही खटकत नाही.			
२३. आयुष्याकडे बघण्याचा माझा दृष्टिकोन सकारात्मक आहे.			
२४. मला माझ्या रूपाचा अभिमान आहे आणि जेव्हा मला माझ्यात एखादे वैगुण्य दिसते तेव्हा मी त्यावर उपाय शोधते.			
२५. एखाद्या नव्या जोडीदाराबरोबर प्रणय करण्यापूर्वी मी दहादा विचार करते.			
२६. एखाद्या पुरुषाला महत्त्वपूर्ण आणि बुद्धिमान वाटावे म्हणून काय करायचे ते मला चांगले माहिती आहे.			

२७. माझ्या चेहऱ्याच्या दोन्ही बाजू समान आहेत.	नाही	बऱ्यापैकी	होय
एकूण बरोबरच्या खुणांची संख्या			
भाग ३	क्वचित	कधीकधी	नेहमी
२८. माझ्या जोडीदाराबरोबर एकनिष्ठ राहणे हे मला महत्त्वाचे वाटते. २९. प्रणयपूर्ती मी अनुभवते. ३०. माझ्याकडे उत्तान अंतर्वस्त्रांचा एक जोड तरी असतोच. ३१. प्रणयाच्या बाबतीत मी उत्साही असते व पुढाकारसुद्धा घेते. ३२. माझी आवरग्लास फिगर आहे. ३३. तुमच्या हातांचे तळवे चेहऱ्यासमोर धरा आणि अंगठी घालण्याचे बोट बघा. ते तुमच्या दर्शक बोटापेक्षा लहान आहे की मोठे?	लहान	तेवढेच	मोठे
३४. तुमच्या प्रत्यक्ष वयापेक्षा तुम्ही लहान दिसता की मोठे?	मोठे	तेवढेच	लहान
एकूण बरोबरच्या खुणांची संख्या			
एकूण गुण			
भाग १ :	क्वचित	कधीकधी	नेहमी
प्रत्येक भागातील खुणांची संख्या गुणिले भाग १ची बेरीज	१	२	३
भाग २ :			
प्रत्येक भागातील खुणांची संख्या गुणिले भाग २ची बेरीज	१	४	६

भाग ३ : प्रत्येक भागातील खुणांची संख्या गुणिले भाग ३ची बेरीज	१	६	९
आता संपूर्ण भागांची मिळून एकूण बेरीज गुणांचे एकत्रिकरण = एकूण बेरीज = तुमचा पसंतीक्रम			

मार्क आणि निकाल

पुरुषांचे एकूण गुण ४६ ते १०९
बायकांचे एकूण गुण ३४ ते ७७

या गटामध्ये जे स्त्री-पुरुष असतील त्यांच्यासाठी दुर्दैवाची गोष्ट ही की त्यांना विरुद्धलिंगी व्यक्तीकडून पसंतीबाबत अग्रक्रम मिळणार नाही, अर्थात तरीही त्यांच्यासाठी सुधारणेला भरपूर वाव आहे. या गटातील स्त्री-पुरुष ज्यांना खूप कमी गुण आहेत ते आपल्या रूपाबद्दल, व्यक्तिमत्त्वाबद्दल फारसे सजग नाहीत; ते त्यांच्या प्रतिष्ठेची, आरोग्याची, साधनसंपत्तीच्या वाढीसंबंधीची, त्यांच्या नावलौकिकाची काहीच काळजी घेत नाहीत.

या गटातील लोक आपल्याजवळ जे आहे त्यावरच खूश आहेत; त्यांच्या जोडीदारालाही त्यांच्यात काही बदल व्हावा असे वाटत नाही. हे लोक प्रस्तुत पुस्तक वाचण्याचे कष्ट घेतील असे वाटत नाही.

पण याच गटातील असे स्त्री-पुरुष ज्यांना अधिक गुण आहेत, ते हे पुस्तक वाचण्याची शक्यता आहे आणि त्यांचा पसंतीक्रम वाढावा यासाठी कष्ट घेण्याची शक्यता वाटते; त्यांनी या संबंधीचे काही कोर्सेस करावेत, पुस्तके वाचावीत. जिमला नियमितपणे जावे आणि स्वत:लाच प्रोत्साहन द्यावे. एका वेळी एकच विषय घेऊन त्यावर लक्ष केंद्रित करून स्वत:मध्ये सुधारणा घडवून आणावी.

पुरुषांचे एकूण गुण ११० ते २१५
बायकांचे एकूण गुण ७८ ते १५०

या गटातील स्त्री-पुरुष हे मनाच्या दोलायमान परिस्थितीत असतात. क्वचित त्यांचे गुण यापेक्षा कमी पण होऊ शकतात, पण त्यांनी जर स्वत:मध्ये सुधारणा घडवून आणण्यासाठी अधिक कष्ट घेतले तर त्यांचे गुण वाढू पण शकतात. संपूर्ण जगातील जास्तीतजास्त लोक या गटात मोडतात.

अनेक लोकांना याच गटात राहायला आवडते, कारण त्यांना हवे असलेले जोडीदारसुद्धा सर्वसाधारणपणे याच गटात मोडतात. याच्या पुढच्या पायरीवर पोहोचायचे असेल तर त्यांना अधिक कष्ट घेण्याची गरज आहे, पण त्यांनी तसे ठरवले तर ते पुढच्या पातळीवर पोहोचू शकतात. आणखी वरच्या पातळीवरच त्यांना उच्च प्रतीचे जोडीदार मिळू शकतील.

या गटामधील ज्या लोकांना आपले रंगरूप आवडत नसेल त्यांनी या विषयातील व्यावसायिक लोकांचा फी देऊन सल्ला घ्यावात, सेमीनार्सला जावे,

पुस्तके वाचावीत, आधुनिक फॅशन्स जाणून घ्याव्या, आपले आरोग्य सुधारावे, एखाद्या क्लबचे किंवा मंडळाचे सदस्य व्हावे, सामाजिक कार्यांमध्ये हिरिरीने भाग घ्यावा. एखादा गुरु किंवा मार्गदर्शक नेमावा; हे सगळे केल्याने त्यांचे केवळ व्यक्तिगत आयुष्य सुधारणार आहे असे नव्हे तर त्यांच्या व्यवसाय-धंद्यातसुद्धा याची मदत होणार आहे, त्यामुळे त्यांचे उत्पन्न वाढून त्यांचा सामाजिक स्तरही उंचावणार आहे.

पुरुषांचे एकूण गुण २१६ ते ५८
बायकांचे एकूण गुण १५१ ते ८०

या गटातील स्त्री-पुरुष आत्मविश्वासाने भारलेले असतात, त्यांचा स्वतःवर विश्वास असतो, ते हवे ते मिळवू शकतात. आपल्याला आयुष्यात नेमके काय हवे आहे ते यांना माहिती असते आणि ते मिळवण्यासाठी ते नियमितपणे प्रयत्न करतात. कधीतरी दुर्दैवाने परिस्थितीत काही बदल झाला तरच त्यांचे गुण कमी होऊ शकतात, खालच्या पातळीवर येऊ शकतात, पण ते तेथेच फार काळ राहात नाहीत. पुन्हा उसळी मारून वर येतात. या गटातील लोकांना काही समस्या आलीच तर ते त्याबद्दल सांगत फिरत नाहीत तर तत्पूर्वी त्यांनी समस्या सोडवण्याच्या हालचाली सुरू केलेल्या असतात. या लोकांकडे साधनसंपत्ती बऱ्यापैकी असते. या गटात सिनेमातील नटनट्या, लक्षाधीश, प्रसिद्ध नेते, कंपनीचे सी.ई.ओ., यशस्वी व्यावसायिक आणि ज्यांना पसंतीक्रमात अग्रस्थान आहे असे त्यांचे जोडीदार यांचा समावेश होतो.

सारांश —

पसंतीक्रमाच्या या खेळात तुम्ही आज ज्या गटात आहात तेथेच कायम राहाल असे होत नाही. तुम्ही जर तुमच्यासमोर काही ध्येये ठेवली आणि आयुष्याकडे अधिक सकारात्मक दृष्टिकोनातून पाहिले, त्याप्रमाणे कृती केलीत तर तुम्ही नक्की पसंतीक्रमात अग्रस्थानावर जाऊन बसाल. आपण दुसऱ्यांना हवेहवेसे वाटणे हे तुम्ही कोठे जन्मलात किंवा तुमचे बालपण किती सुखात वा कष्टात गेले यावर अवलंबून नाही, तर तुम्ही कसा विचार करता, तुमचा दृष्टिकोन कसा आहे आणि तुम्ही तुमचे आयुष्य कसे घालवता यावर अवलंबून आहे. तुम्ही जर ठरवले तर तुम्हाला अगदी हवे तसे जोडीदार मिळू शकतील. अनेक लोकांना आपण जेथे आहोत तेथेच राहण्यात धन्यता वाटते, पण लक्षात ठेवा जोडीदार निवडीसाठी, दीर्घायुष्यासाठीचा विचार करा. तुम्हाला अधिक चांगला जोडीदार

हवा असेल तर तुम्ही दिलेली उत्तरे पुन्हा पुन्हा वाचा, म्हणजे तुमच्या लक्षात येईल की तुम्हाला तुमच्या आयुष्यात कोणते बदल करणे गरजेचे आहे.

उत्कृष्ट जोडीदार कसा शोधाल?

इ.स. २००९मध्ये संपूर्ण जगाची लोकसंख्या होती ६.७४४ बिलियन्स, त्यापैकी ५०.५% पुरुष होते आणि ४९.५ स्त्रिया होत्या. या लोकसंख्येपैकी ३.८ बिलियन हे १८ ते ६० वयोगटाचे होते. अगदी असे गृहीत धरले की यांपैकी ८०% लोक हे अत्यंत वाईट परिस्थितीत आहेत, काही जेलमध्ये आहेत, काही वेडे आहेत किंवा काहींचा ठावठिकाणा लागत नाही, तरीसुद्धा ३८० लाख लोक हे सर्वसामान्य नागरिक आहेत आणि विरुद्धलिंगी आहेत, म्हणजे अंदाजे असे म्हणता येईल की दर ५०पैकी एका विरुद्धलिंगी व्यक्तीशी तुमची केमिस्ट्री जमते, म्हणजे एकूण ७.६ लाख लोक तुमच्या हृदयाची धडकन वाढवू शकतात; असे गृहीत धरू की या गटातील दर ५पैकी एका व्यक्तीचे आणि तुमचे जीवनमूल्ये, विश्वास सारखे आहेत, म्हणजेच किमान १.५२ लाख योग्य जोडीदार तुमची वाट पाहात तिष्ठत उभे आहेत.

योग्य जोडीदार शोधणे हे कुशल विक्रेता असण्यासारखे आहे. हासुद्धा आकड्यांचाच खेळ आहे. तुम्ही उज्ज्वल भविष्याचा जेवढा चांगला विचार कराल तेवढी तुम्हाला अधिक चांगली संधी मिळेल; असे समजा तुम्ही 'सेल'मध्ये गेला आहात. जास्त किमतीच्या वस्तू कमी किमतीत! सेलमध्ये उत्पादनांचे एक वैशिष्ट्यपूर्ण गुणोत्तर असे असते की ५:४:३:१ म्हणजे याचा अर्थ असा की; एखादा सेल्समन ५ गिऱ्हाइके शोधतो तेव्हा तो चारच जमेत धरतो. त्यांपैकी फक्त तिघेच त्याचे बोलणे ऐकून घेतात आणि त्यांपैकी एकच त्याचे उत्पादन घ्यायला तयार होतो.

जगातील सर्वोत्तम विक्रेते कधीच एका ग्राहकाचा विचार करत नाहीत, तर ते ५ जणांच्या गटाला आमंत्रण करतात असा 'सरासरीचा' दृष्टिकोन ठेवला तर ग्राहक निदान तुमच्यापर्यंत येतात, म्हणून विक्रेत्याचे कौशल्य हे ५ नवीन ग्राहकांना तुमच्या वस्तूपर्यंत आणणे हे आहे. किती लोक ती वस्तू विकत घेतात हे फारसे महत्त्वाचे नाही आणि हेच सगळं यशस्वी प्रेमिकांच्या बाबतीत खरे आहे. घरी बसून जोडीदाराचा शोध कसा घेता येईल? यासाठी त्यांनी स्वत: हालचाल केली पाहिजे व नवीन नवीन योग्य व्यक्तींचा शोध घेतला पाहिजे. एक साधी गोष्ट करा- आधी समाजात मिसळायला शिका, शक्य तेवढे मित्र-मैत्रिणी मिळवा.

आमच्या आकडेवारीनुसार जगात १.५२ लाख जोडीदार मिळण्याची शक्यता आहे, पण या जगाच्या पाठीवर तुम्हीसुद्धा कोठेतरी आहात हे त्यांना माहीत नाही, म्हणून तुम्हीच त्यांचा शोध घ्या.

मि. राईट किंवा मिस राईट तुम्हाला नाईट क्लबमध्ये किंवा पबमध्ये नक्कीच सापडणार नाही, कारण लोक तेथे फक्त तात्पुरती मजा मारायला जातात, दीर्घकालीन नातेसंबंध प्रस्थापित करण्यासाठी नाही.

काहीतरी नवीन शिकण्याचा विचार करा म्हणजे एखादे वाद्य किंवा स्कुबा-डायव्हिंग - मग त्याच्या क्लबचे सदस्य व्हा, त्यांच्याबरोबर साप्ताहिक सहलींना जा- त्यामुळे तुमच्यात कौशल्यपण येईल आणि नवीन लोक भेटतील, ज्यामध्ये तुम्हाला रुची असेल असा एखादा कोर्स शोधा. अनेक वर्षांपासून तुम्हाला ते शिकण्याची इच्छा होती, पण अजून योग आला नव्हता. तुम्ही पेण्टिंग, डान्सिंग, फोटोग्राफी असे काहीही निवडू शकता, त्यामुळे तुम्ही अशा लोकांना भेटणार आहात की ज्यांच्याशी तुमच्या आवडीनिवडी जुळतात. तुमची व त्यांची जीवनावश्यक मूल्ये व विश्वाससुद्धा सारखे असण्याची शक्यता आहे. तुमची मित्रांशीच गाठ पडेल कदाचित! पण त्यांच्या काही एकट्या मैत्रिणी असतील ज्या तुम्हाला जोडीदार म्हणून मिळवून देण्यात ते मदत करतील.

विक्रीप्रमाणेच जोडीदार निवडणे हेसुद्धा आकड्यांशीच निगडीत आहे.

जोडीदार निवडण्याच्या उद्देशाने क्लबमध्ये जाऊ नका. अर्थात तुमच्या जोडीदार निवडीवर मर्यादा घालण्याचा आमचा उद्देश नाही, पण सांगायचा मुख्य मुद्दा असा की तुम्ही एक आराखडा तयार करा व त्याचाच पाठलाग करा, म्हणजे ती प्रत्यक्षात येईल, तुम्ही जेवढे अधिक कष्ट घ्याल तेवढे योग्य जोडीदार मिळण्याची शक्यता जास्त!

तुमचे प्रेममय जीवन कायमसाठी कसे बदलाल?

आम्ही तुम्हाला आता असे सुचवणार आहोत की तुमच्या प्रेममय जीवनाचा

लगाम तुमच्या हातात ठेवा, ते भरकटू देऊ नका आणि नातेसंबंध केवळ योगायोगाने प्रस्थापित होऊ देऊ नका. तुम्ही आत्ता जे काही वाचणार आहात त्यामुळे तुमचे आयुष्य कायमसाठी बदलून जाईल. आत्तापर्यंत तुम्हाला साध्य करायच्या ध्येयांची यादी तुम्ही कधी बनवली आहे का? तुमचे संभाव्य उत्तर 'हो' हेच असेल! पण अशी यादी तुम्ही तुमच्या कामांची बनवलेली आहे, कारण व्यवसाय कधीच अशा लिखित उद्दिष्टे आणि ध्येये यांच्याशिवाय यशस्वी होऊ शकत नाही. जर तुमच्याकडे अशी लिखित ध्येये असतील तर तुम्हाला समजेल की या ध्येयांच्या पूर्ततेकडे नेणाऱ्या मार्गाचे महत्त्व किती आहे! तुम्ही एखादी विशिष्ट गाडी घ्यावयाची ठरवता. उदा. एक निळी टोयोटा सेडन! ज्या क्षणी तुम्ही निश्चित करता की तुम्हाला काय हवे आहे, त्या क्षणी तुम्ही सगळीकडे निळ्या टोयोटोकडे टक लावून पाहाता, बरोबर ना? त्यामुळे काय होते हे बघा हं! की तुमच्या भोवताली इतक्या अनेक गोष्टी चालू असतात, पण त्यामधले तुमचे ५% लक्ष कमी होते. नाहीतर तुमच्या मेंदूमध्ये माहिती आणखी ठासून भरली असती आणि मग तुम्ही तो विशिष्ट विचार करू शकला नसता! म्हणूनच तुमचा मेंदू फक्त निळ्या टोयोटोवरच लक्ष केंद्रित करतो आणि इतर गोष्टींकडे दुर्लक्ष करतो. ज्यावेळी तुम्ही एखादा निर्णय घेता किंवा एखादी गोष्ट करायची ठरवता तेव्हा वर्तमानपत्रात त्यासंबंधी काही वाचायला मिळते का ते बघा, तसेच टी.व्ही., मासिके यांमध्येही शोध घेता. काही वेळेस तुम्हाला ते इतर लोकांच्या संभाषणातूनसुद्धा मिळते. आता असे बघा की, तुम्ही एखादे वर्तमानपत्र वाचता व शपथेवर सांगता की संपूर्ण पेपर वाचला आहे! तुमचा मित्र विचारतो, 'तू पेपरमधली ती कव्हरस्टोरी वाचलीस का?' पण तुम्हाला ती पाहिल्याचेही आठवत नाही. तुम्ही पुन्हा वर्तमानपत्र हातात घेता आणि मग ते संपूर्ण पान वाचून काढता. कारण काय? तर त्या कव्हरस्टोरीला तुमचा प्राधान्यक्रम नव्हता म्हणून तुमच्या मेंदूने त्याकडे दुर्लक्ष केले.

आता आम्ही तुम्हाला सांगणार आहोत की तुम्हाला तुमच्या आयुष्यभरासाठी जसा जोडीदार हवा आहे, याची सर्व वैशिष्ट्ये व गुणांची यादी तयार करा. कोणतीही तडजोड करू नका, कारण तुमच्यासाठी अनेक जोडीदार या जगात उपलब्ध आहेत, फक्त नेमके कोण? ते तुम्हाला माहिती नाही. अर्थात तुम्ही वास्तवाचे भान सोडता कामा नये. तुम्हाला रणबीर कपूर पाहिजे किंवा दीपिका पदुकोन पाहिजे असे लिहिण्यात काहीच अर्थ नाही, कारण जर ते तुम्हाला जोडीदार म्हणून हवे असतील तर आधी त्यांच्या पातळीपर्यंत पोहोचायला हवे.

प्रेम स्वीकारले केव्हा जाते, तर दोघांचीही बुद्धिमत्ता, आकर्षकता, सामाजिक स्तर आणि आवडीनिवडी सारख्या असतील तेव्हाच! त्यामुळे व्यर्थ पाठलाग करण्यात वेळेचा अपव्यय होणार नाही. आम्ही तुम्हाला वचन देतो की तुमच्या यादीत तुम्ही जे लिहिलं ते तुम्हाला तुमच्या आवतीभोवती दिसायला लागेल आणि मग तुम्हाला अपयश येणार नाही.

सतीशने योग्य जोडीदार कसा शोधला...

उदाहरणादाखल आमचा एक पुरुष वाचक सतीश त्याचे नाव- त्याने आमच्या एका सेमीनारमध्ये खालीलप्रमाणे लिहिले.

उंच, निळ्या डोळ्यांची, सोनेरी केसांची,
ॲथलेटिक, सडपातळ आणि निरोगी.
जिला विनोदबुद्धी चांगली आहे,
जी धाडसी आहे, चौकटीबाहेर जाऊन काहीतरी करून दाखवणारी आहे.
जी निव्वळ भोगवादी नाही
आणि जी मला स्वत:च्या आयुष्यात अग्रस्थान देईल
आणि शयनेषु रंभा असेल अशा स्त्रीचा मला पत्नी म्हणून शोध आहे.

सतीशसाठी अशा वर्णनाची स्त्री पत्नी म्हणून योग्य होती. जेव्हा सतीशने प्रथम ही यादी तयार केली तेव्हा त्याला थोडेसे ओशाळवाणे वाटले होते, पण योग्य वधूपर्यंत पोहोचवण्यासाठी ते गरजेचे आहे अशी त्याची खात्री झाली होती. तो त्याच्या व्यवसायामध्ये अशा अनेक याद्या नेहमीच लिहीत असे, पण प्रथमच अशी यादी त्याने जोडीदाराच्या बाबतीत तयार केली (पूर्वी हे केले नाही म्हणूनच अनेकदा त्याची निवड चुकली). सतीशने पुढे सांगितले की जेव्हा त्याने ही परिपूर्ण यादी बनवली त्यानंतर त्याच्या अटी पूर्ण करू शकणाऱ्या स्त्रियांचा शोध घेणे त्याने चालू केले. जसे त्याच्या निळ्या टोयाटोच्या बाबतीत घडले होते तसेच! आता त्याच्या मनात दुसरा विचार येत नव्हता. जवळपास दोन वर्षे त्याने ही यादी जवळ बाळगली. त्याच्या पहिल्या यादीतील निकष पूर्ण करू शकणाऱ्या अनेक स्त्रियांना तो भेटला. आपल्याला माहिती आहे की त्या दिवशी त्याने अशी यादी तयारच केली नसती तर त्याला अगदी निळ्या डोळ्यांची आणि सोनेरी केसांची स्त्री जोडीदार म्हणून मिळाली नसती. तिच्याशी त्याने ६ वर्षांपूर्वी लग्न केले. तो सांगतो,

'एका कॉफी हाऊसमध्ये काऊंटरपाशी मी उभा असताना सुषमा आली आणि तिला पाहून माझे हृदय जणू बंद पडले आणि ती जेव्हा बोलायला लागली तेव्हा तर मला फेफरे आले. ताबडतोब मी खिशात हात घातला आणि माझी यादी बाहेर काढली. ती अगदी तशीच होती, माझ्या स्वप्नातली नायिका! तिने कॉफी घेतली व एका टेबलाशी बसली. माझे हृदय सुपाएवढे झाले. मी तिच्याजवळ गेलो व म्हणालो, ''मी तुमच्या शेजारी काही मिनिटांसाठी बसलो तर चालेल का? मला तुमचा जरा सल्ला हवा आहे.'' ती म्हणाली, ''हो! जरूर.'' आणि अशा प्रकारे ते प्रेमप्रकरण सुरू झाले. नेमके काय बोलावे ते मला सुचत नव्हते, कारण माझी ती पहिलीच वेळ होती, पण मी तिला समजावून सांगितले की मी एका सेमीनारला गेलो होतो आणि आम्हाला तिथे परिपूर्ण जोडीदाराच्या वैशिष्ट्यांची यादी बनवायला सांगितली! तर या माझ्या यादीवर तिचे काय मत आहे असे मी तिला विचारले. सुदैवाने मी एक चांगली गोष्ट केली होती की, शेवटची माझी जी अट होती की 'शयनेषु रंभा' ही वाक्ये खोडून मी 'शयनगृहात वाघीण' असा बदल केला होता. सुषमा आश्चर्यानं बघत राहिली आणि तिला ही तिचीच स्तुती वाटली. जर मी कधी अशी यादीच बनवली नसती आणि त्या दिवशी खिशात घालून बरोबर नेली नसती तर अशा पद्धतीने परक्या स्त्रीशी बोलायला जाण्याचे धाडस मी केले नसते. सुषमा माझ्या आयुष्यात कधी आलीच नसती आणि मग नंतर निघूनही गेली नसती.'

> माझ्या आईने मला सांगितले की पुरुषाला सांभाळणे तसे सोपे नसते - बाईने बैठकीच्या खोलीत मोलकरणीसारखे वागावे. स्वयंपाकघरात आचाऱ्यासारखे वागावे आणि शयनगृहात वेश्येप्रमाणे वागावे -
>
> *- जेरी हेल*

जर तुमच्या यादीमध्ये लाल केस असलेली, मांजरीसारख्या हिरव्या डोळ्यांची, चेहऱ्यावर डाग असलेली अशी स्त्री असेल तर तुम्ही तुमच्याभोवती अशा स्त्रीचा शोध घ्याल. तुम्ही यादी करणार असाल तर लगेच करा आणि योगायोगाने कुठल्यातरी संबंधात अडकू नका. सुदैवाने तुम्हाला चांगला जोडीदार मिळालाच तर तुमच्यासारखे भाग्यवान तुम्हीच! असे घडले तर उत्तमच, पण ही जोखीम निदान नातेसंबंधांच्या बाबतीत तरी नको!

गायत्रीला काय हवे!

आमच्या सेमीनारला येणारी उच्च पदस्थ आय.टी. ऑफिसरची योग्य जोडीदाराबद्दलची यादी काय सांगते ते बघा -

उंच
सडपातळ
काळे केस
चॉकलेटी डोळे
ॲथलेटीक
भ्रमंतीची आवड असलेला
उच्चपदस्थ
मुलांची आवड असलेला
पाळीव प्राण्यांची आवड असलेला
धूम्रपान न करणारा
प्रेम करणारा
महत्त्वाकांक्षी

गायत्रीने तिची ही यादी स्वत:च्या घरी रेफ्रिजरेटरवर लावली. त्याची दुसरी प्रत आपल्या पर्समधे ठेवली. ती नियमितपणे त्या यादीकडे पाहात असे, पण फक्त एवढ्यानेच भागत नाही. यादी नुसती लिहून ठेवून किंवा तिच्याकडे बघून योग्य जोडीदार कसा मिळेल? तुम्ही हे तुमच्या मित्र-मैत्रिणींना सांगितले पाहिजे म्हणजे ते पण तुमच्यासाठी योग्य जोडीदाराचा शोध घेतील. यादी बनवण्याची युक्ती तुमचा वेळ वाचवेल आणि जे कोणी या यादीप्रमाणे नसतील त्यांच्यामध्ये तुम्ही तुमचा वेळ व्यर्थ दवडणार नाही किंवा ती व्यक्ती बदलेल अशी आशा धरणार नाही. जर समोरच्या व्यक्तीमध्ये तुमच्या यादीतील ७०% गोष्टी असतील आणि जर तुम्हाला असे वाटत असेल की त्या व्यक्तीमध्ये ज्या ३०% गोष्टी नाहीत त्याच्याने तुमचे फारसे काही बिघडणार नाही तर बिनदिक्कत पुढे जा, भेटत राहा, त्या व्यक्तीला अधिक जाणून घ्या, पण जर त्या व्यक्तीमध्ये तुमच्या यादीतील फक्त २०% गोष्टी असतील तर त्या व्यक्तीला 'विसरून जाणे' हेच तुमच्यासाठी श्रेयस्कर होईल. गायत्रीने असे सांगितले की जेव्हापासून तिने ही यादी बनवली तेव्हापासून आश्चर्यकारकरीत्या तिला या वर्णनाचे तिच्या योग्य पुरुष जिकडे-तिकडे भेटू लागले म्हणजे जिममधे, टी.व्ही.वर, रस्ता क्रॉस

करताना, सिग्नलपाशी; का? तर तिच्या मेंदूमध्ये असा जोडीदार शोधण्याचा प्रोग्राम पक्का बसला होता आणि तिच्यासाठी तेच सगळ्यात महत्त्वाचे होते. अशा प्रकारे यादी बनवण्याची युक्ती उपयुक्त ठरते.

आकडेशास्त्र आणि तुमची यादी

'ऑल दि बेस्ट वन्स आर नॉट टेकन' हे ग्राहम स्टील यांचे पुस्तक म्हणजे व्यावसायिक गुणोत्तर प्रमाण व संख्याशास्त्र यांचा उत्तम नमुना आहे. वयाच्या ५०व्या वर्षी ग्राहम पुन्हा नव्याने 'एकला' झाला; तेव्हा जोडीदार शोधण्यासाठी इंटरनेटवर नाव नोंदवून त्याने हजारो 'डेटिंग साईट्स' वापरून अनेक प्रयोग केले.

त्याला आलेले अनुभव इतके नाट्यमय होते की जे जे घडले त्याबद्दल त्याने एक पुस्तक लिहिले; अखेरीस त्याला त्याच्या आयुष्यातील प्रेम मिळाले. योग्य जोडीदार मिळाली. इ.स. २००९मध्ये ग्राहमची मुलाखत घेतली गेली तेव्हा जोडीदार निवडीचा आणि आकडेमोडीचा संदर्भ त्याने कसा लावला हे त्याला विचारले. त्यावर त्याने जे सांगितले ते असे की, 'पहिल्यांदा मी मला जशी जोडीदार हवी होती तिचे वर्णन लिहून काढले. यापूर्वीही माझे एक लग्न झाले होते. त्यानंतर काही प्रेमप्रकरणेसुद्धा झाली, पण त्यातून काहीच निष्पन्न झाले नाही म्हणून मग मी ठरवले की आता मी माझ्यासाठी कोणतीही तडजोड न करता योग्य जोडीदाराचा शोध घेईन.'
ग्राहमची यादी पाहा :-

वय २५ ते ४५
चांगले व्यक्तिमत्त्व
निरोगी
प्रेमळ, काळजीवाहू आणि दक्ष
धूम्रपान न करणारी
मान्यताप्राप्त विद्यापीठाची पदवीधर
संगीताचा कान असलेली, वादक
स्पष्टवक्ती आणि सुसंस्कृत

ही यादी बनवल्यानंतर मी माझे स्वत:चे वर्णनही शक्य तेवढे प्रामाणिक राहून लिहून काढले. मी स्वत:च्या बाबतीत काही अतिशयोक्ती करत नाही ना याची खात्री करून घेतली. नंतर मी माझा एक सर्वोत्तम फोटो निवडला आणि अनेक

'मॅट्रीमोनिअल साइट्स'वर तो लोड केला. थोड्याच दिवसात इतके प्रतिसाद आले की माझ्यासाठी ते पूर्ण वेळाचे काम झाले, पण मला जर माझा हेतू साध्य करून घ्यायचा होता तर मला या सगळ्या दिव्यातून जाणे गरजेचे होते. मी जवळपास ३ वर्षे, आठवड्यातून ६० तास या कामाप्रीत्यर्थ कॉम्प्युटरवर बसत होतो. माझे बारीकसारीक तपशील पाठवणे, प्रतिसादांना उत्तरे देणे आणि बायकांशी चॅटींग करणे ही माझी कामे मी नियमाने करत होतो. त्या काळात मला अनेक विचित्र अनुभव आले. फार भयंकर बायकांशी मी बोललो, पण एकूण अनुभव मजेशीर होता.

ग्राहमने दिलेली आकडेवारी अशी -

१. त्याने इंटरनेटवरील वेगवेगळ्या साईट्सवर सुमारे २०,००० स्थळे पाहिली.
२. त्यांपैकी साधारणपणे १००० बायकांचे फोटो व वर्णन त्याला बरे वाटले, म्हणजे ते एकूण संख्येच्या ५% होते.
३. त्याने त्याचे फोटो आणि वर्णन त्या १००० बायकांना पाठवले. त्यांपैकी ३०% बायकांनी प्रतिसाद दिला. (म्हणजे ३०० बायकांनी.)
४. त्या प्रतिसादाला ग्राहमने जे उत्तर पाठवले त्यात त्याने विचारले की त्यांना या विवाहातून मूल हवे आहे का? बऱ्याचजणी 'हो' म्हणाल्या. त्यांची संख्या २८५.
५. मग त्या २८५ जणींना त्याने स्पष्टपणे लिहिले, की त्याला आणखी मुले नको आहेत, कारण त्याला आधीच ३ मुले आहेत, त्यामुळे ६०% बायकांनी नकार कळवला.
६. आता फक्त १०० बायका उरल्या, ज्यांच्याशी तो मैत्री वाढवू शकत होता. म्हणजे फक्त १०% बायका आता योग्य जोडीदारासाठी शिल्लक राहिल्या.
७. या १०० बायकांशी सतत फोनवर बोलून, इंटरनेटवर चॅटींग करून त्यांची अधिक माहिती मिळवली, त्यांपैकी ३८ जणी प्रत्यक्ष भेटायला आल्या. यांपैकी काहींना पुन्हा-पुन्हा भेटलो तर काहींचे तोंड परत पाहिले नाही.
८. या १०० बायकांपैकी २४ बायका परदेशातून त्याच्याबरोबर सुट्टी

घालवायला येणार होत्या. त्या ब्रिस्बेन, ऑस्ट्रेलिया येथून आल्या होत्या, अर्थात त्यांना हवाई तिकिटे व इतर खर्च देण्याचे कबूल केले होते. त्यांपैकी १६ जणींनी हा प्रस्ताव स्वीकारला.

९. ज्या बायकांनी भेटीचा प्रस्ताव स्वीकारला, त्यांनी प्रणयाचा प्रस्तावसुद्धा स्वीकारला, त्यामुळेच जर केमिस्ट्री जुळली तर ती योग्य जोडीदार होऊ शकेल असे मला वाटले.

१०. ज्या बायकांनी माझ्याबरोबर सुट्टी घालवली त्या खूश होत्या. त्यांचा वेळ खूप छान गेला. त्यांपैकी काही कुमारिका म्हणून आल्या होत्या आणि त्या कुमारिका म्हणून परत गेल्या, कारण माझी त्यांची केमिस्ट्री जुळली नव्हती तर वेळ व्यर्थ कशाला घालवायचा?

या सगळ्या गर्दीत एक स्त्री- जिला मी प्रत्यक्ष पाहिलेही नव्हते, जिचे नाव होते एम्मा- तिच्याशी माझी तार जुळली. ज्या दिवशी एम्माने माझ्याशी संपर्क साधला तो दिवस अजूनही मला आठवतो. तो दिवस होता इस्टर सोमवार, त्या दिवशी कॉम्प्युटरसमोर ८ तास बसून मी शंभर एक बायकांशी बोललो होतो, त्यात तीन जणींचा एक गट मला भेटायला ब्रिस्बेनला आला, त्यातली एकजण मला माझ्या आदर्श जोडीदाराच्या कल्पनेत बसणारी वाटली, पण आधी मला ही खूप अलिप्त वाटली आणि तिच्यावर खूप कष्ट घ्यावे लागतील असे माझे तिच्याबद्दल प्रथमदर्शनी मत झाले, पण ते चुकीचे होते. ती जेव्हा ऑस्ट्रेलियाला आली तेव्हा तिची व माझी केमिस्ट्री जुळून आली. ती माझ्यासाठी अगदी योग्य होती. आम्ही ताबडतोब साखरपुडा केला आणि त्याच्या पुढच्या वर्षीच विवाहबद्ध झालो. त्या गोष्टीला आता ९ वर्षे झाली. जेव्हा ग्राहम एम्माला भेटला तेव्हा तो ५० वर्षांचा बांधकाम व्यावसायिक, गिटार वाजवणारा व गायक होता. एम्मा ही २९ वर्षांची चायनीज स्त्री होती- जिच्याकडे भविष्यशास्त्राची पदवी होती आणि ती ग्राहमच्या यादीमध्ये चपखल बसणारी होती. ती गिटार वाजवत होती व क्लासिकल पियानो वाजवणे शिकत होती. आम्ही जेव्हा ग्राहम व एम्माची मुलाखत घेतली तेव्हा ९ वर्षांपासून त्यांचा संसार सुखात व आनंदात चालला आहे हे आम्ही प्रत्यक्ष पाहिले आणि म्हणूनच आम्ही तुम्हाला हे खात्रीने सांगू शकतो की ते एकमेकांसाठी अनुरूप आहेत.

आम्ही एम्माला विचारले, की 'या नातेसंबंधातून जी लॉटरी लागली त्याबद्दल तुला काय वाटते.' त्यावर ती म्हणाली, 'ग्राहमने मला २०,०००

बायकांमधून बायको म्हणून निवडले आहे. कोणत्याही पुरुषावर किती बायका हक्क सांगू शकतात? ग्राहमच्या आयुष्यात मी पहिल्या क्रमांकावर आहे याबद्दल माझ्या मनात तिळमात्र शंका नाही.'

ग्राहम म्हणाला, 'एम्मा अगदी मला हवी तशी स्त्री आहे. बऱ्याच लोकांना जोडीदार निवडीला फारसा वाव नसतो आणि म्हणूनच फार चोखंदळ असणे त्यांना परवडत नाही; जे की मला शक्य झाले. तुम्हाला काय हवे आाहे याची लेखी यादी तुमच्याजवळ असणे आवश्यक आहे आणि मगच तुम्ही ही आकड्यांची उसनवार करू शकता.'

> 'जोडीदार कसा हवा' याची मूर्त स्वरूपातील यादी तुम्हाला नक्कीच यश मिळवून देईल. संकटात सापडलेली राजकन्या आणि पांढऱ्या शुभ्र घोड्यावरून मदतीला येणारा राजपुत्र हे केवळ परीकथेतच असते.
>
> *- ग्राहम स्टील*

तुम्ही कोणाला टाळावे...

जेव्हा एखादी व्यक्ती अगदी निकराने जोडीदार शोधत असेल किंवा कुठल्यातरी ताणतणावाखाली असेल अशी व्यक्ती तुमच्यासाठी सर्वस्वी अयोग्य आहे. आपल्या आधीच्या पिढ्यांसाठी असेही जोडीदार निवडण्यात काही चुकीचे नव्हते, कारण त्यांची आयुर्मर्यादा आपल्यापेक्षा कमी होती. त्यांना ६ ते १२ मुले व्हायची आणि त्यांचा मूलभूत संघर्ष जगण्याचा होता. एकमेकांच्या भावनिक गरजा पूर्ण करण्याचा नव्हता. आज आपल्याला समाजात असेही लोक पाहायला मिळतात. त्यांना जोडीदार हा केवळ स्वत:चे ताणतणाव घालवण्याचे साधन म्हणून हवा आहे. त्यांना त्यांच्या कुटुंबाला खूश करण्यासाठी जोडीदार हवा आहे. ते स्वत:ची भलावण अशा शब्दात करतात. 'आयुष्यात मी आता एका स्थित्यंतराला सामोरे जातो आहे.' किंवा 'माझे सगळे मित्रही असेच करतात.' किंवा 'ही वेळ माझी स्थिरस्थावर होण्याची आहे.', 'यापेक्षा अधिक चांगले मला मिळणार नाही.', 'मी जर लग्न नाही केले तर तो/ती मला सोडून जाईल.', 'हा मला हवा असलेला आयुष्यातील बदल आहे.', 'खूप उशीर होण्यापूर्वी मला मूल हवे आहे.' असे आणि बरेच काही. अशी अनेक कारणे जोडीदार निवडीच्या संदर्भात दिली जातात. तुम्ही हे पूर्वीही ऐकले असेल.

तुम्हाला गरजू, तुमच्याशी अंगलट करणारी व्यक्तीसुद्धा जोडीदार म्हणून नको आहे. अशा व्यक्ती २०/२० मेसेजेस मोबाईलवर सोडतात, ई-मेल्सचा भडिमार करतात, सतत भेटी पाठवतात आणि तुम्हाला सदोदित सांगत असतात की ते तुमच्याशिवाय जगू शकत नाहीत किंवा ते आत्ता अत्यंत वाईट परिस्थितीत आहेत व त्यांना त्यातून सुटका हवी आहे. अशा लोकांना तुम्ही नक्की टाळले पाहिजे जे त्यांच्या सुखासाठी तुम्हाला जबाबदार धरू पाहतात. आपल्या स्वत:च्या सुखासाठी स्वत:ला जबाबदार धरणे अवघड आहे. हे म्हणजे 'घरचे झाले थोडे म्हणून व्याह्याने धाडले घोडे' म्हणण्यासारखे आहे. अशी माणसे 'तुम्ही त्यांच्याबरोबर असणे हे तुमच्यासाठी हितावह कसे आहे' हे पटवून देण्यासाठी अनेक वचने देतील. हे लोक म्हणजे असे असतात की काल रात्री टी.व्ही.वर बघून एखादे ॲबचे मशीन आणतात आणि जेव्हा त्यांच्या लक्षात येते की आपले पैसे आणि वेळ वाया गेला आहे की मग कॉटखाली मशीन ढकलून देतात.

लक्षात ठेवा, सगळेच नातेसंबंध काही जन्मभरासाठी नसतात. काही फक्त मौजमजेसाठी असतात तर काही नातेसंबंध हे भविष्यातील चांगल्या नातेसंबंधांसाठी मैलाचा दगड ठरतात. काही नातेसंबंध आपल्याला खूप काही शिकवून जातात. ही सगळी गृहीतके लक्षात ठेवूनच पुढे व्हा आणि प्रत्येक नातेसंबंधात परिपूर्णतेचा ध्यास धरू नका. जोडीदाराबरोबरची प्रत्येक भेट मौजमजेची बनवा, अल्प काळाची मैत्री आहे असे माना, जी कदाचित दीर्घ काळ टिकेल किंवा टिकणारही नाही.

मिस/मिस्टर रॉंग कसे ओळखावे?

सर्वसाधारणपणे पुरुषांना स्त्रियांचे शरीर कोणत्याही मापात किंवा कोणत्याही आकारात आवडते, पण बायकांना मात्र पुरुषांच्या शरीराकडे जोडीदार म्हणून बघण्यात फारशी रुची नसते. 'ग्लॅमर' मासिकावरील तरण्याबांड पुरुषाच्या चित्रामुळे किंवा 'मेन्स हेल्थ' मासिकावरील चित्रामुळे तो पुरुष दीर्घ काळ मैत्रीसाठी योग्य आहे असे त्या कधीच समजत नाहीत.

फारच थोड्या लोकांना पसंतीक्रमाच्या खेळात १०पैकी १० गुण मिळतात आणि असे लोक अशाच जोडीदाराकडे आकर्षित होतात ज्याने १०पैकी १० गुण मिळवले. आपल्यापैकी बहुतेकजणांमध्ये काही ना काही तरी कमतरता असतेच, त्यामुळे आपला आदर्श जोडीदारसुद्धा कमतरता असणाराच असायला

हवा म्हणूनच आपण अशाच जोडीदाराकडे आकर्षित होतो. समजा एखाद्या व्यक्तीला ७ गुण मिळाले तर ती आपोआपच अशा व्यक्तीकडे आकर्षित होईल जिला ७ गुण आहेत. कदाचित १० गुण असलेल्या व्यक्तीवर ते स्तुतिसुमने उधळतील, त्यांचा पाठलाग करतील, पण ते प्रयत्न व्यर्थ जातील आणि शेवटी त्यांना त्यांच्याइतके गुण असलेल्या व्यक्तीचाच जोडीदार म्हणून स्वीकार करावा लागेल. खरेतर वस्तुस्थिती अशी आहे की त्यांच्यात काही ना काही दोष आहे म्हणूनच ते मानव आहेत, नाही तर देव झाले असते. तुमच्यामध्ये एकदा जिव्हाळा निर्माण झाला की ते तुमच्या व्यंगावर, तुमच्या दोषांवर अधिक प्रेम करतील. दीर्घकालीन प्रेमाचा हाच तर महिमा असतो! म्हणूनच जी व्यक्ती सतत तुमचे दोष काढते, तुमच्या चुकांवर बोट ठेवते ती अजून जिव्हाळ्याच्या पायरीवर पोहोचली नाही हे समजावे आणि अशी व्यक्ती तुमच्यासाठी योग्य नव्हे!

जेव्हा केमिस्ट्री जुळत नाही...

बेलाने नव्यानेच टेनिस क्लबचे सदस्यत्व घेतले. तेथे येणारे लोक मौजमजा करणारे होते. या कल्बमध्ये सगळ्यात जास्त आकर्षण तिला कसले होते, तर तेथे एक खूप छान मुलगा येत होता- बिपिन त्याचे नाव. त्याचा सळसळता उत्साह वातावरणात जान आणत असे. तो अत्यंत साधा होता, त्याला कशाचाच गर्व नव्हता आणि तिच्या असे लक्षात आले की त्या दोघांमध्ये सामाईक अशा अनेक गोष्टी होत्या. त्यांची आध्यात्मिक श्रद्धा आणि दैवी विश्वाससुद्धा सारखे होते. त्यांचा जीवनविषयक दृष्टिकोन उत्साही होता. त्यांच्यात संवाद उत्कृष्ट होता. ते आपापल्या कामात यशस्वी होते. दोघांकडेही भरपूर पैसे होते, दोघांनाही तिशीपर्यंत मुले व्हायला हवी असे वाटत होते. आणखी एक गोष्ट म्हणजे तो देखणा होता आणि बेलाला त्याचे हसणे फार आवडत होते.

बेलाच्या केव्हाच लक्षात आले होते की तिला जसा तो आवडत होता, तसेच त्यालाही ती आवडत होती, पण अजून त्याने कधी तिला बाहेर फिरायला चलण्याबद्दल विचारले नव्हते. त्यांना एकांत अजून मिळाला नव्हता. तिने मनाशी ठरवले की व्हॅलेंटाईनच्या दिवशी ती त्याला बाहेर फिरायला जाण्याबद्दल विचारणार होती. त्याप्रमाणे तिने त्याला व्हॅलेंटाईनच्या दिवशी तसे विचारलेसुद्धा आणि तोसुद्धा अगदी रोमांचित होऊन 'हो' म्हणाला. तिने रेस्टॉरंटमध्ये टेबल आरक्षित केले.

स्वत:साठी नवीन छान कपडे घेतले आणि या नातेसंबंधात पुढचे पाऊल टाकण्यास सज्ज झाली.

खरोखर व्हॅलेंटाईन डे दोघांसाठीही खूप आनंददायी होता. जेवण सुंदर होते, वातावरण छान होते. मध्यरात्रीपर्यंत रेस्टॉरंट उघडे होते. दोघांनाही अजून खूप खूप बोलायचे होते. ती रात्र कधी संपूच नये असे त्यांना वाटत होते. बिपिनने असे सुचवले की आता त्याच्या घरी जाऊन दोघांनी कॉफी प्यायची. त्याच्या घरी ते सोफ्यावर बसले असताना त्याने तिला मिठीत घेऊन तिचे चुंबन घेतले, पण बेलाला काहीच वाटले नाही. ती थंड होती. जणू काही त्याने एखाद्या सुंदर मूर्तीचेच चुंबन घेतले. बेलाने ठरवले की आता गेलेच पाहिजे. गाडी चालवत असताना ती विचार करू लागली, असे का घडले? बिपिन तिच्यासाठी सर्वस्व होता. पुरुषात जे जे काही तिला हवे होते ते ते सगळे त्याच्यात होते, पण त्यांची केमिस्ट्री जुळत नव्हती. खरेतर बिपिन तिचा पुरुष होऊ शकला असता, पण तसे घडले नाही. ते एकमेकांचे चांगले मित्र बनून राहिले, पण पुन्हा कधीही ते फिरायला बाहेर गेले नाहीत.

जर एखाद्याशी केमिस्ट्री जुळली नाही तर तुमचे नातेसंबंध हे फक्त तर्कशुद्ध आणि ठाकठीक राहतात. आपल्या जोडीदारामध्ये रासायनिक प्रक्रिया घडवून आणण्याची क्षमता ही दीर्घ काळ एकमेकांबद्दल वाटणारी ओढ आणि विषयवासना यामध्ये असते. रासायनिक प्रक्रिया या दोन प्रकारच्या असतात; नैसर्गिक आणि कृत्रिम. नैसर्गिक विषयवासना तेव्हाच निर्माण होते जेव्हा आपल्या मेंदूतील हार्डवेअर यात भाग घेते, पण प्रयत्नपूर्वक एकमेकांबद्दल ओढ निर्माण करण्यासाठी दोघाही जोडीदारांना विशेष मेहनत घ्यावी लागते.

९% चा नियम

उत्क्रांतिवादी मानसशास्त्रज्ञ पिटर टॉड आणि ग्रॉफे मिल्टर (दि मेटिंग माइंडचे लेखक) यांनी कोणताही स्त्री-पुरुष अगदी १०० लोकांमधून आपला सुयोग्य जोडीदार कसा निवडतो हे गणिताच्या नियमात बसवून कॉम्प्युटरच्या साहाय्याने कसे शोधावे, ते दाखवले. त्यांनी असे शोधून काढले की आपण जोपर्यंत १००पैकी ९ शक्यतांचे मूल्यमापन करतो तोपर्यंत आपल्या अपेक्षा आपण ठरवलेल्या असतात. याचा अर्थ की एखाद्या पार्टीत जर १०० व्यक्ती असल्या

तरी त्यांपैकी आपण पसंतीक्रमानुसार फक्त पहिल्या नऊचाच विचार करायचा. १००पैकी ९ व्यक्तींचाही विचार न करता येणे म्हणजे पुरेशी माहिती गोळा न करणे होय. चांगला जोडीदार मिळवण्यासाठी ते करणे गरजेचेच आहे. जर तुमच्याकडे वेळ कमी असेल तर थोडं थांबा, घाई करू नका, अविचाराने निर्णय घेऊ नका, तुम्ही ९% व्यक्तींचा जोडीदाराच्या भूमिकेत शोध घेतल्यास तुम्ही जोडीदार निवडीसाठी तयार आहात असा त्याचा अर्थ होतो.

सारांश —

योग्य जोडीदाराचा शोध घेण्याच्या प्रक्रियेत किमान १ वर्ष निघून जाते आणि वादावादीपण होते. योग्य जोडीदाराचा शोध घेणे ही एक तर्कशुद्ध प्रक्रिया आहे. तुम्ही तुमचा व्यवसाय एखाद्याला चालवायला देताना जे कौशल्य लागते तेच इथे लागते. कोणत्याही नातेसंबंधांच्या सुरुवातीच्या काळात वचनबद्ध होण्याचा वेडेपणा करू नका, कारण तुम्ही प्रेमात खुळावलेले असता- त्यावेळी तुमच्या मेंदूतील संप्रेरके बोलत असतात. जेव्हा संप्रेरकांचा प्रभाव कमी होतो तेव्हा तुम्ही त्याच व्यक्तीकडे अविश्वासाने बघता की खरेच ही व्यक्ती माझ्यासाठी जोडीदार म्हणून योग्य आहे किंवा नाही! अशा परिस्थितीत योग्य ती सावधानता बाळगणे गरजेचे नाही का?

हे तुमचे आयुष्य आहे आणि त्यासाठी तुम्ही सर्वेसर्वा जबाबदार आहात अशी आख्यायिका सांगतात की जेव्हा तुम्ही शोध घेत नाही तेव्हाच तुम्हाला खरे प्रेम मिळते. ही जुनी म्हण नक्कीच तुम्हाला तुमच्या प्रेममय जीवनात सकारात्मक दृष्टिकोन ठेवण्यापासून परावृत्त करेल, म्हणून हे तुम्ही विसरून जा, जोडीदारांबद्दलच्या किमान अटींची एक यादी तयार करा आणि त्याला चिकटून राहा. कोणाशीच वचनबद्ध होण्याची घाई करू नका आणि नातेसंबंधात दुय्यम प्रेमाशी तडजोड करू नका. जेव्हा एखाद्या व्यक्तीमध्ये तुमचे आयुष्य सुखकर करणाऱ्या गोष्टी दिसल्या तर अशा नातेसंबंधांना प्रोत्साहित करा. जर ते नातेसंबंध तसे नसतील पण तुम्हाला त्यामुळे चांगले वाटत असतील तर ते नातेसंबंध तोडू नका. योग्य व्यक्ती मिळेपर्यंत उगाच कोणाला तरी टाईमपास म्हणून वापरू नका. ते आनंदापेक्षा वेदनादायक असते आणि तुम्हाला तुमच्या ध्येयापासून परावृत्त करते आणि त्या दुसऱ्या व्यक्तीसाठीसुद्धा अपमानास्पद असते.

तुम्हाला नेमके काय हवे आहे याचा अभ्यास करा आणि योग्य जोडीदाराचे वर्णन लिहून काढा आणि मग सार्वजनिक जीवनात अधिक रस घ्या. शक्य

तेवढ्या अधिक लोकांना भेटा. आकड्यांचा खेळ खेळा. तुमच्यासाठी १.५२ लाख योग्य जोडीदार उपलब्ध असताना दुय्यम प्रतीचा जोडीदार निवडण्याची घाई करू नका, फक्त त्यासाठी तुम्हाला स्वत:ला हालचाल करावी लागेल. तुम्हालाच कोणीतरी शोधत येईल अशी अपेक्षा ठेवू नका.

स्वप्नातील राजकुमार किंवा राजकुमारी प्राप्त होण्यासाठी अनेक संकटांचे डोंगर पार करावे लागतील. तुमचे स्वप्न पूर्ण होण्यासाठी तुम्हाला जोडीदाराशी वचनबद्ध राहावे लागेल आणि कष्टही घ्यावे लागतील, आत्तापासून प्रयत्न करा-चला, यादी बनवायला घ्या.

अनेक लोकांना वाटते की प्रत्येकासाठी एक सुयोग्य जोडीदार कोठेतरी वाट पाहात आहे, पण वस्तुस्थिती अशी आहे की या जगात प्रत्येकासाठी १.५२ लाख सुयोग्य जोडीदार वाट पाहात आहेत.

* तुमचा पसंतीक्रम आजमावा, त्यानुसार योग्य जोडीदाराचा शोध घ्या.
* योग्य जोडीदार शोधून काढण्यासाठी स्वत:शी वचनबद्ध राहा... यादी बनवा आणि तिला चिकटून राहा.
* जर केमिस्ट्री जुळत नसेल तर हट्ट धरू नका.
* शरणागती पत्करू नका! अनेक लोक तुमची वाट पाहात आहेत.

प्रकरण ८

बायकांना न कळलेल्या पुरुषांबद्दलच्या गूढकथा

कधी कधी तर ना, पुरुष फार विचित्र मागण्या करतात.

पुढील दोन प्रकरणांमध्ये स्त्री व पुरुष यांच्या तीव्र गरजा, त्यांच्या इच्छा, आकांक्षा आणि त्यांचे पछाडलेपण याबद्दल आम्ही तुम्हाला माहिती देणार आहोत. तुम्ही जर महिला वाचक असाल तर पुरुषांबद्दलची ही माहिती तुम्हाला चकित करेल, धक्का देईल आणि कदाचित तुम्हाला चीड आणेल. एक महत्त्वाची गोष्ट लक्षात घ्या - आम्हाला जे काही सांगायचे आहे ते आम्ही सरळ सरळ, स्पष्टपणे मांडणार आहोत. विनाकारण साखरेचे आवरण करून त्यात कडू औषध भरण्याचा आमचा उद्देश नाही. ते खरे असले तरी तुम्हाला ऐकायला आवडणार नाही, कारण सत्य हे कडूच असते. तुम्ही हे जर समजून घेतले तर विरुद्धलिंगी व्यक्तीबरोबर राहणे, त्यांच्याशी दैनंदिन व्यवहार करणे तुम्हाला सोपे जाणार आहे.

स्त्रियांबद्दल अशा अनेक गोष्टी आहेत ज्या पुरुषांना छळतात, चीड आणतात. पण या यादीमध्ये सर्वांत वरच्या क्रमांकावर आहे, प्रणय. आत्तापर्यंत अनेक अहवाल सादर झाले आहेत, ज्यामध्ये आकडेवारी प्रसिद्ध झाली आहे की ४० वर्षांचा पुरुष दर दिवशी ४ मिनिटातून एकदा प्रणयाचा विचार करतो आणि १८ वर्षांचा मुलगा दर ११ सेकंदांनी हा विचार करतो. इंडियाना युनिव्हर्सिटीमधील किन्सले संस्थेने असे सांगितले की ५४% पुरुष दिवसातून किमान एकदा तरी प्रणयाचा विचार करतात. ४३% लोक आठवड्यातून किंवा महिन्यातून काहीवेळा हा विचार करतात तर ४% लोक महिन्यातून एकदा हा विचार करतात, पण उलटपक्षी समाजाचे हे लाडके मत आहे की बायका अगदी क्वचितच प्रणयाचा विचार करतात आणि तेसुद्धा विचार करायला दुसरे काहीच नसेल तर त्या प्रणयाचा विचार करतात.

स्त्री व पुरुष यांच्यातील वैचारिक नात्यांमध्ये आणि विवाहबाह्य नातेसंबंधांमध्ये प्रणय हा विषय ताणतणावाचे मूळ असतो. सगळे शोधनिबंध हेच सांगतात की जोडप्यांमध्ये फक्त प्रणय या एकाच विषयावरून समस्या उद्‌भवतात. कदाचित प्रणयाच्या आसक्तीबद्दलच्या वेगवेगळ्या पातळ्या, वेगवेगळ्या वेळा किंवा एका जोडीदाराची दुसऱ्या जोडीदाराबद्दलची आसक्ती संपुष्टात येणे या समस्या असू शकतात. जेव्हा प्रणयाबद्दलच्या तक्रारी येतात, तेव्हा पुरुष पुरेसा प्रणय नसल्याबद्दल तक्रार करतात, तर बायका प्रणयाच्या अतिरेकाबद्दल तक्रार करतात. मग प्रश्न असा पडतो की प्रणयाची कमतरता असणे हे नातेसंबंध बिघडवण्यास कारणीभूत ठरते की बिघडलेले नातेसंबंध प्रणयाची आसक्ती कमी करतात? उत्तर आहे 'दोन्ही'.

पुरुषाची प्रणयाबद्दलची आसक्ती ही पिढ्यानपिढ्या तशीच आहे, हे गृहीत धरणे तर्कशुद्ध आहे आणि हे सत्य नाकारणे म्हणजे नातेसंबंधातील ताणतणाव वाढवणे आहे. एखाद्या फुग्याला सुईने टोचले तर काय होते, फुगा फुटतो आणि फुग्याची कातडी फाटते, पण म्हणून त्यातली हवा नाहीशी होत नाही तर ती दुसरीकडे पसरते.

१. झोपेतून उठतानासुद्धा पुरुष प्रणयाचाच विचार करतो.

कोणतीही विवाहित महिला हे सांगेल की सकाळी झोपेतून उठल्यावरही तिला गजराच्या घड्याळाची गरज नसते; कारण पहाटे-पहाटे तिच्या नवऱ्याच्या मिठ्यांच्या भडिमारानेच तिला जाग येते; याचे कारण असे की सूर्योदयाच्या वेळी पुरुषाची टेस्टोस्टोरोनची पातळी सगळ्यात जास्त असते. थोड्याच वेळाने त्याला शिकारीला

निघायचे असते. सूर्यास्ताच्या वेळी ती सगळ्यात कमी असते. निसर्गानं मुद्दामच केलेली ही व्यवस्था अशासाठी की आपले बीजारोपण करण्यासाठी ही त्याला शेवटची संधी! कारण न जाणो शिकारीहून तो परत आलाच नाही तर!

> बॉब सकाळी ६ वाजता झोपेतून खडबडून जागा झाला. पाहातो तर काय त्याची बायको झाडुचे वरचे टोक त्याच्या पार्श्वभागात खुपसत होती. तो म्हणाला, "हे काय चालले आहे?" त्यावर ती म्हणाली, "हा बदल कसा वाटतो?"

२. पुरुषासाठी प्रणय हा फक्त प्रणय का असतो?

प्रो. रॅक्विल आणि रुबेन गुर हे एम.आर.आय.चे उद्‌गाते आणि पेनिसिल्व्हानिया युनिव्हर्सिटीमध्ये प्रोफेसर होते. त्यांनी असे शोधून काढले की मेंदूचे डावे व उजवे गोलार्ध असंख्य मज्जातंतूंनी जोडलेले असतात, त्यामुळेच दोन्ही गोलार्धांत संवाद साधला जातो, माहिती पुरवली जाते. या दोन्ही गोलार्धांत जी केबल असते ती बायकांच्या मेंदूमध्ये अधिक जाड असते, त्यामुळे साहजिकच तिची क्षमता ३०%पेक्षा जास्त आहे, पण याच फरकामुळे पुरुषाने एकदा हाती एक काम घेतले की त्याचे चित्त फक्त त्या कामावर एकवटलेले असते. अशी कल्पना करा की बहुतांश पुरुषांचे मेंदू हे मधमाश्यांच्या पोळ्याप्रमाणे असतात. त्यामध्ये छोट्या-छोट्या खोल्या असतात आणि त्या प्रत्येकीत वेगवेगळे कौशल्य ठासून भरलेले असते आणि तेथे स्वतंत्रपणे काम चालू असते. या गुणांमुळेच पुरुषाला 'एका वेळी एक गोष्ट'चा मंत्र मिळतो, म्हणूनच बायकांपेक्षा अधिक लक्ष एकाग्र करून ते अवघड कामगिरी लीलया पेलून दाखवतात आणि हीच गोष्ट नातेसंबंधात घडते, त्यामुळेच पुरुष एकतर प्रणयावर लक्ष केंद्रित करू शकतो किंवा तो प्रेमावर लक्ष केंद्रित करतो, म्हणूनच प्रणय फक्त प्रणय असतो व प्रेम फक्त प्रेम असते! आणि फार क्वचित दोन्ही एकत्र असते, त्यांच्या या स्वभावामुळे पुरुषाच्या काही गोष्टी बायकांना समजत नाहीत. उदा. पुरुषांना न आवडणाऱ्या बायकांबरोबर प्रणय करणे.

> पुरुष असणे भाग्याचे असते, कारण तुम्हाला न आवडणाऱ्या स्त्रीबरोबरसुद्धा प्रणय करण्यासाठी तुम्हाला कोणी अडवत नाही.

पुरुष प्रणय करतो आणि नंतर विसरून पण जातो; म्हणजे तो विसरू शकतो, त्याला त्याबद्दल चर्चा करण्याची गरज वाटत नाही, पण काही वेळेस तो मित्रांजवळ बढाया मारण्यासाठी याबद्दल बोलू शकतो. एखाद्या बाईने एखाद्या स्त्रीलंपट पुरुषाला विचारले की त्याने दुसऱ्या स्त्रीबरोबर प्रणय का केला? तर तो अभिमानाने सांगतो, 'हं! तो फक्त प्रणय होता!' आणि तो हे खरेच सांगत असतो. पुरुषाच्या मेंदूमध्ये वेगवेगळे कप्पे असतात. प्रणय करणे हे दाढी करण्याइतके साधेसोपे नसते. आज दाढी केल्यानंतर दुसऱ्या दिवशीपर्यंत पुरुष पुन्हा त्या गोष्टीचा विचार करत नाहीत, पण बायकांसाठी, 'तो निव्वळ प्रणय होता' असं म्हणणे म्हणजे भूत पाहिल्यासारखे असते. त्यांच्या मते प्रेम आणि प्रणय हे एकमेकांपासून वेगळे करता येत नाहीत. ते मेंदूत एकत्र असतात, म्हणजे खरेतर प्रेम = प्रणय आणि प्रणय = प्रेम. प्रणय हा बायकांसाठी फक्त प्रणय कसा असू शकतो? काहीतरी प्रेम, जिव्हाळा असल्याशिवाय प्रणय कसा करणार? जर तसे नसेल तर ती स्त्री केवळ स्वतःला जोखण्यासाठीच तसे वागत असेल. जरी एखाद्या स्त्रीची प्रणय ही शारीरिक गरज असली तरी ती आदर्श जोडीदाराबद्दलची तिची यादी तपासून पाहील आणि मगच त्यातल्या योग्य व्यक्तीबरोबर प्रणय करेल, पण पुरुषांचे तसे नसते, जेव्हा प्रणय ही त्याची शारीरिक गरज असते तेव्हा त्याला कोणतीही स्त्री चालते. पुरुषांसाठी प्रणयासाठी प्रेम असण्याची गरज नाही.

> पुरुष एकाच वेळी प्रेम करणे आणि तुमच्या प्रश्नांना उत्तरे देणे हे करू शकत नाहीत, म्हणून महिलांनो कृपा करून बोलू नका.

अंतर्मुख होऊन विचार करणाऱ्या बायकांना ही पुरुषांची 'प्रणय हा प्रणय असतो' ही वृत्ती समजते, पण ते सत्य पचवणे जड जाते. त्यांची इतर स्त्रियांबरोबरची अफेअर्स, बायकांच्या उत्तान अंतर्वस्त्रांच्या जाहिरातींची पुस्तके पाहाणे, कामुक चित्रे पाहाणे यामुळे त्या असाहाय्य होतात.

३. 'नथिंग रूम'

आम्ही तुम्हाला आधीच सांगितले की पुरुषाचा मेंदू हा मधमाश्याच्या पोळ्याप्रमाणे असतो - त्यामध्ये अनेक छोटे-छोटे कप्पे असतात आणि त्या प्रत्येक कप्प्याचे विशेष कार्य असते. एका कप्प्यात विशेष वाक्‌चातुर्य असते, तर पुढच्या कप्प्यात

विशेष क्षमता असते. तिसऱ्या एखाद्या कप्प्यात प्रेमही असते, पण बहुतेक लोकांच्या मेंदूत एक विशेष कप्पा असतो जो बायकांना नसतो आणि त्यांना त्याबद्दल माहिती पण नसते. या कप्प्याला 'नथिंग रूम' म्हणतात. त्याच्या नावावरूनच तुम्हाला समजले असेल की त्या कप्प्यात कोणते कार्य चालते - या कप्प्यात कोणतेच कार्य चालत नाही. तो कप्पा फक्त रिकामा असतो असे नाही तर अनेक पुरुषांचा तो लाडका कप्पा असतो. जेव्हा पुरुष फिशिंग करायला जातो किंवा जेव्हा टी.व्ही. पाहात असतो किंवा एकटाच खुर्चीत मख्ख चेहऱ्यानं बसलेला असतो, तेव्हा त्याचा हाच कप्पा कार्यरत असतो. या 'नथिंग रूम'चा हेतू हा असतो की मानसिक ऊर्जा पुन्हा निर्माण करायची. पुरुष जेव्हा या 'नथिंग रूम'मध्ये प्रवेश करतो तेव्हा ती याची ध्यानधारणा आहे असे समजते. दिवसभरातून अशा ४/५ छोट्या छोट्या ध्यानधारणांची त्याला गरज असते, त्यामुळे त्याच्या अंगात उत्साह सळसळतो. बायकांच्या मेंदूला अशी गरज नसते, म्हणून पुरुष जेव्हा अशा अवस्थेत असतो तेव्हा बायको त्याला विचारते, 'कसला विचार करताय?' तो म्हणतो, 'काही नाही.' बायकोला वाटते, तो खोटे बोलतो आणि मग तो तिच्यापासून काहीतरी लपवतो आहे असा त्रागाही करते. त्याचा प्रामाणिक हेतू यामागे फक्त स्वत:ला ताजेतवाने करणे हा असतो, पण आत्ता तो वादविवादाच्या भोवऱ्यात सापडतो व त्याच्या उत्साहावर पाणी पडते. जेव्हा पुरुष म्हणतो, की तो कसलाच विचार करत नाहीये, तेव्हा तो ते खरे बोलत असतो, म्हणून त्याच्यावर जरूर विश्वास ठेवा. या काळात तो बहिरा पण झालेला असतो, म्हणून कोणत्याही महत्त्वाच्या मुद्यावर आत्ता त्याच्याशी बोलू नका, त्यापेक्षा त्याच्यासाठी एखादी चिठ्ठी लिहून ठेवा.

४. पुरुषांना स्त्रियांच्या सुडौल वक्षांचे असलेले वेड

संपूर्ण जगभरच्या स्त्रिया या विचारांनी झपाटलेल्या असतात म्हणून ब्रेस्ट ऑगमेंटेशन हा जगभरातील कोट्यवधी रुपयांची उलाढाल करणारा व्यवसाय बनला आहे. फक्त मानवी स्त्रियांनाच बटक्स आणि ब्रेस्ट्स असतात. इतर प्राण्यांच्या माद्यांना फक्त ममरी ग्लँड्स असतात.

बायका पुरुषांचे लक्ष वेधून घेण्यासाठी भरमसाठ खर्च करून उभार वक्षस्थळांसाठी शस्त्रक्रिया करून घेतात, सुडौल वगैरेसारखी क्रीम्स वापरतात, पुश-अप ब्रा खरेदी करतात.

पण आम्ही आमच्या संशोधनाच्या आधारे बायकांना हे सांगू इच्छितो की, 'महिलांनो, पुरुषांनी तुमच्याकडे आकृष्ट होण्यासाठी हे सगळे करण्याची गरज

नाही, त्याला आकृष्ट करण्यासाठी खरे तर काहीच करायची गरज नाही, कारण काही झाले तरी तो आकृष्ट होणारच असतो.'

५. प्रणयाबद्दल पुरुष बायकांना खरे का सांगत नाही?

केवळ संघर्ष टाळण्यासाठी अनेक पुरुष बायकांना त्यांना जे ऐकायला आवडते तेच सांगतात. पुरुष हे वयाने अधिक असतात आणि अनुभवी पण अधिक असल्यामुळे बिनदिक्कत खोटे बोलतात. प्रेम आणि प्रणय याबद्दल तर जास्तीतजास्त खोटे बोलतात. मनापासून इच्छा नसते, पण बायकाच त्यांना खोटे बोलण्यास भाग पाडतात, कारण त्यांनी विचारलेल्या प्रश्नांची खरी उत्तरे ऐकण्याची त्यांची तयारी नसते. जरी बहुतांश पुरुषांनी हे नाकबूल केले तरी बायकांशी खोटे बोलण्यात ते प्रवीण असतात आणि हा खेळ खेळण्यास बायकाच त्यांना प्रवृत्त करतात. पुरुषाच्या दृष्टिकोनातून सफेद खोटे अर्धसत्य किंवा विश्वासार्ह एखादी ओळ उदा. त्याची जोडीदार ही एकमेव स्त्री आहे जिच्याबरोबर त्याला प्रणय करावासा वाटतो? या सगळ्या त्याच्या सुरक्षित आधाराच्या कुबडया असतात आणि त्याचमुळे तर त्याला हॉलमधल्या सोफ्यावर रात्री झोपावे लागत नाही. एखाद्या स्त्रीच्या देहाच्या कामुक अवयवांच्या दर्शनामुळे तो पेटतो आणि त्याच्या मेंदूला डोपेमाईन या संप्रेरकाचा ओव्हरडोस मिळतो आणि त्याला बरे वाटते. त्याचे शरीर खास करून या प्रतिक्रियेसाठीच बनवले गेले आहे आणि त्याचा भावना, जाणीव किंवा जोडीदाराप्रति प्रेम या कोणत्याच गोष्टींशी काहीच संबंध नसतो. पुरुषाची जोडीदार जेव्हा बाहेरख्यालीपणाबद्दल त्याला आरोपी ठरवते तेव्हा त्याची पहिली प्रतिक्रिया म्हणजे खोटे बोलणे आणि आरोप नाकारणे, 'अगं, खरंच मी तिकडे पाहात नव्हतो.' किंवा 'तू तिच्यापेक्षा किती आकर्षक आहेस!' किंवा 'तू मला मिळालीस, आता मी कशाला तिच्याकडे बघू?' अशा प्रकारची अनेक वाक्ये तुम्ही तुमच्या सभोवताली ऐकली असतील. बाई जेव्हा पुरुषाला असे आरोपीच्या पिंजऱ्यात टाकण्याचा प्रयत्न करते, तेव्हा भांडणे टाळण्यासाठी आणि तिच्या भावनांचा आदर करण्यासाठी खोटे बोलण्यास तीच त्याला शिकवते.

> मी काही तिच्या गालांवरच्या खळ्यांकडे बघत नव्हतो तर त्याच माझ्या नजरेच्या आड येत होत्या.

आम्ही 'व्हाय मेन लाय ॲण्ड वुमेन क्राय' या पुस्तकामध्ये खोटारडेपणा

आणि फसवणूक याबद्दल जी चर्चा केली होती ती खूप मनोरंजक होती. अभ्यास हेच दाखवतो की ४पैकी ३ बायका पुरुषांकडून फायदा उकळण्यासाठी त्याचा खोटेपणा चालवून घेतात. ७३% बायकांनी हे सांगितले की आपला स्वार्थ साधून घेण्यासाठी किंवा प्रणयासाठी पुरुषाच्या खोटारडेपणाकडे डोळेझाक केली, फक्त निम्म्याच पुरुषांनी हे सांगितले की बायकासुद्धा त्यांच्याशी कसे आणि कधी खोटे बोलतात हे ते समजून असतात. त्याउलट ७१% पुरुषांनी हे सांगितले की प्रणयाच्या आशेने ते बायकांशी खोटे बोलतात. उदाहरणार्थ, ती त्याच्या आयुष्यात महत्त्वाची नसतानासुद्धा ती किती महत्त्वाची आहे हे सांगणे व प्रेम करत नसतानासुद्धा 'आय लव्ह यू' म्हणणे! पण ९७% बायकांनी ते कबूल केले की पुरुषांची लबाडी त्या सहज समजू शकतात.

सॉरी मला यायला उशीर झाला. पण तुला सांगू आज क्लबमध्ये स्पर्धा होती की कोणाची बायको सर्वात सुंदर आहे आणि मला त्यात दुसरे बक्षिस मिळाले

जर एखाद्या पुरुषाच्या बायकोनेच त्याला छोट्या छोट्या गोष्टींत खोटे बोलायला शिकवले तर हळूहळू तो इतका निर्ढावतो की पुढे तो मोठ्या

गोष्टींमध्येसुद्धा खोटे बोलू लागतो. कदाचित बायका ही गोष्ट कबूल करणार नाहीत, पण प्रणयाच्या बाबतीत पुरुष त्यांच्याशी खोटे बोलतो तेव्हा त्यांना फार सुरक्षित वाटते. पुरुष हे खूप पटकन शिकतात की बायकांशी त्यांना हवे तसे बोलले की त्या खूश राहतात आणि मग तो चौकटीबाहेरचे वागला तरी चालते.

पुरुष स्त्रीला प्रेम आणि प्रणय याबद्दल जी १० महान असत्ये सांगतो ती खालीलप्रमाणे -

खाली आम्ही जी असत्ये दिली आहेत ती जगभरातील पुरुष तेव्हाच बायकांना सांगतात जेव्हा खरे बोलण्याने खूप भयंकर वाईट परिणाम होणार असतात. आम्ही बायकांना याबद्दल विचारले तर ७५% बायकांनी असे सांगितले की त्यांच्याबरोबर असे कधीच घडले नाही, पण ८५% पुरुषांनी हे कबूल केले की नातेसंबंधात ही वाक्ये त्यांनी कधी ना कधी तरी नक्कीच वापरली आहेत.

१. मी तुला कधीही फसवणार नाही - जर एखादी स्त्री स्वतःहून पुरुषाच्या गळ्यात पडलीच तर नक्कीच तो ती संधी सोडणार नाही, कारण अशी संधी वारंवार येत नाही. शोधनिबंध सांगतात की निम्मे पुरुष तरी असेच वागतात आणि म्हणतात मी तुला कधीच फसवणार नाही.
२. मी अजूनपर्यंत स्ट्रीपक्लबमध्ये गेलो नाही - आपली समाजातील प्रतिमा डागाळू नये म्हणून आणि बायकांवर आपली छाप पडावी म्हणून पुरुष कधीच कबूल करत नाहीत की ते स्ट्रीपकल्बमध्ये गेलेले आहेत. खरे सांगायचे तर पुरुषांना स्ट्रीपक्लबमधील बायकांबरोबर प्रणय करणे आवडते.
३. मी त्यातला नाही - बायका जेव्हा टी.व्ही. वर किंवा व्हीडीओवर काही घाणेरडे दृश्य पाहतात तेव्हा त्यांच्या प्रतिक्रियेला प्रतिसाद म्हणून पुरुष म्हणतात 'मी तसा नाही'. खरे सांगायचे तर त्यालाही तसे करणे आवडते.
४. मी तुझ्या मैत्रिणींकडे 'त्या' दृष्टीने पाहात नाही - विशेष करून उत्तम फिगर असलेल्या मैत्रिणींकडे तर अजिबात त्या नजरेने पाहात नाही असे जरी तो प्रत्यक्षात सांगत असला तरी वास्तवात त्याचे लक्ष तिच्याकडे असते; याचा अर्थ तो तिच्याकडे प्रणयाची मागणी करतो असे नाही, पण तो तसा विचार जरूर करतो.

५. अश्लील चित्रात मला रुची नाही - वा! वा! हे तर अगदी सफेद झूठ! जगातला हा एकमेव प्राणी आहे की ज्या धंद्यात लाखो डॉलर्सची उलाढाल आहे ती साईट इंटरनेटवर त्याने कधी पाहिलेली नाही. त्यापेक्षा 'सँटा क्लॉज खरेच ख्रिसमसच्या रात्री भेट देतो' या गोष्टीवर विश्वास ठेवावा.

६. रिसेप्शन काऊंटरवरची स्त्री मला खाणाखुणा करेल असे वाटले नव्हते - ती जवळ नाही हे बघून तो हे वाक्य म्हणतो. खरे सांगायचे तर बायकोच मुळात तिला 'चालू, उनाड मैना' वगैरे हीन उपमा देते, त्यामुळेच त्याला ती अधिक सुंदर दिसते.

७. माझे आयुष्य केवळ तुझ्यासाठीच आहे - खोटारडा आहे, तो! कारण त्याला या असल्या मधाळ बोलण्याच्या मोबदल्यात प्रणय, कोडकौतुक, लाड, चांगले-चुंगले जेवण, स्वच्छ घर आणि शांत, सुस्वभावी बायको हवी असते.

८. भेटणाऱ्या सगळ्या बायकांकडे कामुक नजरेने पाहणारा मी नाही - त्याला असे सांगण्याची गरज का पडते, तर त्याच्या मन:चक्षुंसमोर संबंधात येणाऱ्या बायकांचे मनोमन कपडे काढण्याची त्याला सवय असते. काही वेळेस तर तुमच्याशी प्रणय करतानासुद्धा त्याच्या मनात दुसरीच बाई असते.

९. मी तुझ्याशी कधीच खोटे बोलत नाही - तुमच्याशी संघर्ष होऊ नये म्हणून किंवा तुम्ही रडू नये म्हणून तो तुम्हाला थोडा बदल करून सत्य सांगेल आणि तुम्ही त्याला जाब विचारलात तर तो म्हणेल- तू सत्य पचवू शकणार नाहीस म्हणून मला तसे सांगावे लागले.

१०. मी तिच्या वक्षस्थळांकडे पाहात नव्हतो - खरे सांगायचे तर तो नक्की तिकडेच पाहात होता, पण त्याला संकट ओढवून घ्यायचे नव्हते. लक्षात ठेवा, सत्याचा सामना बायका करू शकत नाहीत.

> खरे तर पुरुषांना बायकांना प्रणयाबद्दल संपूर्ण सत्य सांगायला आवडले असते, पण मग त्यानंतरच्या परिणामांना सामोरे जाण्याची त्यांची इच्छा नसते.

वरील परिच्छेद वाचणाऱ्या काही बायकांची उत्स्फूर्त प्रतिक्रिया अशी असेल, 'छे! माझ्या बाबतीत हे खरे नाही.' लेखकांची काहीतरी चूक होते आहे, पण

आम्ही ही गोष्ट नाकारतो, कारण आम्ही याबद्दल बरेच संशोधन केले आहे आणि आम्हा दोघा लेखकांपैकी एकजण पुरुष आहे. बरेच पुरुष ही खोटी विधाने मान्य करतात आणि त्याबद्दलचे अनेक विनोद एकमेकांना सांगतात, पण बायकांना ते असे विनोद सांगत नाहीत, कारण त्यामुळे ते बायकांचा गैरफायदा घेऊ शकणार नाहीत.

सारांश असा, की बहुतेक पुरुष बायकांना आनंदात ठेवण्यासाठी असे वागतात आणि त्यायोगे त्यांच्याकडून अधिकाधिक प्रणयाची अपेक्षा धरतात. पुरुष बायकांना भुलवतात, त्यांचे कौतुक करतात, त्यांच्याशी दयाळूपणे वागतात, त्यांच्याकडे लक्ष पुरवतात, प्रेमभरानं वागतात, त्यामुळे बायका त्यांच्यावर प्रेम करतात आणि मुख्यत: क्षमाशील राहतात, अर्थात बायकांना या कृतीमागची लबाडी, अप्रामाणिकपणा आणि त्यांना वापरून घेण्याची वृत्ती या सगळ्याचा संशय मनात असतोच, पण पुरुषांचा हा स्वसंरक्षणाचा मार्ग असतो- यामध्ये चांगले-वाईट असे काहीच नसते. हे असेच असते म्हणून याचा स्वीकार करावा आणि पुरुषांना कौशल्यानं हाताळावं. महत्त्वाचा मुद्दा हा आहे की नातेसंबंध म्हणजे सेवा आणि साधनसंपत्ती यांची देवाणघेवाण असते.

६. पुरुषांना वळणदार स्त्रिया का आवडतात?

हजारो वर्षांपासून आवरग्लास फिगर हा पुरुषांचा आकर्षणाचा बिंदू आहे आणि बायकांचे वजन किंवा अंगावरची चरबी यांचा या गोष्टींशी संबंध नसतो.

मुली जेव्हा वयात येतात तेव्हा त्यांच्या ॲस्ट्रोजेनची पातळी उंचावते आणि त्यामुळे त्यांच्या नितंबांवर व मांड्यांवर चरबीचे थर साठतात. अन्नाची उपासमार झाली तर किंवा स्तनपान करण्याच्या काळात उपयोगी पडावे म्हणून निसर्गाची ही योजना असते. मानसशास्त्रज्ञ देवेन्द्र सिंग यांनी १२ प्रयोग करून असा निष्कर्ष काढला की, नितंब आणि कंबर यांचे गुणोत्तर हे ०.६७ ते ०.८ असे असेल तर तिची प्रजननक्षमता चांगली आहे असे समजावे व त्यामुळेच ही पुरुषांना आकर्षून घेईल. हे गुणोत्तर प्रमाण म्हणजे असे की स्त्रीच्या कंबरेचे माप तिच्या नितंबाच्या ७०% असावे. सिंग यांनी जे अनेक प्रयोग केले त्यावरून आकर्षक शरीरयष्टीकडे पुरुष कसे आकर्षित होतात आणि ०.७ हे प्रमाण कसे जास्तीतजास्त आकर्षक आहे हे त्यांनी सिद्ध केले. मग ती स्त्री जाड असली तरी पुरुष आकर्षित होतात.

सिंग यांनी ३० वर्षांपूर्वीपासूनच्या प्लेबॉय मासिकाच्या मुखपृष्ठाचे विश्लेषण

केले आणि त्यांच्या असे लक्षात आले की पूर्वीपेक्षा आत्ताच्या मुखपृष्ठावरील स्त्रिया जरी अधिक-अधिक सडपातळ होत आल्या असल्या तरी त्यांच्या नितंब आणि कंबर यांचे प्रमाण ७०% इतके कायम आहे. जेव्हा हे प्रमाण ७०%पेक्षा अधिक असते तेव्हा या स्त्रिया निरोगी असत नाहीत आणि त्यांची जननक्षमतासुद्धा कमी असते; हे प्रमाण जर ७०%पेक्षा कमी असले तरीसुद्धा असेच होते. चुकीचे प्रमाण असणे यामुळे ती स्त्री गरोदर राहण्याची आणि पुरुषाचे जीन्स वहन करण्याची शक्यता कमी होते.

आम्ही प्राचीन चित्रकारांच्या कलाकृतींचे पण विश्लेषण करून पाहिले. त्यांच्या कलाकृतीतील बायका जरी अधिक जाडजूड असल्या तरी नितंब व कंबर यांचे प्रमाणे ०.७% कायम ठेवलेले दिसले.

ब्रिटिश सेफवे कंपनीने ५०० लोकांचा सर्व्हे केला त्यातील ८७% पुरुषांनी सांगितले की त्यांना आकर्षक शारीरिक वळणे असलेल्या स्त्रिया आवडतात आणि स्त्रियांचे वजन हे त्यांच्या उंचीच्या प्रमाणात असावे. बहुतेक पुरुषांना सडपातळ स्त्रियांपेक्षा वळणदार शरीर असलेल्या स्त्रिया आवडतात. फक्त ८% पुरुषांना सडपातळ स्त्रिया आवडतात, तर ९२% पुरुषांना आवरग्लास फिगर असलेल्या बायका आवडतात. मजेदार गोष्ट अशी की या बाबतीत स्त्रियांची मते पण पुरुषांसारखीच आहेत, म्हणून स्त्रियांच्या बाबत आकर्षकतेचा मुद्दा असा की आकार महत्त्वाचा, वजन नव्हे.

७. प्रणयाच्या बाबतीत बायकांनी पुढाकार घेणे हे पुरुषांसाठी फार महत्त्वाचे का असते...

बायकांबरोबर प्रणयासाठी पुढाकार घेणे ही पुरुषांसाठी जोखमीची गोष्ट असते आणि अनेक पुरुषांचा अहम् नाजूक असतो, कारण नकार हे ते त्यांचे अपयश मानतात. जर बाईने नकार दिला तर तो पुरुष कोलमडून जातो. प्राण्यांच्या जगतात प्राण्याला मादीला आपल्या जवळ बोलावण्यासाठी फक्त गुप्त अवयव दाखवण्याची गरज असते. प्राण्यांच्या जगतात मादी हसून प्रतिसाद देणे शक्य नसते किंवा ती 'माझा मूड नाही'/'माझे जरा डोके दुखते' असेही म्हणत नाही, पण पुरुषांना मात्र अशा समस्यांना तोंड द्यावे लागते आणि एखादा पुरुष अनुभवी आहे म्हणून त्याच्या या समस्या कमी होत नाहीत आणि याच कारणामुळे बायकांनी पहिली चाल करणे पुरुषांना आवडते. प्रणयात पुढाकार घेण्यासाठी कात्रीत सापडलेल्या पुरुषाचा पुढील मार्ग सुकर होतो आणि त्यांना महत्त्व मिळते

की ते कोणालातरी आवडतात. या भावनेने अहम् सुखावतो. पुरुष जेव्हा बाईशी प्रेमाने वागतो, तिला हवे ते पुरवतो तेव्हाच त्याला हे मिळते, कारण त्याने हवे ते पुरवल्याच्या मोबदल्यात त्याला प्रणय पुरवणे तिच्यावर बंधनकारक ठरते. जर पुरुषांनी थोडे धोरणीपणाने वागले तर त्यांना हवे ते ते सहज मिळवू शकतात.

> पुरुष एखाद्या सुंदर वाईनसारखा असतो. सुरुवातीला तो कच्च्या द्राक्षांसारखा असतो आणि बाईचे हे काम असते की त्याला पायाखाली चिरडून अंधाऱ्या जागी परिपक्व होण्यासाठी इतका वेळ ठेवायचे की ती ते डिनरबरोबर घेऊ शकेल.

खूप बायकांची अशी इच्छा असते की त्यांच्या पुरुषांना त्यांचे इशारे समजावेत. फारच थोड्या स्त्रिया उघड उघड बोलतात, पण बऱ्याच बायका अशा पद्धतीने आडपडद्यात बोलतात की त्यांची खात्री असते आता तरी त्याला कळेल. पण छे! पुरुष आणखीन गोंधळून जातो.

८. नाईट क्लबमध्ये पुरुषांचे गैरसमज का होतात?

नाईट क्लबमध्ये ज्या बायका उत्तानपणे नाचतात त्यायोगे पुरुषांना हे समजते की त्या योग्य पुरुषांना उपलब्ध आहेत! पण पुरुषांचा असा गैरसमज होतो की, त्या कोणालाही उपलब्ध आहेत. स्त्री व पुरुष यांचा स्त्रियांच्या उपलब्धतेबद्दल प्रचंड गैरसमज असतो. समस्या अशी निर्माण होते की पुरुष त्याच्या गृहीतकानुसार मैत्री आणि प्रणयाची उपलब्धता यासाठी स्वत:चीच परिभाषा वापरतो. इ.स. १९८च्या सुरुवातीला डॉ. ॲन यांनी व नंतरच्या काळात मानसशास्त्रज्ञ साल जॉनसन यांनीसुद्धा तेच प्रयोगांती सिद्ध करून दाखवले. त्यांनी एक असे नाटक वठवले की एक नवोदित कलाकार एका प्रस्थापित निर्मात्याच्या ऑफिसमध्ये काम करायला गेली आहे. दोघाही कलाकारांना सांगण्यात आले होते की त्यांनी फक्त मैत्रीपूर्ण पद्धतीनेच वागायचे आहे, एकमेकांना वश करण्याचा कोणताही प्रयत्न नको. या प्रसंगाचे चित्रीकरण करायचे ठरले व जे कोणी निरीक्षक होते त्यांनी व्हिडिओवर प्रसंग पाहून आपली मते नोंदवायची असे ठरले. ज्या बायका हा प्रसंग पाहात होत्या त्या म्हणाल्या, की महिला कलाकार अधिक सभ्यपणे व मैत्रीपूर्ण नात्याने वागत होती (९२%) आणि तिने कुठेही आपण स्त्री असण्याचा

आविर्भाव दाखवला नाही. पुरुषांचेसुद्धा जवळपास (८७%) असेच मत होते, पण तरीही त्यांना ती महिला कलाकार (५५%) सेक्सी आणि लुभावणारी वाटली. दुसऱ्या शब्दात सांगायचे झाले तर असे म्हणता येईल की जरी प्रत्यक्षात बायका सभ्यपणे वागत असल्या तरी पुरुष स्वत:च्या चुकीच्या गृहीतकांमुळे आणि त्याची नजरच दूषित असल्यामुळे बायकांच्या वागण्यातून स्वत:ला सोयीस्कर असे अर्थ काढतो. आपल्या जनुकांचा बीजप्रसार करण्याची संधी त्याला जळी-स्थळी, काष्ठी-पाषाणी दिसत असते. आणखी एक अभ्यास असे दाखवतो, की जर एखाद्या पुरुषाने एखाद्या महिलेच्या पर्समध्ये गर्भनिरोधक पाहिले तर त्याची प्रणयाची इच्छा चार पटीने बळावते. अनेक बायकांना या गोष्टीची जाणीव असते म्हणून ज्या बायकांना पुरुषांकडून काही लाभ हवे असतात त्या अशा युक्त्या करतात. या प्रकाराला 'कॉक टिझिंग' असे नाव आहे.

९. पुरुष लग्नासाठी किंवा वचनबद्धतेसाठी कधी तयार होतो?

अगदी साध्या-सोप्या- शरीरशास्त्राच्या- परिभाषेत सांगायचे झाले तर पुरुषाची जेव्हा टेस्टास्टोरोनची पातळी कमी व्हायला लागते तेव्हाच तो लग्नासाठी 'मिस्टर राईट' बनू शकतो. हे वय साधारणपणे २७ इतके असते. पूर्वीच्या काळी पुरुषाचे लग्न विशीच्या आतच होत असे, कारण प्रणय हा लग्नातून मिळणारा सगळ्यात मोठा फायदा होता, पण आजच्या पुरुषांसाठी प्रणय मिळणे ही फारशी अवघड बाब नाही. तो कोणत्याही वेळी, कुठल्याही ठिकाणी कोणत्याही स्त्री बरोबर उपलब्ध होऊ शकतो; याचाच परिणाम म्हणून आजचा पुरुष विचार करतो की विवाहाच्या बंधनाच्या जोखमीत कशासाठी अडकून पडायचे? जर तो आपला बीजप्रसार विवाहाशिवायसुद्धा करू शकतो?

वयाच्या २७व्या वर्षापासून मात्र पुरुष अधिक काळजीवाहू बनतो आणि थोडासा शांतपण होतो, कारण आता त्याच्या आणि स्त्रीच्या संप्रेरकांच्या गुणोत्तर प्रमाणाची दिशा बदलू लागते. आता त्याला दीर्घ काळ नातेसंबंधांमध्ये रुची वाटू लागते. त्याला आता आयुष्यात स्थिरावयाचे वेध लागतात. प्रथमच तो आता डोक्याने विचार करू लागतो. तो आता मैत्रिणीला सहज, निर्हेतुकपणे फोन करू लागतो आणि तिच्याबरोबर कुठे जाण्यासाठी मित्रांबरोबरची मॅच पण टाळू शकतो. नातेसंबंधांमध्ये जेव्हा तो वासनायुक्त प्रेमात गुंतलेला असतो तेव्हा त्याची टेस्टास्टोरोनची पातळी फार उंचावलेली असते. तेव्हा तो खूप उथळपणे

वागतो, अति उत्साहाच्या भरात तो तिला तिच्या कामाच्या ठिकाणी भला मोठा फुलांचा गुच्छ पाठवतो, जेणेकरून इतरांना हे समजावे. तो रात्रीच्या जेवणासाठी महागड्या हॉटेलमध्ये टेबल बुक करतो (राखून ठेवतो) आणि तिच्याशी गोड-गोड, मधाळ शब्दात बोलून प्रेमालाप करतो, पण एकदा का प्रणय आटोपला की त्याला बिछान्यातून बाहेर पडण्याची घाई होते. तो शक्य तेवढ्या लवकर तिच्यापासून बाजूला होतो आणि काहीतरी करायला बघतो म्हणजे टी.व्ही. पाहतो, कोणाला तरी फोन करतो, गादी नीट करतो, ई-मेल्स पाठवतो, स्वयंपाकघरात काहीतरी करतो आणि अगदीच करण्यासारखे काही नसेल तर सरळ झोपी जातो आणि घोरायला लागतो. आता त्याच्या मेंदूमध्ये युद्ध सुरू होते व त्याला ती आपली कमजोरी वाटते. आता काम तर संपले, पुढे काय? एकाच स्त्रीबरोबर तो असे ५ वेळा समागम करू शकतो, पण पाचव्या वेळेनंतर त्याच्या डोक्यात येते, आता प्रणय पुरे झाला. संख्याशास्त्रानुसार एखाद्या स्त्रीच्या उदरात आपले बीज वाढण्यासाठी एवढा प्रणय पुरेसा आहे, म्हणूनच सहाव्या भेटीपासून त्याची तिच्यातली गोडी संपलेली असते, म्हणून जोपर्यंत तो तिला दीर्घ काळासाठी आपली मानत नाही, तोपर्यंत तो तिच्यासाठी 'मिस्टर राईट' होऊ शकत नाही. जर त्याला एखादी नवीन स्त्री भेटली आणि त्याला ती आवडली तर तो तिच्यात गुंततो.

> पाच वेळा एकाच स्त्रीशी समागम केल्यानंतर 'मिस्टर रॉंग'चा तिच्यातील इंटरेस्ट संपतो. हे प्राण्यांच्या जगतातील नराप्रमाणेच असते.

इतर प्राण्यांच्या जातीत म्हणजे मोठ्या गायी, डुकरे यांच्यातसुद्धा हेच चित्र दिसते. म्हणजे नर एखाद्या मादीबरोबर फक्त ५ वेळा संभोग करू शकतो. मानवी जगातसुद्धा हेच असते. पुन्हा त्याच स्त्रीबरोबर संग करण्यात पुरुषाला समस्या येते. तीच स्त्री जरी पुन्हा दुसऱ्या वेशात अवतरली, तिने वेगळा परफ्युम वापरला

> स्त्री जेव्हा लग्न करते तेव्हा तिला ३ S अपेक्षित असतात. सेन्सिटिव्हिटी, सिन्सिरीटी, शेअरींग. पण तिला काय मिळते तर ३ B - बर्प्स (ढेकरा), बॉडी ओडर (दुर्गंध) आणि बिअरयुक्त श्वास.

किंवा वेगळी परिस्थिती निर्माण झाली तरी समस्या तीच! पण तेच एखाद्या नव्या स्त्रीशी ओळख झाली की पुरुषाचे मन उचंबळून येते. निसर्गसुद्धा पुरुषालाच साथ देतो आणि जणू काही हेच सुचवतो 'आता पुरे, तुझ्या बीजप्रसारासाठी दुसरीकडे शोध घे' आणि म्हणूनच 'मिस्टर राँग' पहिले संबंध थांबवतो व पुन्हा नव्याने सुरुवात करतो.

सगळेच पुरुष नातेसंबंधांची सुरुवात 'वन नाईट स्टँड'ने करतात, पण जेव्हा त्यांना दीर्घ काळ नातेसंबंधातील जिव्हाळ्याचा आविष्कार होतो तेव्हा ते बिछान्यात अधिक काळ थांबतात, जोडीदाराशी गप्पासुद्धा मारतात आणि काहीसे बायकांसारखे प्रेमळ पण होतात.

१०. शहाणे पुरुष समाजात वावरताना स्पिडोज का वापरतात किंवा आपल्या ढेरीचे प्रदर्शन का करतात...

समाजात वावरताना आपण किती गबाळे दिसतो याचे भान पुरुष का ठेवत नाहीत हे बायकांना पडलेले एक कोडे असते. कित्येक बायकांना सामूहिक ठिकाणी पोट आत ओढण्याची सवय असते किंवा बिकिनी घातल्यावर आपल्या पोटाच्या वळ्या दिसू नयेत म्हणून त्या ९०° कोनात बसण्याचे टाळतात, पण पुरुष मात्र एखाद्या ९ महिन्यांच्या गरोदर बाईसारखे पोट घेऊन बायकांकडे स्मितहास्य फेकत असतो किंवा बायकांकडे टक लावून पाहात असतो.

पुरुषांना हे पक्के ठाऊक असते की स्त्रियांना आकर्षित करणे हे त्यांच्या दिसण्यावर अवलंबून नसून त्यांनी किती साधनसंपत्ती गोळा केली आहे यावरच

बऱ्याच पुरुषांचे शरीर बायकांपेक्षाही पुष्ट असते.

अवलंबून असते, पण बायकांच्या बाबतीत मात्र त्यांनी संपादन केलेले यश आणि मिळवलेला पैसा हे पुरुषांसाठी भीतिदायक असते, पण तिचे सुंदर रूप, आकर्षक देहयष्टी आणि मुख्यत: तिची मुलांना जन्माला घालण्याची क्षमता या त्यांच्या आवडीच्या गोष्टी असतात. जर तिला तिचा पार्श्वभाग लहान दिसावा म्हणून काळा स्कर्ट घालण्याची गरज असेल तर पुरुषाला त्याचे सुटलेले पोट लपवण्यासाठी रोलेक्स घड्याळ किंवा बी.एम.डब्ल्यु. गाडीची गरज असते.

११. पुरुष आणि त्यांची प्रणयी भावना

आत्ता आम्ही पुरुषांच्या ज्या प्रणयी इच्छेबद्दल सांगणार आहोत त्या आंतरिक नसून त्याचा संबंध भूतकाळातील बाह्य गोष्टींशी आहे. त्याच्या गत जीवनातील अनुभव आणि प्रणयाच्या भावना आहेत. त्याच्या या वर्तणुकीचा संबंध बालपण आणि पौगंडावस्था याच्याशी आहे. या बाह्य गोष्टी त्याच्या प्रणयी भावना उत्तेजित करतात. या बाह्य गोष्टी कोणत्या? तर कपड्याचा एखादा लहानसा तुकडा असू शकतो, एखादा विशिष्ट वास असू शकतो. रंग, कापड, लठ्ठपणा किंवा म्हातारपण असे काहीही असू शकते. आणखी यादी पुढे न्यायची असेल तर बूट, साल्मन जातीचा मासा, टूथब्रश, एखादा मित्र वगैरे वगैरे. जेव्हा पुरुषाचे मन कल्पनाविलासात विहरू लागते तेव्हा त्याच्या मन:चक्षुंपुढे शरीराचे अवयव, त्यांचे आकार, त्यांची स्थिती हे तरळू लागते, पण त्यांच्या नजरेसमोर स्वयंपाकघरात पोळ्या लाटणारी स्त्री कधीच येत नाही किंवा स्टेजवर शास्त्रीय संगीत म्हणणारी किंवा जी जगभर शांततेचा प्रसार करत फिरते अशी स्त्री कधीच येत नाही. इंटरनेटवरील अश्लील वाहिन्या ज्या प्रतिमांनी भरून वाहात असतात त्याचे ९९% प्रेक्षक हे पुरुषच असतात.

> एकदा एका पुरुषाने स्त्रीला विचारले की, 'तू माझ्याशी लग्न करशील का?' ती म्हणाली, 'नाही.' आणि तेव्हापासून तो पुरुष सुखाने राहू लागला. भरपूर गोल्फ खेळला, भरपूर बिअर प्यायला, मासेमारी करायला गेला आणि पाहिजे तेव्हा मनमुराद पादला.

पुरुषांची नजर बुभुक्षित असते हे आम्ही तुम्हाला वारंवार सांगत आलो आहोत. अमेरिकेमध्ये ज्या लोकांना दुसऱ्यांच्या खिडक्यांमधून डोकावून बघण्यासाठी

शिक्षा झाली आहे, त्यामध्ये ९७% पुरुष आहेत. स्ट्रीप क्लबमध्ये जाणारे आणि उघड्या बायकांची चित्रे बघणारे पुरुषच आहेत.

१२. पुरुष कसली चिंता करतात?

बायकांप्रमाणे पुरुषसुद्धा स्वतःमधील वैगुण्याची चिंता करतात, पण ते त्या चिंतेत बुडून जात नाहीत, जसे बायकांचे होते! पुढे काही गोष्टी दिल्या आहेत ज्याची पुरुष चिंता करतात:

१. माझे पोट फार सुटले आहे का?
२. मी खूप लहान/वयस्कर दिसतो का?
३. माझे शरीर पुरेसे पिळदार आहे का?
४. माझे केस गळतात का?
५. मी यशस्वी होईन का?
६. मी स्त्रीच्या प्रणयी इच्छा पुऱ्या करू शकेन का?
७. मी माझ्या कुटुंबाचे पोषण करू शकेन का?
८. मला पुरेसे पैसे मिळतील का?
९. मी जसा प्रेम करतो तशी कोणती स्त्री माझ्यावर प्रेम करेल का?

पुरुष या गोष्टींचा विचार करतात आणि काळजीसुद्धा करतात; पण त्याबद्दल कोणाशी बोलत नाहीत. तुम्ही असे कधी एखादा पुरुष आपल्या मित्राला सांगताना ऐकले आहे का, 'अरे तुला वाटते का की मी अपयशी आहे? मला टक्कल पडले आहे? मी ढेरपोट्या झालो आहे? मला कोणतेच कपडे चांगले बसत नाहीत.' कधीच नाही! पुरुषांना आपल्या अपयशाबद्दल कोणाला सांगायला आवडत नाही. तुम्हीसुद्धा त्यांच्यांशी कधी त्याबद्दल बोलू नका, कारण त्यामुळे त्यांचा अहम् दुखावला जातो आणि नातेसंबंधात ताणतणाव येतात.

१३. पुरुषांना 'आय लव्ह यू' म्हणणे इतके जड का जाते?

अनेक जोडप्यांमध्ये नातेसंबंधांच्या सुरुवातीच्या काळात 'आय लव्ह यू' हे वाक्य अविचाराने म्हटले जाते. जेव्हा दोघाही जोडीदारांचे संप्रेरक उच्च पातळीत असतात आणि जेव्हा त्या दोघांना स्वतःची नावेसुद्धा आठवत नाहीत, इतकी ती एकमेकांमध्ये रंगून जातात; पण स्त्रीसाठी त्या वाक्याचा अर्थ असा असतो की

ती आता स्वत:चे घरकूल बनवणार आहे. त्याची तयारी म्हणून घरासाठी पडदे जमा करणे, टेडी बेअर्सना कुरवाळणे, त्याच्यासाठी जेवण बनवणे, ज्या जोडप्यांना मुले आहेत त्यांना न्याहाळणे आणि सतत जन्मभरीच्या साथसोबतीबद्दल बोलणे! पण नेमके याच वेळी पुरुषाच्या मनात धोक्याची घंटा वाजू लागते. तो घाबरतो आणि मनाशी म्हणतो, 'अरेरे! मी हे काय करून बसलो? मी हे वाक्य उच्चारायला नको होते. आता आयुष्यभर मला त्याची शिक्षा भोगावी लागणार..' म्हणूनच पुरुष केवळ प्रणयाच्या आशेनेच 'आय लव्ह यू' म्हणतो किंवा ती त्याच्या संप्रेरकांची जादू असते, नाहीतर तो अशी चूक कधीच करणार नाही.

> पुरुषांसाठी नियम क्र. ३९:
> तुमची मैत्रीण किंवा बायको जर तुमच्या पुरुष मित्रावर टीका करत असेल तर सहभागी होऊ नका. जर तिने तेवढ्याकरता प्रणय थांबवला तरच त्यात भाग घ्या, अन्यथा नको.

कोणत्याही नातेसंबंधात एखादी स्त्री एखाद्या अयोग्य जोडीदारासोबत राहात असते ते याच गैरसमजुतीमुळे की, एक ना एक दिवस ती तिच्या जोडीदाराला बदलेल किंवा प्रेमाने ती जोडीदाराला जिंकून घेईल. तो तिच्याशी किती वाईट वागतो हे समजून घेण्यास ती जाणीवपूर्वक नकार देते. तिच्या हेसुद्धा लक्षात येत नाही की आपण 'राजाच्या राणी'पासून 'अवदसे'पर्यंत कसे येऊन पोहोचलो! अन् तेही अवघ्या ९ महिन्यांत? अशावेळी ती तिच्या जीवश्चकंठश्च मैत्रिणींशी चर्चा करू शकते, त्यांचे मत घेऊ शकते. हल्लीच्या भाषेत सांगायचे तर 'फोन अ फ्रेंड', 'ऑडिअन्स पोल' हे उपाय वापरू शकते. कित्येक बायकांना स्वत:च्या डोळ्यातले मुसळ दिसत नसले तरी समोरचीच्या डोळ्यातले कुसळ नक्कीच दिसते. त्यांच्या स्वत:च्या संसारात काय त्रुटी आहेत हे त्यांना कळले नाही तरी तुमच्या संसारात काय कमी आहे हे त्या अंडरलाईन करून सांगतील, म्हणून त्यांचा जरूर सल्ला घ्या.

तरीही ज्या स्त्रियांचे मत असे आहे की, 'प्रेमाने जग जिंकता येते.' अशा स्त्रियांना भेटणे पुरुषांना आवडते, याचाच अर्थ 'प्रेम' शब्दाची साखरपेरणी करणाऱ्या वाक्यांची मुक्त उधळण योग्य वेळी केल्यास तिला त्याच्या हृदयात स्थान मिळेल.

१४. पुरुष ज्या प्रश्नांना घाबरतो असे ५ प्रश्न

१. तुम्ही कसला विचार करताय?
२. तुमचे माझ्यावर प्रेम आहे का?
३. मी जाड दिसते का?
४. ती माझ्यापेक्षा सुंदर आहे असे तुला वाटते का?
५. मी मेले तर तुम्ही काय कराल?

हे वरवर साधे दिसणारे प्रश्न पुरुषांसाठी इतके अवघड का आहेत? याचे कारण असे की जर या प्रश्नांची उत्तरे चुकली तर प्रचंड भडका उडून वादविवाद होण्याची शक्यता असते, त्यामुळे खरे बोलण्याची सोय नसते. खाली या प्रत्येक प्रश्नाचे संभाव्य उत्तर काय असू शकते हे आम्ही तुम्हाला सांगतो.

प्रश्न १ : तुम्ही कसला विचार करताय?

या प्रश्नाचे योग्य उत्तर आहे की, 'अरेच्चा! मी तुझ्यापासून मनाने फार दूर गेलो का? मला माफ कर, पण तू किती विचारी, प्रेमळ, बुद्धिमान आणि सुंदर आहेस आणि तू माझ्या आयुष्यात आलीस हे माझं केवढं मोठं भाग्य आहे याचाच मी विचार करत होतो.'

तुमच्या या उत्तराचा वास्तवाशी सुतराम संबंध नसला तरी वातावरण चांगले राहण्यास याचा उपयोग होतो. खरे उत्तर यांपैकी काहीतरी असते -

१. काही नाही.
२. क्रिकेट
३. विवस्त्र स्त्रियांना बघतोय.
४. तू किती जाड आहेस.
५. तुझ्या मृत्यूनंतर येणारी इन्श्युअरन्सची रक्कम मी कशी खर्च करेन.

प्रश्न २ : तुमचे माझ्यावर प्रेम आहे का?

योग्य उत्तर : 'म्हणजे काय? मी तुझ्या प्रेमात वेडा झालो आहे.'

अयोग्य (खरी) उत्तरे पुढीलप्रमाणे -

१. शंका आहे का? चल आत्ता प्रणयासाठी तयार हो.
२. जर मी 'हो' म्हणालो तर तुझे समाधान होईल का?
३. जरा 'प्रेम' या शब्दाची व्याख्या मला समजावून सांग.

४. नवरा आहे मी तुझा, कामच आहे ते माझे.
५. आपले शारीरिक संबंध आहेत, तेवढे पुरेसे नाही का?
६. कोण? मी?

प्रश्न ३ : मी जाड दिसते का?

योग्य उत्तर : 'छे! काहीतरीच काय? तू अगदी सुडौल दिसतेस!'

अयोग्य उत्तरे पुढीलप्रमाणे -

१. कोणाच्या तुलनेत?
२. मी तुला जाड म्हणणार नाही, पण तू फारशी सडपातळपण नाहीस.
३. हे जास्तीचे वजन तुला शोभून दिसते.
४. मी तुझ्यापेक्षा जाडजूड बायका पाहिल्या आहेत.
५. नाही, मी तर चुकून तुला २० किलोच समजलो.
६. पुन्हा विचार! मी ऐकले नाही. तू मेल्यावर तुझ्या इन्श्युअरन्सचे पैसे कसे खर्च करायचे याच विचारात मी होतो.

प्रश्न ४ : ती माझ्यापेक्षा सुंदर आहे असे तुला वाटते का?

या प्रश्नाचे उत्तरही पुन्हा तसेच आहे, 'नक्कीच नाही.'

अयोग्य उत्तरे पुढीलप्रमाणे -

१. हो! पण तुझे व्यक्तिमत्त्व अधिक चांगले आहे.
२. सुंदर नाही, पण ती तुझ्यापेक्षा सडपातळ आहे.
३. तू तिच्या वयाची होतीस तेव्हा अधिक सुंदर होती.
४. सुंदरतेची तुझी व्याख्या काय?
५. पुन्हा विचार. मी ऐकले नाही. तू मेल्यावर तुझ्या इन्श्युअरन्सचे पैसे कसे खर्च करायचे याच विचारात मी होतो.

प्रश्न ५. मी मेले तर तुम्ही काय कराल?

या प्रश्नावर तर तुम्ही जिंकूच शकत नाही. काहीही उत्तर द्या. 'मी फेरारी विकत घेईन.' हे योग्य उत्तर असू शकेल, पण हा प्रश्न पुढीलप्रमाणे हाताळला जातो.

स्त्री : तुम्ही पुन्हा लग्न कराल?
पुरुष : नक्कीच नाही.

स्त्री : का? वैवाहिक जीवन तुम्हाला आवडत नाही का?
पुरुष : हो! विवाहित असणे मला नक्कीच आवडते.
स्त्री : मग पुन्हा का नाही लग्न करणार?
पुरुष : ठीक आहे! तू म्हणतेस तर मी पुन्हा लग्न करेन.
स्त्री : (दुखावलेल्या चेहऱ्याने) तुम्ही पुन्हा लग्न करणार?
पुरुष : अगं, तूच तर आत्ता सुचवलेस ना?
स्त्री : तुम्ही या आपल्या कॉटवर तिच्याबरोबर झोपणार?
पुरुष : राणी! मग आम्ही कुठे झोपणार?
स्त्री : तू या फ्रेममधल्या माझ्या फोटोच्या जागी तिचा फोटा लावणार?
पुरुष : हं! तसे करावेच लागेल ना!
स्त्री : आणि तू तिला ही माझी गोल्फची स्टीकपण देणार?
पुरुष : नाही गं! तिला चालणार नाही ती, ती डावखुरी आहे!

* पुरुषाच्या मेंदूत प्रेम आणि प्रणय वेगळे ठेवायची क्षमता असते; क्वचितच प्रेम आणि प्रणय बरोबर असते.
* संघर्ष नको म्हणून पुरुष स्त्रियांशी खोटे बोलतात. जर खरे उत्तर ऐकण्याची तुमची तयारी नसेल तर पुरुषांना कधीच तसे प्रश्न विचारू नका, कारण यामुळे तुम्हीच त्यांना खोटे बोलणे शिकवता.
* जर तुमच्या आयुष्यातील पुरुषाला तुम्हाला सुखी ठेवायचे असेल तर प्रणयात पुढाकार घ्या.
* पुरुषसुद्धा त्यांच्यातील वैगुण्याबद्दल बायकांइतकेच असुरक्षित असतात. पण ते त्या गोष्टींची चर्चा करत नाहीत. पुरुषाला त्याचे अपयश कधीच दाखवू नका, त्यामुळे त्याचा अहम् दुखावेल आणि तुमच्या नातेसंबंधांमध्ये ताणतणाव निर्माण होतील.

प्रकरण ९

पुरुषांना माहिती नसलेली स्त्रियांची १२ सत्ये

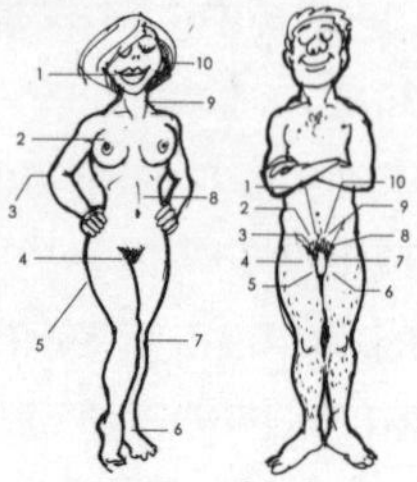

स्त्री व पुरुष ह्यांच्या शरीरातील कामुक जागा

आपल्या आधीच्या पिढ्यांपेक्षा आज आपल्यातला 'प्रणय' या विषयावर जोरदार चर्चा, वादविवाद रंगतात. काही बायका मात्र आजही या विषयावर हातचे राखून बोलतात. बायका जर कुटुंबनियोजनाच्या गोळ्या किंवा दुसरे आणखी काही उपाय करून घेतात तर त्या प्रणयाला बरेचदा 'नाही' का म्हणतात? स्त्री मुक्ती चळवळीनंतर पुरुषांचा असा समज झाला की त्या आता प्रणयात पुढाकार घेतील. बायकांनीसुद्धा असे जाहीर केले की समाजाच्या बायकांबद्दल पूर्वीच्या ज्या अपेक्षा होत्या की बायकांना प्रणयाची आस नसते. त्या अपेक्षा आता त्यांनी फोल ठरवल्या आहेत. हे ऐकून पुरुषांना फार आनंद झाला व त्यांनी हे गृहीत धरले की आता ते बायकांना नियमितपणे केव्हाही प्रणयासाठी आमंत्रित करू शकतील आणि बायकासुद्धा न लाजता प्रतिसाद देतील. बायका आता आपल्या शरीराची वळणे उठावदार करून दाखवणारे कपडे वापरू लागल्या. स्त्रियांची मासिके सतत पुरुषांना कसे खूश करावे याबद्दलचे धडे देत होती. रेडिओ, टी.व्ही. या प्रसारमाध्यमांत सेक्सबद्दल समुपदेशन सुरू झाले हे सगळे पाहून पुरुषमंडळी खूश झाली. त्यांना वाटले, आता स्त्री आणि पुरुष प्रणयाच्या बाबतीत सम पातळीवर आले.

तथापि हा प्रचंड विरोधाभास होता! जरी प्रणयाच्या बाबतीत क्रांती झाली असली आणि कितीही गाजावाजा केला तरी अनेक बायकांची पावले अडखळली

आणि त्यांनी प्रणयाच्या खेळात मागेच राहण्याचे ठरवले. पुन्हा एकदा पुरुषांना माघार घ्यावी लागली, कारण त्यांना जेवढी प्रणयाची आसक्ती होती तेवढी बायकांना नव्हती. पुरुषांना प्लेबॉय मासिकातील चित्रांप्रमाणे प्रत्यक्ष आयुष्य जगण्याची इच्छा होती, पण प्रत्यक्षात त्यांना मदर टेरेसाबरोबर जगावे लागत होते.

जर एखादी स्त्री नातेसंबंधात वाईट परिस्थितीत असेल तर ती प्रणय टाळते, पण त्याच नातेसंबंधात असणारा पुरुष कोणत्याही ठिकाणी, कोणत्याही वेळी प्रणय आवडीने करतो, कारण आपण मागेच पाहिले की पुरुष प्रेम आणि प्रणय वेगळे ठेवू शकतात आणि प्रेमापेक्षा प्रणयालाच ते अधिक प्राधान्य देतात, कारण त्यायोगे त्यांचा बीजप्रसार होतो; म्हणूनच स्थळ, काळ, व्यक्ती याचे कोणतेच भान त्याला असत नाही. बायकांसाठी हे अगदी उलट असते. अनेक स्त्रियांना आश्चर्य वाटते की कोणत्याही भावना नसताना पुरुष प्रणय कसा करू शकतात? आणि या गोष्टीचा त्यांना रागसुद्धा येतो. बायकांच्या मेंदूतील निरनिराळी प्रणय केंद्रे आणि टेस्टोस्टोरोनची लक्षणीय कमी पातळी ही तिच्या प्रणयाच्या गरजेला सर्वांत शेवटच्या क्रमांकावर नेऊन ठेवते.

पुरुषांना अगम्य अशा स्त्री आणि प्रणय याबद्दलच्या १२ दंतकथा :

१. स्त्रियांना प्रणयातून काय हवे असते?

आजच्या युगात लोकांना अशा भ्रामक समजुतीने पछाडले आहे की पुरुषांना प्रणयातून जे हवे असते तेच स्त्रियांनापण हवे असते. कित्येक मासिके आणि टेलिव्हिजन तर यापुढे जाऊन असेही म्हणतात की स्त्रियांची कामेच्छा पुरुषांच्या कामेच्छेइतकीच प्रबळ असते. स्त्रियांच्या हक्कांच्या चळवळीनं त्यांना जशी इतर बाबतींत समता मिळवून दिली तशी प्रणयाच्या बाबतीतही मिळाली.

> एका ज्योतिषाने एका तरुण पुरुषाला असे सांगितले, 'तुझे आयुष्य आनंदाने जावे असे वाटत असेल तर तुझी व तिची आवड सारखी असणारी आणि तुझ्यासारखीच वागणारी अशी मुलगी पत्नी म्हणून निवड.' तो ओरडला, 'काय? दारू आणि बायका?' पुढे म्हणाला, 'म्हणजे मला अल्कोहोलिक लेस्बियन स्त्री बायको म्हणून निवडावी लागणार.'

बायकांना प्रणयामधून काय हवे असते याचा शोध घेण्यासाठी आम्ही ३० वर्षांपासूनचे रेकॉर्ड गोळा केले, त्याचा अभ्यास केला, त्याचे विश्लेषण केले. या रेकॉर्डमध्ये विद्यापीठांनी आणि आरोग्यसंस्थांनी केलेला अभ्यास, व्यावसायिक सेक्सॉलॉजिस्ट तसेच लोकप्रिय मासिक- कॉस्मॉपॉलिटिअन आणि रेडबुक यांचाही समावेश होता- त्यामधून दोन महत्त्वाचे निष्कर्ष आमच्या हाती लागले. पहिला म्हणजे लाखो वर्षांपासून स्त्रियांना प्रणयाकडे उद्युक्त करणाऱ्या गोष्टी आजही त्याच आहेत. प्रत्येक अहवालाने हेच दाखवले की उच्च प्रतिष्ठित उद्योजक बायका असू दे किंवा घरात बसून मुलांचा सांभाळ करणारी गृहिणी असू दे किंवा १०,००० वर्षांपूर्वीची गुहेत राहणारी आदिमानव महिला असू दे, प्रत्येकीचा प्रणयाकडे पाहण्याचा दृष्टिकोन सारखाच आहे. दुसरा महत्त्वाचा निष्कर्ष असा की २१व्या शतकातील स्त्रीची कामेच्छासुद्धा तिच्या पूर्वज स्त्रीपेक्षा अधिक जास्त नाही, बदल एवढाच आहे की सध्या 'सेक्स' या विषयावर खूप जास्त आणि खूप उघडपणे बोलले जाते. आजही तिचा प्राधान्यक्रम हा असा जोडीदार मिळवण्याकडे असतो की ज्याच्याकडे भरपूर साधनसंपत्ती आहे किंवा निदान ती मिळविण्याची क्षमता आहे.

स्त्रियांना एखाद्या पुरुषाकडून प्रणय मिळविण्यापूर्वी ज्या गोष्टींची खातरजमा करावीशी वाटते त्या मुख्य ५ गोष्टी अशा -

१. तो तिच्यासाठी खास व आकर्षक वाटला पाहिजे.
२. त्याच्याबरोबर तिला सुरक्षित वाटले पाहिजे व त्याचे प्रेम तिला जाणवले पाहिजे.
३. त्याने तिचे फाजील लाडसुद्धा केले पाहिजेत.
४. तिला सतत जवळ घेऊन कुरवाळले पाहिजे.
५. तिच्याशी भावनिक पातळीवर बोलले पाहिजे.

आता या यादीच्या तुलनेत पुरुषांना स्त्रियांकडून काय हवे याची यादी पाहा.

१. तिने प्रणयासाठी नेहमी 'हो' म्हटलं पाहिजे.
२. खूप जास्त व खूप वेळ प्रणय हवा.
३. प्रणयामध्ये पुढाकार घेऊन नावीन्य शोधले पाहिजे.
४. तो तिच्याकडे सतत प्रणयाची मागणी करतो म्हणजे तो अपराधी आहे याची जाणीव तिने करून द्यायला नको.
५. त्याला नयनसुख कोणत्या गोष्टींमुळे मिळते हे तिने समजून घ्यायला पाहिजे.

बायकांना हळुवार प्रणयाची आस असते. खरे सांगायचे तर तिला 'सेक्स' हा शब्दसुद्धा आवडत नाही. ती या शब्दाला पर्यायी शब्द 'मेक लव्ह' असा वापरते किंवा फार तर 'त्याच्याबरोबर झोपले' इतकेच म्हणते. प्रणयानंतर तिला बोलायला आवडते; तिच्या भावना त्याने वाटून घ्याव्या असे तिला वाटते, पण बहुतेक स्त्रियांची हीच तक्रार असते की हे शक्य नसते, कारण तो गाढ झोपी जातो.

पुरुषाचे नंबर एकचे दिवास्वप्न हे असते की बिछान्यात तो दोन स्त्रियांच्यामध्ये आहे. बायकांनासुद्धा असे हवे असते म्हणून जेव्हा त्यांचा जोडीदार गाढ झोपी जातो तेव्हा त्यांना बोलायला कोणीतरी लागते.

या सगळ्यावरून काय दिसते, तर बायकांना भावनिक पातळीवर आधी सुखी करायला हवे! पण पुरुषांना बेभान आणि बेफाम प्रणय हवा असतो. स्त्री आणि पुरुष यांच्या वेगवेगळ्या प्राधान्यक्रमामुळे आणि कामेच्छांमुळे त्यांना एकत्र राहणे किती अवघड आहे असे म्हणणे सयुक्तिक आहे. बायका पुरुषांना नेहमी 'स्वार्थी' असे म्हणतात आणि त्यांना सतत घाई असते असेही म्हणतात तर

एअरफोर्सचे एक विमान रनवेवरून चालले होते. एअरहोस्टेस सैनिकांना सुरक्षेच्या सूचना देत होती, म्हणजे 'सीटबेल्ट बांधा' किंवा 'आपत्कालीन बाहेरचा मार्ग' वगैरे वगैरे. शेवटी ती म्हणाली, 'आता आरामशीर बसून तुमची ट्रीप एन्जॉय करा. तुमची कॅप्टन रीटा आणि तिचा स्टाफ तुम्हाला सुरक्षितपणे इराकला घेऊन जाईल.' पहिल्याच रांगेत बसलेला म्हातारा सार्जंट म्हणाला, 'काय? कॅप्टन महिला आहे? मी बरोबर ऐकले ना?' त्यावर एअरहोस्टेस म्हणाली, 'हो! खरे सांगायचे तर पूर्ण स्टाफच महिलांचा आहे.' सार्जंट उदास झाला, 'अरे देवा! कॉकपीटमध्ये एकटी महिला, आता कसे होईल?' त्यावर एअरहोस्टेस म्हणाली, 'हात्तिच्या एवढंच ना! त्याला आपण कॉकपीट नको म्हणू या, त्याऐवजी बॉक्सऑफिस म्हणू या!'

पुरुष बायकांना 'यांत्रिक' आणि 'कल्पनातीत' असे म्हणतात. बाई पुरुषाच्या कामक्रीडांना 'गलिच्छ' आणि 'विकृत'सुद्धा म्हणते, तर तो तिला 'बोअरींग' म्हणतो, पण जेव्हा तुम्ही स्त्री व पुरुष यांच्या मेंदूतील वेगळी ठेवण समजून घ्याल तेव्हा तुम्ही त्यांच्या दोघांच्याही मतांचा आदर कराल. दोघांनीही प्रणयाकडे बघण्याचा दृष्टिकोनात थोडेसे बदल केले तर तुम्ही आदर्श प्रेमवीर व्हाल. कोणते प्रणयी जीवन 'आदर्श' म्हणता येईल, तर ज्यात एकमेकांच्या गरजांचा आदर केला जातो. आपल्या प्रणयाच्या गरजा वेगळ्या असतात - चांगल्या किंवा वाईट नव्हे, फक्त वेगळ्या.

२. बायका प्रणयात क्वचितच पुढाकार का घेतात?

जवळपास प्रत्येक देशातील बहुतांश पुरुषांची बायकांबद्दलची ही एक नंबरची तक्रार आहे. याचे कारण सोपे आहे. आम्ही तुम्हाला हे अनेकदा सांगितले की पुरुषांची कामेच्छा ही स्त्रियांच्या कामेच्छापेक्षा जास्त असते. पुरुषांमध्ये टेस्टोस्टोरोन या संप्रेरकाची पातळी १० ते २० पटीने जास्त असते व त्यांचा हायपोथॅलॅमस मोठा असतो आणि इथेच हार्मोन्स् प्रणयइच्छेला प्रोत्साहन देतात.

> *माझी बायको म्हणते की तिचे माझ्यावर प्रेम आहे; पण ते तिला दाखवायचे नसते. तिला असे वाटते की नुसते 'माझे तुझ्यावर प्रेम आहे' म्हणणे पुरेसे आहे. कृतीत मात्र काहीच नसते. ती माझ्यासाठी काय करते, तर माझ्या आवडीचे जेवण बनवते, माझे कपडे धुते, पण त्यात काय मोठेसे? कारण या सगळ्या गोष्टी तर मीसुद्धा करू शकतो. माझ्यासाठी तिने काय करावे असे मला वाटते, तर एखाद्या दिवशी तरी मी कामावरून येण्याच्या आधी छानपैकी हलकासा मेकअप करून, छोटेसे मादक कपडे घालून माझी वाट पाहावी; आल्याआल्या मला आलिंगन द्यावे. तरच मला हे पटेल की तिचे माझ्यावर प्रेम आहे. मला खूश करण्यासाठी ती एवढी छोटीशी गोष्टपण करू शकत नाही.*
>
> इयान

गेल्या लाखो वर्षांपासून पुरुष आपला बीजप्रसार करण्यासाठी समागम करत आला आहे. बायका मुलांना जन्माला घालत आल्या आहेत. बायकांचे मूलभूत काम म्हणजे कुटुंबाची काळजी घेणे व मुलांचे पालनपोषण करणे. आजही

काहीच बदलले नाही. बायकांनी त्यांच्या कार्याच्या कक्षा रुंदावल्या आहेत आणि त्यासुद्धा कुटुंबाचा आधार बनल्या आहेत. पुरुष मात्र अजूनही तिच्या शारीरिक जवळिकतेला फोरप्ले समजतात. त्यांचे आजही संपूर्ण लक्ष प्रणयावरच केंद्रित आहे. आजही त्यांना यातला फरक समजत नाही. स्त्रीला माया, प्रेम कधी हवे आहे आणि प्रणय कधी हवा आहे आणि हा फरक न समजल्यामुळेच अनेकदा त्यांना नकार पचवावा लागतो. बायकांच्या इशाऱ्यांचा ते चुकीचा अर्थ घेतात आणि गैरसमज करून घेतात की तिला आता प्रणयच हवा आहे आणि तोंडावर आपटतात. बायकासुद्धा त्यामुळे संभ्रमित होतात.

तुम्हाला सांगू का, मला झोपण्यापूर्वी त्याने एकवार आलिंगन द्यावे असे वाटते. एकमेकांना गोंजारत झोपी जाणं मला आवडतं. सौम्य आणि हलकेसे स्पर्श यामुळे मला बरे वाटते, पण मी जर तसा प्रयत्न केला तर रॉबर्टला वाटते की मला सेक्स हवा आहे! म्हणून हल्ली मला सेक्स नको असेल तेव्हा बिछान्यात पडल्याबरोबर मी डोळे मिटून झोपेचे नाटक करते.

हेलेन

पुरुषांची समस्या ही आहे की त्यांच्या मेंदूत बीजप्रसार हाच एक कार्यक्रम फिट बसलाय. पूर्वीच्या काळी तर पुरुषांना प्रणयाची प्रत्येक संधी घ्यावी लागायची. अगदी संकटाचा सामना करण्यापूर्वीसुद्धा! अनेकदा गरोदरपणात काही अडथळे येऊन नऊ महिन्यांच्या आतच मूल दगावायचे किंवा जन्मत:च मृत असायचे. बालमृत्यूचे प्रमाणसुद्धा फार होते. बायकांची कामेच्छा कमी असायचे कारण सततचे गरोदरपण आणि मुलांचे संगोपन! पण निसर्गाने हे बरेच केले, कारण बायकांच्या डोक्यातही सतत प्रणयाचे भूत संचारले असते तर मुलांचे संगोपन कोणी केले असते?

निअँडरथळ पुरुष व स्त्री यांना प्रणयाबाबत कोणतीच समस्या नव्हती. ते त्याकडे फक्त मौजमजा म्हणून बघत व कधीच त्याबद्दल वादविवाद करत नसत, पण त्यांची पुढची सुधारित आवृत्ती आली आणि त्यांनी प्रणयाचा संबंध मुलांच्या जन्माशी लावला. कुटुंबनियोजनाची साधने उपलब्ध नव्हती तेव्हा स्त्री-पुरुषांना प्रणयाची भूक दडपावी लागत असे.

मानवानेच फक्त प्रणयाचा संबंध बालकांच्या जन्माशी लावला.

३. स्त्रियांना अधिक प्रणयासाठी उद्युक्त कसे करावे...

इतिहास हेच सांगत आला आहे की जेव्हा जेव्हा पुरुषांना काही हवे होते तेव्हा तेव्हा त्याने त्या गोष्टीची प्रत्यक्षरीत्या मागणी केलेली आहे आणि जेव्हा त्यांना एखादी गोष्ट नको होती तेव्हा त्यांनी उघडपणे नकार दिला. परंपरेनुसार पुरुष नेहमी हक्काने कुठलीही गोष्ट मागत गेला आणि त्याला ती मिळत गेली, म्हणजेच नातेसंबंधातही त्याच्या हाती सत्ता होती, त्यामुळे नकार त्यांना माहिती नव्हता; याचाच परिणाम म्हणून प्रणयाची मागणी करणे हा तो त्याचा अधिकार समजत असे. आज चित्र वेगळे आहे. आज स्त्रिया पुरुषांच्या दबावाखाली किंवा

चार पुरुष मासेमारी करायला निघाले. नदीच्या किनाऱ्यावर बसल्यावर एका तासाने एक जण म्हणाला, 'तुम्हाला कल्पना नाही या वीकेण्डला येथे यायला परवानगी मिळवण्यासाठी मला बायकोला किती मनवावे लागले! मी तिला वचन देऊन आलो की पुढच्या आठवड्यात मी सगळे घर रंगवून देईन.' दुसरा पुरुष म्हणाला, 'हे तर काहीच नाही! मी बायकोला कबूल करून बसलो की पुढच्या वीकेण्डला मी संपूर्ण बगिचा साफ करून देईन, झोके बांधून देईन आणि मुलांसाठी घसरगुंडीपण!' यावर तिसरा म्हणाला, 'तुमच्या सगळ्यांचे बरे आहे रे! मला तर माझ्या बायकोला कबूल करावे लागले की मी तिचे संपूर्ण किचन क्लीन करून देईन आणि बागेत छोट्या झाडांसाठी मंडप बांधून देईन.' ते शांतपणे मासेमारी करत होते, तेवढ्यात त्यांच्या लक्षात आले की चौथा काहीच बोलत नाही. पहिला त्याला म्हणाला, 'काय रे? तुला इथे येण्यासाठी काय करावे लागले?' तो शांतपणे म्हणाला, 'मी फक्त पहाटे ४ वाजताचा गजर लावला. गजर झाल्यावर मी तो बंद केला. बायकोला जवळ घेतले व विचारले, 'फिशिंग की सेक्स?' ती कुशी वळवून म्हणाली, 'जॅकेट घेऊन जायला विसरू नकोस...'

उपकाराच्या ओझ्याखाली नाहीत आणि आता पुरुषाच्या मागण्या पूर्ण होतीलच याची खात्री नाही. बायकांना प्रश्न पडतो की पुरुष त्याच्या मागण्यांच्या प्रति जरा वेगळा, सौम्य मार्ग का हाताळत नाही आणि पुरुषांना या गोष्टीची पुसटशी कल्पनासुद्धा नाही की दुसरा पर्याय असू शकतो.

आजच्या स्त्रियांना आपण आकर्षक दिसावे, आपल्यावर सगळ्यांनी प्रेम करावे, आपले लाड करावे, आपली पूजा करावी असे वाटते. त्यांना गृहीत धरलेले त्यांना आवडत नाही. स्त्री व पुरुष यांच्या कामेच्छांमध्ये अडथळा आणणारी मुख्य गोष्ट म्हणजे ताणतणाव, कारण त्यामुळे नकारात्मक भावना तयार होतात आणि बायकांना तर प्रणयाची अजिबात इच्छा राहात नाही. स्त्री जर दमलेली असेल, कंटाळली असेल किंवा चिंतेत असेल तर प्रणयाचा 'प्र'सुद्धा तिला नकोसा होतो, म्हणून तिची मन:स्थिती चांगली व्हावी, तिला उत्साही वाटावे, तिला आपली गरज वाटावी असे काही तरी करणे आवश्यक असते.

पुष्कळदा पुरुषांना हे माहिती नसते की स्त्रीचे प्रेम मिळवण्यासाठी फक्त रात्रीचे जेवण बनवणे, डिशेस विसळणे, मुलांना भरवणे आणि स्वत:चे घाणेरडे कपडे लॉण्ड्रीत टाकणे एवढ्या गोष्टी पुरेशा असतात.

वरील गोष्टी बायकांच्या नाजूक भावना पुरुषांच्या प्रति उचंबळून येण्यास पुरेशा असतात. स्त्रीसाठी- विशेषत: जिला मुले आहेत आणि जी उच्च पदावर आहे तिला- दिवसाच्या शेवटी प्रणय करण्याची इच्छा उरत नाही, पण जर तिच्या पुरुषाने घरातील काही जबाबदाऱ्या स्वीकारल्या तर नक्कीच तिच्यामध्ये प्रणयाची इच्छा जागृत होईल. अनेक लोक हे पाहून चकित होतात की महागड्या रेस्टॉरंटमध्ये बायकोला नेऊन २ ते ३००० रुपये खर्च करण्यापेक्षा व्हॅक्युम क्लिनरने घर साफ केल्यास बायको तुमच्यावर अधिक प्रेम करते. मॅरिया क्वीन हिने तिच्या 'बिट्वीन क्लिन शीट्स'मध्ये म्हटले आहे-

बाई जेव्हा काम करत इकडे-तिकडे धावत असते आणि लोकांची तिच्याकडून खूप जास्त अपेक्षा असते आणि तिला तिच्या पुरुषाला शारीरिक पातळीवर खूश ठेवायचे असते आणि स्वत:पेक्षा इतरांसाठीच सगळे करायचे असते तेव्हा तिचा नुसता संताप होतो आणि कराव्या

लागण्याच्या प्रत्येक गोष्टीबद्दल चीड निर्माण होते. नेमके अशा वेळी पुरुष म्हणतो, 'माझे काय चुकले?' आणि खरेच त्याला समजत नाही की त्याचे काय चुकले!

फोरप्लेची तिची व्याख्या - जेव्हा ती बाथटबमध्ये पहुडली असेल तेव्हा त्याने किचन साफ करावे. त्याची व्याख्या - तिने फक्त जागे असावे.

क्वीन म्हणते की जर पुरुषाने घरातील जबाबदाऱ्या पार पाडल्या आणि घरातील कामे केली तर त्याची बायको त्याच्यावर किती प्रेम करेल व प्रणयात पुढाकार घेईल हे पाहून तो चकित झाल्याशिवाय राहणार नाही.

पुरुषाला स्त्रीकडून प्रणय मिळवायचा असेल तर त्याला तिची किती गरज आहे हे त्याने दाखवले पाहिजे. तिचे लाड, प्रेम केले पाहिजे, कौतुक केले पाहिजे. जो पुरुष घरातील कामे करेल त्याला हे सुख मिळेल.

४. ऑरगॅझम

फक्त बायकांनाच 'ऑरगॅझम' ही संवेदना असते. इतर प्राण्यांमध्ये फक्त पुनरुत्पादनासाठी प्रणय असतो. त्यामुळेच कोणतीच बांधीलकी त्यांच्यात नसते. प्राण्यांमध्ये नराला जसे समजते की मादी कधी माजावर आली आहे तशी कोणतीच व्यवस्था मानवी जगात नसते, यामुळेच पुरुष बायकांभोवती सदोदित घोटाळताना दिसतात. प्रणय ही मानवी जगात कधीही करण्याची गोष्ट असते.

उत्क्रांतिवादी शरीरशास्त्रज्ञांनी असंही सांगितले आहे की एखाद्या पुरुषाचे जीन्स जर तिच्यासाठी अयोग्य असतील तर नैसर्गिकपणे तिचा प्रतिकार थंड असतो, याउलट ते जर योग्य असतील तर ती पेटून उठते. निसर्गाचीच ही किमया आहे.

५. हुशार बायका प्रेमात मूर्ख का ठरतात?

निरनिराळे अभ्यास हेच सांगतात की बाईचा बुद्ध्यांक जेवढा अधिक तितका

तिचा भावनिक अंक कमी! याचा अर्थ असा की जेवढी ती अधिक हुशार तेवढी योग्य जोडीदार निवडण्याच्या बाबतीत ती अपयशी ठरण्याची शक्यता जास्त. सर्वत्र असे दिसून येते की यशस्वी व्यावसायिक महिलेचे घटस्फोटाचे प्रमाण तसेच विवाहबाह्य संबंधाचे प्रमाण व मूल न होण्याचे प्रमाण जास्त आहे. 'मॅरेज आणि फॅमिली' या अमेरिकन मासिकामध्ये असे अनेक अहवाल दिले आहेत की जी स्त्री तिच्या नवऱ्यापेक्षा अधिक कमावते तिचा घटस्फोट होण्याची शक्यता जास्त असते; यावरून असे दिसते की आर्थिकदृष्ट्या यशस्वी असलेल्या स्त्रिया कमी सहनशील आणि हुकमत गाजवणाऱ्या असतात आणि ज्यांचा नवरा त्यांच्यापेक्षा कमी यशस्वी असेल त्याच्याबरोबर राहणे त्यांच्यासाठी अवघड होते.

'सक्सेस इंटलिजन्स' या पुस्तकाचे लेखक डॉ. रॉबर्ट होल्डन यांनी असे सांगितले की, बुद्धिमान स्त्री नातेसंबंधामध्ये विनाकारणच किस काढत असते. अर्थ, हेतू वगैरै वगैरेपेक्षा तिने आपल्या नवऱ्याचा भावनिक पातळीवर स्वीकार करायला हवा.

६. बायकांना त्यांच्यापेक्षा मोठा जोडीदार का हवा असतो?

डेव्हिड बस यांनी जवळपास ३७ संस्कृतींचा अभ्यास करून हे शोधून काढले की बायकांना त्यांच्यापेक्षा मोठा जोडीदार हवा असतो. याचे मुख्य कारण असे की जोडीदार जेवढा अधिक मोठा तेवढी त्याच्याकडे साधनसंपत्ती अधिक आणि अधिक प्रतिष्ठित. उदाहरणार्थ, सर्वसाधारणपणे २० वर्षांच्या ऑस्ट्रेलियन पुरुषाचे इ.स. २००८मध्ये वार्षिक उत्पन्न २०,००० डॉलर्स इतके तर ३० वर्षांच्या पुरुषाचे ४४,००० डॉलर्स इतके तर ४० वर्षांच्या पुरुषाचे ५३,००० डॉलर्स इतके होते, याशिवाय मोठे पुरुष स्थिरावलेले असतात, अधिक विश्वासार्ह असतात आणि वचनबद्ध होण्याची शक्यतासुद्धा अधिक असते. बायका आपल्यापेक्षा ३ ते ५ वर्षांनी मोठा जोडीदार पसंत करतात, कारण यापेक्षा जास्त वयातील अंतर ठेवणे म्हणजे त्याचा मृत्यू अधिक लवकर होण्याची शक्यता असते. काही संस्कृतींमध्ये काही वेळेस बायका आपल्यापेक्षा तरुण जोडीदार पसंत करतात, पण तेव्हाच की त्या बायका खूप श्रीमंत असतात आणि त्या पुरुषाला त्यांचा पैसा, सत्ता, प्रतिष्ठा यामुळे फायदा होणार असतो. अशी लग्ने जाणीवपूर्वक ठरवली जातात.

पुरुष बायकांकडे सेक्स ऑबजेक्ट म्हणून बघतात तर बायका पुरुषांकडे सक्सेस ऑबजेक्ट म्हणून बघतात.

क्वचित काही वेळेस प्रौढ बायका त्यांच्यापेक्षा तरुण पुरुषांच्या प्रेमात पडतात. असे घडण्यामागे दोन कारणे असतात. एक म्हणजे तिची स्वतःची भरपूर श्रीमंती असते आणि तिला त्याच्या पैशाची गरज नसते आणि दुसरे असे की तिच्या वयाचे पुरुष तिच्याकडे तुच्छतेने बघतात, कारण आता तिची मुलांना जन्माला घालण्याची क्षमता संपलेली असते. ती तरुण पुरुषांना आकर्षित करण्यासाठी आपल्या साधनसंपत्तीची लालूच दाखवते किंवा तिच्या रूपाची मोहिनी पाडू शकते, पण हे नातेसंबंध फार अल्पजीवी असतात. आपल्याला ५९ वर्षांच्या एलिझाबेथ टेलरचे लग्न ३९ वर्षांच्या लॅरी फोरटेन्स्कीबरोबर झाल्याचे माहिती आहेच. तो बांधकामावर मजूर होता.

बायकांना त्यांच्यापेक्षा बुद्धिमान पुरुष नवरा म्हणून हवा असतो आणि पुरुषांना पण त्यांच्यापेक्षा कमी हुशार बायको हवी असते. एखाद्या स्मार्ट पुरुषाबरोबर तुम्ही मठ्ठ बायको पाहिली असेल, पण मठ्ठ पुरुषाबरोबर स्मार्ट बायको क्वचितच असते. ते सिनेमात किंवा टी.व्ही.वर विनोदनिर्मितीसाठी दाखवतात, पण प्रत्यक्षात हे खरे नाही.

७. बायकांना हलकेसे स्पर्श का आवडतात?

आम्ही आमच्या 'व्हाय मेन डोण्ट लिसन ॲन्ड वुमेन काण्ट रीड मॅप्स'मध्ये तुम्हाला सांगितले की स्त्रियांच्या शरीरात कातडीखाली सुमारे १०,००० स्पर्शग्रंथी असतात तर पुरुषाच्या शरीरात त्या ३००० असतात, त्यामुळे स्पर्शाला अत्यंत संवेदनशील असलेल्या बायका त्यांच्या लहान मुलाच्या भावना व आजारपण चटकन समजू शकतात. यावरून बायकांना स्पर्श आणि शारीरिक जवळीक यांचे इतके महत्त्व का वाटते ते समजेल, पण पुरुषांचा असा गैरसमज असतो की शारीरिक जवळीक म्हणजे फक्त संभोग! आणि यातूनच सर्वत्र जोडप्यांमध्ये नातेसंबंध बिघडतात. बायकांना मायेचा स्पर्श हवा असतो. शरीराचे लाड करून

साठीच्या दरम्यानचे एक जोडपे आपल्या लग्नाचा ३५वा वाढदिवस एका छोट्याशा, छानशा रेस्टॉरंटमध्ये साजरा करत असतात, इतक्यात एक नाजूक परी त्यांच्या टेबलाजवळ अवतरते व म्हणते, 'खरोखर इतरांसमोर आदर्श ठेवावा असा तुम्ही संसार केला. तुमचे वैवाहिक जीवन सुखाचे जावो. मी तुम्हा दोघांनाही १-१ वर देते. तुम्ही तुमची इच्छा सांगा.' बायको आनंदाने चीत्कारली, 'आमची क्रुझशिपवरून जगप्रवास करण्याची इच्छा अपुरी राहिली.' परीने लगेच तिची जादूची काठी फिरवली, फूऽऽ केले आणि काय चमत्कार!! 'क्वीन मेरी घ्'च्या क्रुझ शिपची २ तिकिटे तिच्या हाती होती. नवरा क्षणभर विचारात पडला. मग म्हणाला, 'प्रिये, मला माफ कर, पण अशी संधी पुन्हा येणार नाही. माझी इच्छा अशी आहे की माझी बायको माझ्यापेक्षा ३० वर्षांनी लहान असावी.' त्याची बायको फार नाराज झाली, पण परीने शब्द दिला होता. इच्छा ती इच्छा! परीने पुन्हा जादूची कांडी फिरवली, फूऽऽ केले आणि तो नवरा ९५ वर्षांचा झाला! तात्पर्य : जे पुरुष असे कृतघ्न असतात त्यांनी कायम लक्षात ठेवावे की शेवटी परीसुद्धा स्त्रीच असते.

हवे असतात. बरेच पुरुष प्रेमप्रकरणाच्या सुरुवातीच्या काळात हे करतात, पण एकदा नातेसंबंध दृढ झाले की सगळं थांबवतात.

पुरुष प्रणयासाठी तयार आहेत हे तुम्ही कसे समजाल? त्यांचा श्वासोच्छ्वास चालू आहे.

८. प्रणयाच्या काळात बायकांचे लक्ष केंद्रित का होत नाही?

सगळीकडचेच पुरुष बायकांबाबत ही तक्रार करतात की, प्रणय करताना

बायकांचे कान सतत टवकारलेलेच असतात. त्यांचे भोवताली जास्त लक्ष असते. त्या म्हणतात, 'खोलीत फार उजेड आहे किंवा खोलीत फार अंधार झाला किंवा इथे फार गोंगाट आहे किंवा भिंती फारच पातळ आहेत किंवा त्यांना कोणीतरी पाहील.' पुरुषांचे तिकडे लक्षच नसते. पुरुषाचा मार्ग झापडे लावल्यासारखा असतो आणि तो फक्त प्रणयावरच लक्ष केंद्रित करतो. त्यावेळी तो आंधळा व बहिरा होतो.

> प्रणय करताना माझी बायको सतत हसते, काय वाचत असते कोणास ठाऊक?
>
> *- एमो फिलिप्स*

बायका जर निवांत, चिंतामुक्त नसतील तर त्या प्रणयाचा आनंद उपभोगू शकत नाहीत. बायकांचा मेंदू एका वेळी अनेक कामे करत असल्यामुळे त्यांच्या मेंदूत सर्व माहितीचे संकलन असते. पूर्वीच्या काळी प्रेमालाप करणारे जोडपे लोकांच्या नजरेस पडले तर त्यांची समाजाकडून खूप निंदानालस्ती व्हायची, त्यामुळे दोघांपैकी एकाला तरी सजग राहणे गरजेचे होते. बायकांकडे ते काम आले.

बायकांचा मूड सांभाळण्यासाठी पुरुषांना योग्य वेळेची निवड करणे गरजेचे आहे. तिच्यावर आत्ता कुठलाही ताण नाही ना, हे पाहावे. मंद संगीत लावून बाहेरील आवाजाकडे दुर्लक्ष होईल असे पाहावे आणि ती त्या ठिकाणी सुरक्षित आहे व कोणताही व्यत्यय येणार नाही अशी तिची खात्री पटवावी.

९. बायकांची कामवासनेतील आक्रमकता

आक्रमक कामवासनेची व्याख्या करायची झाल्यास जेव्हा एक जोडीदार दुसऱ्याच्या परवानगीशिवाय आपली कामवासना शमवण्याचा प्रयत्न करतो त्याला आक्रमक कामवासना म्हणता येईल. डॉ. बस यांनी १४७ कृतींची यादी केली व निष्कर्ष काढला की स्त्री-पुरुष नातेसंबंधात फारच अपवादात्मक परिस्थितीत बायका कामवासनेच्या बाबतीत आक्रमक असतात, पुरुष मात्र निश्चितपणे आक्रमक असतात, पण इंटरनेटवरील अश्लील चित्रांमध्ये याच्या उलट चित्र रंगवतात. जरी कधी स्त्रीने प्रणयाबाबतचे दिवास्वप्न पाहिले तरी त्या स्वप्नात नेहमी ती एका सुंदर, श्रीमंत पुरुषाबरोबर प्रणय करत असते- जो आपली संपत्ती तिच्या चरणाशी

अर्पण करतो. ती कधीच असे स्वप्न पाहात नाही की ती एखाद्या रानटी, बेकार, ज्याच्या अंगाला घाण वास येतो आहे अशा पुरुषाबरोबर प्रणय करते आहे. काही पुरुष बायकांची आक्रमकता विचारात घेत नाहीत, पण काही म्हणतात की त्यामुळे त्यांच्या चित्तवृत्ती प्रफुल्लित होतात.

बस यांच्या म्हणण्यानुसार बायकांना प्रणयातील आक्रमकता किती आवडते याबाबत त्यांना कमी लेखतात. बायकांची अनैतिकता किंवा शिवीगाळ करणे या गोष्टी पुरुषांना आवडत नाहीत. ७५% बायका त्यांच्या आक्रमकतेला पुरुषांचा मिळालेला प्रतिसाद जास्तच मनावर घेतात. थोडक्यात, बायकांच्या ढुंगणावर जर पुरुषाने चापट मारली तर बायका त्याचा निषेध करतील, पण पुरुषाला असे करून घेणे आवडेल. ज्या जगात बायकांचा असा विश्वास असतो की पुरुष असे गृहीत धरतात की त्यांना जे आवडते तेच बायकांना आवडते, तेथे मोठे संकट कोसळण्याची दाट शक्यता आहे.

१०. स्त्रियांचा लैंगिक शोषणाबद्दल काय दृष्टिकोन असतो?

लैंगिक शोषणाबद्दलच्या ज्या काही तक्रारी नोंदवल्या जातात त्यांपैकी ९३% तक्रारी बायकांकडून तर उरलेल्या ७% तक्रारी पुरुषांकडून नोंदवल्या जातात. फारच क्वचित प्रसंगी पुरुषांकडून स्त्रियांनी लैंगिक शोषण केल्याच्याही तक्रारी नोंदवल्या जातात, पण त्याचा अंतस्थ हेतू फार वेगळा असतो- त्यामध्ये काहीतरी ऑफिसमधले राजकारण असते; ते खऱ्या अर्थाने लैंगिक शोषण नसते. वरवरची आकडेवारी पाहिली तर असे दिसते की सगळे शोषण हे मुख्यत: पुरुषांनी बायकांचे केलेले असते. बायकांनी पुरुषांचे लैंगिक शोषण करावे असे खरे तर पुरुषांचे स्वप्न असते. डेव्हिड बस सांगतात, जर एखाद्या बारमध्ये बाईचा पुरुषाला धक्का लागला तर तो त्याचा आनंदाने स्वीकार करतो, पण हेच जर पुरुषाचा बाईला धक्का लागला तर ती त्यांचा धिक्कार करते आणि त्या पुरुषाबद्दल वाईट मत करून घेते.

चारपैकी ३ तक्रारी करणाऱ्या बायका या २० ते ३५ वयोगटातल्या असतात; यावरून ज्या स्त्रियांची मूल जन्माला घालण्याची क्षमता आहे त्या स्त्रियांचे पुरुषांना अधिक महत्त्व वाटते. फार क्वचितच प्रौढ स्त्रियांच्या लैंगिक शोषणाबद्दल तक्रारी असतात.

अनेक स्त्रिया लैंगिक शोषणाबद्दल पुरुषांच्या विरुद्ध गुन्हा नोंदवतात तर अनेक पुरुष स्त्रियांकडून लैंगिक शोषण आनंदाने स्वीकारतात.

बार्बरा गुटेक कॅलिफोर्नियातील शाळेतील एक सायकॉलॉजीची प्रोफेसर हिने कामाच्या ठिकाणी एक प्रयोग केला. तेथील कामगारांना मुक्त प्रणय करण्याचे आवाहन करण्यात आले आणि त्यांच्या प्रतिक्रिया विचारण्यात आल्या. तेव्हा तिच्या लक्षात आले की ५५% स्त्रियांनी सांगितले की त्यांचे लैंगिक शोषण झाले तर फक्त ९% पुरुषांनीच संभाव्य लैंगिक शोषण झाल्याबद्दल सांगितले आणि एखाद्यानेच तसे लेखी स्वरूपात दिले. तिला असेही समजले की ६३% बायकांना प्रणयाची मागणी घालून त्यांचा अपमान करण्यात आला तर फक्त १५% पुरुषांनाच स्त्रियांनी प्रणयाची विनंती केली. पुरुषांना केलेल्या विनंतीने पुरुष सुखावले तर बायका मात्र दुःखी झाल्या.

डेव्हिड बसने असा एक प्रयोग केला, की पुरुषाने स्त्रियांना प्रणयाबद्दल विचारले असता, त्या पुरुषाची वेगवेगळी प्रतिष्ठा लक्षात घेऊन त्या कितपत अस्वस्थ होतात, त्याचे मानांकन केले. तेव्हा बांधकामावरील मजुरांच्या व ठेकेदारांच्या प्रणयाच्या विनंतीबद्दल त्या फारच अस्वस्थ झाल्या, पण ज्याचा व्यवसाय प्रतिष्ठित आहे आणि ज्याच्याकडे साधनसंपत्ती भरपूर आहे अशा पुरुषाची प्रणयाची मागणी त्यांना सुखावून गेली. यशस्वी संगीतकार आणि पदवीधर पुरुष की जे भविष्यात साधनसंपत्ती मिळवू शकतील अशांच्या मागणीचा विचार केला गेला.

११. बायकांना वाईट पुरुष कल्पनेत का हवे असतात?

अनेक बायकांना रफ-टफ, मवाली पुरुषांचे आकर्षण त्यांच्या मासिक पाळीच्या काळात वाटते. तिच्या शरीराला त्यावेळी आक्रमक पुरुषाचे डोहाळे लागतात, कारण आक्रमक पुरुषांची जीवनासक्ती एखाद्या चॉकलेट हीरोपेक्षा जास्त असते आणि तिला आत्ता त्याची जनुके हवी असतात. आम्ही 'व्हाय मेन डोण्ट हॅव अ क्लू अ‍ॅण्ड वुमेन ऑलवेज नीड मोर शूज' मध्ये हेच सांगितले आहे की सत्ताधारी, उच्च टेस्टोस्टेरोनची पातळी असलेला पुरुष नेहमी भित्र्या, शांत पुरुषावर मात करतो आणि याचेच या काळात स्त्रियांना आकर्षण वाटते! पण महिन्याच्या इतर दिवसांत तिची काळजी घेणारा, शांत, समंजस पुरुषच तिला हवा असतो.

स्त्रिया जेव्हा त्यांना आधार देणारा व त्यांच्याशी वचनबद्ध राहाणारा पुरुष शोधत असतात, त्याचवेळी त्यांना उत्तम जनुके असणारा पुरुष हवा असतो. दुर्दैवाने या दोन्हीचा संगम असणारा पुरुष विरळच असतो. नुकत्याच झालेल्या डी एनए टेस्टवरून असे दिसून आले की कित्येक मुलांचा जन्म हा त्यांच्या पालकांच्या वैवाहिक संबंधातून झालेला नाही. अशी उदाहरणे कमी असली तरी ती असतात हे डीएनए टेस्टने सिद्ध करून दाखवले आहे.

अत्यंत तणावपूर्ण परिस्थितीत तर हे प्रमाण वाढते. दुसऱ्या महायुद्धाच्या काळातील हॉस्पिटल्सचे रेकॉर्ड असे दाखवते, की अनेक बालकांचा जन्म त्यांच्या पालकांच्या वैवाहिक संबंधातून झालेला नाही. महायुद्धाचा गंभीर ताणतणाव आणि सुट्टीवर येणाऱ्या सैनिकांची भेट यातून पुनरुत्पादनाच्या इच्छेत वाढ झाली असेच दिसले.

१२. बायकांना प्रणयापेक्षा चॉकलेट जास्त का आवडते?

पुरुषांसाठी चॉकलेट हा एक फक्त खाद्यपदार्थ असतो आणि बायकांना जसे चॉकलेटचे व्यसन असते तसे पुरुषांना नसते. ज्या बायकांची सिरॉटोनिनची पातळी कमी असते त्या चॉकोहोलिक्स असतात, कारण फेनॅलथिलामाईन हे द्रव्य ज्यामुळे बरे वाटते ते चॉकलेटमध्ये असते. बायका त्यांच्या मासिक पाळीत जास्त चॉकलेट खातात आणि ज्यांना हेरॉईनचे व्यसन आहे त्यांनासुद्धा उपचार म्हणून चॉकलेट दिले जाते. चॉकलेटमध्ये जी घटकद्रव्ये असतात त्याचा परिणाम स्त्रियांच्या मेंदूवर असा काही होतो की तिला आपण प्रेमात पडलो आहोत आणि झाडावर उंच झोके घेत आहोत असा आभास निर्माण होतो.

बायकांना चॉकलेट का आवडते याची १० गुपिते :

१. चॉकलेट मऊ असतानासुद्धा तुमची भूक भागवते.
२. तुम्ही ड्रायव्हिंग करतानासुद्धा चॉकलेट खाऊ शकता.
३. तुम्ही चॉकलेट कोणासमोरही खाऊ शकता. (आईसमोरसुद्धा)
४. महिन्यातल्या कोणत्याही दिवशी तुम्ही चॉकलेट खाऊ शकता.
५. चॉकलेट खोटे खोटे आवडले असे सांगायची गरज नसते.
६. 'वचनबद्धता' हा शब्द चॉकलेटला घाबरवत नाही.
७. तुम्ही चॉकलेट तुमच्या टेबलवर ठेवल्याने तुमचा बॉस अस्वस्थ होत नाही.

८. चॉकलेट खायचे म्हणून तुमच्या शेजाऱ्यांना जागे राहावे लागत नाही.
९. चॉकलेट घोरत नाही, त्यामुळे तुम्हाला झोप लागू शकते.
१०. चॉकलेटच्या बाबतीत साईझचा काही प्रश्न नाही.

सारांश —

आत्तापर्यंत तुमच्या हे लक्षात आले असेल की बायकांना पण प्रणय आवडतो, पण त्यामागची कारणे पुरुषांपेक्षा वेगळी आहेत. बायकांना खास दर्जा, सन्मान मिळावा लागतो, त्यांना निर्णयप्रक्रियेत सामील करून घ्यावे लागते आणि त्यांच्या मतांचा आदर करावा लागतो. सभ्य पुरुषहो! ही सगळी माहिती वाचून तुम्ही जर प्रेम आणि प्रणय याबाबतीतले बायकांचे वेगळे दृष्टिकोन समजून घेतले तर नक्कीच तुमच्या बायका तुम्हाला तुमच्या कल्पनेपेक्षाही अधिक चांगला प्रतिसाद देतील.

* स्त्री व पुरुष यांची प्रेम व प्रणय याबाबतची मतभिन्नता समजून घेतली तर उत्तम नातेसंबंध व आदर्श प्रणयी जीवन याची गुरुकिल्ली तुमच्या हाती येईल.
* बायकांची कामेच्छा कमी तीव्र असते, कारण गर्भारपण, प्रसूती आणि मुलांचे संगोपन यांमधून त्यांना वेळ काढावा लागतो.
* बायकांना भावनिक समरसता लागते. ज्या पुरुषांना चांगले कामजीवन हवे असेल त्यांनी आधी बायकोवर प्रेम करावे, तिला खुलवावे, कपडे धुणे शिकावे. ताणतणावाखाली असलेल्या स्त्रीच्या कामाच्या यादीत प्रणय सगळ्यात शेवटच्या नंबरवर असतो.
* बायकांनाही प्रणय हवा असतो, त्या कबूल करतात त्यापेक्षाही अधिक हवा असतो.

प्रकरण १०

पुरुषांनी करायच्या १३ युक्त्या

बॉब लाडका होता कारण तो एकटाच असा पुरुष होता जो चार कॉफीज आणि १० डोनट्स खाऊ शकत होता.

बायकांनी अग्रक्रम द्यावा यासाठी पुरुषांना करता येण्याजोग्या ८ गोष्टी:

या संपूर्ण पुस्तकात आम्ही तुम्हाला स्त्री व पुरुष यांच्या नातेसंबंधातील प्रेम व प्रणयामागचे मूलभूत हेतू सांगितले आहेत. उत्क्रांतिवादी मानसशास्त्रज्ञ व शरीरशास्त्रज्ञ यांच्या अहवालांचा अभ्यास करून व त्यात सांगितलेल्या बायकांना पुरुषांबद्दल वाटणाऱ्या आकर्षणाबद्दल चर्चा करून आम्ही तुम्हाला त्याचा गोषवारा दिला आहे. सुमारे २०,००० महिलांची मते घेऊनच पुरुषांनी आपल्यात कोणते बदल केले तर स्त्रियांच्या पसंतीचा अग्रक्रम त्यांना मिळेल हे आम्ही सांगत आहोत.

१. वचनबद्धता दिसू द्या -

बायकांना अशा पुरुषाबद्दल आकर्षण वाटते जो तिच्याशी वचनबद्ध असतो;

कारण त्यातून तो त्याची साधनसंपत्ती दीर्घ काळासाठी तिच्याबरोबर वाटून घेणार आहे, हे ध्वनित होते. पुरुष आपल्याबरोबर वचनबद्ध आहेत की नाही हे ठरविण्याचे काही महत्त्वाचे मुद्दे असे,

१. तिच्या समस्येची आस्थेने विचारपूस करणे : जर पुरुषाने असे केले तरच तिची खात्री पटते की तिच्या संकटाच्या काळात तो तिच्या पाठीशी राहील व तिला भावनिक आधार देईल.

२. सततच्या भेटीगाठी : तिला सतत बाहेर फिरायला घेऊन जा, तिच्यासाठी फुले विकत घ्या, फोन करा, पत्र पाठवा, मोबाईलवर एस.एम.एस. करा, ईमेल्स पाठवा; या सगळ्यांमुळे तिची खात्री पटेल की तुम्ही दीर्घ काळापर्यंत तिच्याबरोबर असणार आहात आणि केवळ शारीरिक सुखासाठी तुम्ही ही मैत्री केलेली नाही. शोधनिबंध सांगतात की जो पुरुष दीर्घ काळ स्त्रीशी मैत्री करेल ती स्त्री त्याच्या बरोबर नक्कीच लग्न करेल. महत्त्वाची गोष्ट ही की ज्या स्त्रीचा तुम्ही सतत पाठलाग करत आहात तिला तुमच्यात थोडा तरी इंटरेस्ट असला पाहिजे. तिच्या इंटरेस्टशिवाय इतका वेळ घालवणे मूर्खपणाचे ठरेल.

२. तुमचा आत्मविश्वास दिसू द्या -

इ.स. १९८९मध्ये नार्को यांनी असे शोधून काढले की पुरुषाच्या आत्मविश्वासाचा संबंध थेट त्याच्या उत्पन्नाशी असतो, म्हणून त्याच्या साधनसंपत्तीचा विचार करता, ज्या पुरुषांचे उत्पन्न भरपूर आहे. त्याचे अनेक बायकांबरोबर संबंध असतात. अनेक शोधनिबंध हे सांगतात की ज्या पुरुषाचा आत्मविश्वास अधिक, त्याच्यावर क्लबमध्ये किंवा बारमध्ये अनेक सुंदर, आकर्षक स्त्रिया फिदा असतात. खोटा आत्मविश्वास दाखवणे हीसुद्धा बायकांना आकर्षित करून घेण्याची युक्ती असते, पण अनेक बायका इतक्या हुशार असतात की त्या त्यातला खोटारडेपणा सहज ओळखतात. पुरुषांनी स्वत:पुढे काही निश्चित ध्येये ठेवली व त्यायोगे स्वत:च्या क्षमता वाढवल्या व साधनसंपत्तीत वाढ केली, तर त्याचा खराखुरा आत्मविश्वास वाढेल आणि परिणामी त्याच्या शरीरातील टेस्टोस्टेरोनची पातळी वाढेल. पुरुषाने ध्येये निश्चित केली पाहिजेत, अनेक विषयात रुची दाखवली पाहिजे, शरीर योग्य मापात ठेवले पाहिजे आणि आपली महत्त्वाकांक्षा दर्शवली पाहिजे.

३. *तुमचा दयाळूपणा दिसू द्या -*

जे पुरुष बायकांशी सहानुभूतिपूर्वक वागतात, तिच्या गरजांच्या प्रति संवेदनशील असतात व तिला मदत करतात व दाखवून देतात की, ते सतत तिच्याबरोबर आहेत आणि आपली साधनसंपत्ती तिच्याबरोबर वाटून घेणार आहेत. काही लबाड लोक ज्यांचे ध्येयच मुळी तात्पुरत्या संबंधांसाठी आहे त्यांनाही स्त्रियांच्या या स्वभावाची माहिती असते, त्यामुळे ते संवेदनशील असण्याचे आणि दयाळूपणाचे नाटक करून नम्रपणे वागतात. ही सगळी प्रलोभने प्रणय मिळवण्यासाठी असतात. नुकत्याच भेटलेल्या प्रत्येक मैत्रिणीशी तो असाच वागतो.

बायकांना पुरुषांच्या कोणत्या गोष्टीचे आकर्षण वाटते, याचा सर्व्हे करणाऱ्या स्त्रियांच्या मासिकातून आम्ही ५३ अहवालांमधून पुढील निष्कर्ष काढले. निष्ठा ही तर मुख्य गोष्ट आहेच, पण त्याशिवाय आणखी पाच महत्त्वाच्या गोष्टी अशा-

१. स्वत:ला तिच्या जागी ठेवून तिची समस्या समजून घेणे
२. तिचे बोलणे लक्षपूर्वक ऐकणे
३. सौजन्यपूर्ण वागणे
४. तिची काळजी घेणे
५. मदतीचा हात पुढे करणे

अर्थात या सगळ्या युक्त्या लबाड पुरुष संधी साधून घेण्यासाठी वापरतात. जे पुरुष केवळ शरीरसुखाची संधी शोधतात, ते दीर्घ काळासाठी मैत्रीचा खोटा-खोटा हात पुढे करतात व आपण तिला हवा असलेला योग्य पुरुष कसे आहोत हे दर्शविण्यासाठी नाटकीपणाने वागतात. या सगळ्या युक्त्या पुरुषांकडूनच वापरल्या जातात. बायका याचा वापर करत नाहीत.

४. *तुमच्या शारीरिक क्षमतेचे प्रदर्शन करा -*

अनेक बायकांना याची जाणीव असते की पुरुषांचे आपल्याकडे लक्ष वेधून घ्यायचे असेल तर आधी त्यांना बलवान वाटण्याची आवश्यकता असते. म्हणून त्या असे नाटक करतात की त्यांना त्यांची जड बॅग उचलता येत नाही किंवा बरणीचे झाकण उघडता येत नाही किंवा एखाद्या किड्याची भीती वाटते आणि त्यांना तो मारता येत नाही. ९२% स्त्रियांनी असे सांगितले की ज्यांची छाती व बाहू रुंद आहेत अशा पुरुषांकडे त्या आकर्षित होतात. थोडक्यात, त्यांना ओझी उचलता आली पाहिजेत, बरणीचे झाकण उघडता आले पाहिजे व किड्यांना पण

मारता आले पाहिजे. आज २१व्या शतकात सर्व जिम्स व हेल्थ क्लब्ज पुरुषांनी भरलेले असतात व ते तेथे आपले मसल्स बनवण्यात गुंग असतात. खरे तर आजच्या युगात एवढ्या पिळदार शरीराची काय गरज आहे? पण पुरुषांना हे माहिती आहे की पिळदार शरीराकडे बायका कौतुकाच्या नजरेने पाहतात. खरे तर पोटाच्या स्नायूंना मजबूत बनवण्याचा बायकांच्या कौतुकाखेरीज काय उपयोग आहे? बायकांना आकर्षून घेण्यासाठी पुरुष त्यांचे शिकारीचे कौशल्य खेळांमध्ये, वजने उचलण्यात, त्यांच्या पिळदार स्नायूंचे प्रदर्शन करून दाखवण्यात, बरण्यांची झाकणे उघडण्यात दाखवतात. शोधनिबंध हे दाखवतात की एखादा ॲथलेट सामान्य माणसाच्या दुप्पट प्रणय उपभोगतो! म्हणून तुम्ही जर पुरुष असाल तर हेल्थक्लबमध्ये जात जा आणि नियमित व्यायाम करून मजबूत व्हा. आम्ही आधी म्हटल्याप्रमाणे आळशी, जाड आणि सफरचंदाप्रमाणे गोलमटोल असलेल्या पुरुषांना सुंदर स्त्रिया फक्त सिनेमातच पाहायला मिळतात आणि सिनेमा काल्पनिक असतो. तुम्ही जितके निरोगी असाल तितका तुमचा स्व-आदर व आत्मविश्वास बळावेल आणि उत्तम स्त्रिया तुमच्याकडे आकर्षित होतील.

माझी बायको स्वयंपाकघरात अंडे उकडत होती व नाश्त्याची तयारी करत होती. मी आत आल्याबरोबर ती माझ्याजवळ आली व म्हणाली, 'आत्ताच्या आत्ता तू माझ्यावर प्रेम केले पाहिजेस.' माझे डोळे चकाकले आणि मला वाटले एक तर मी स्वप्न बघतोय किंवा आज माझा भाग्याचा दिवस आहे म्हणून मी तिला जवळ घेतले व किचन टेबलवर नेले. 'थँक्स' ती उसासे टाकत म्हणाली. मी खूश होतो, पण काहीसा संभ्रमित होतो. शेवटी मी तिला विचारले, 'हे सगळे काय होते' ती म्हणाली, 'एग-टायमर तुटले आहे.'

५. *किमती कपडे वापरा* -

उत्क्रांतिवादी शास्त्रज्ञ जॉन टाऊनसै आणि गॅरी लेव्ही (सिरॅकस विद्यापीठ) यांनी भारी कपड्यांचा बायकांवर काय परिणाम होतो हे पाहण्यासाठी एक प्रयोग केला, त्यांनी बायकांना अशा पुरुषांचे फोटो दाखवले की ज्यांनी ब्रॅण्डेड कपडे घातले होते, तसेच जे ३ पीस सूटमध्ये किंवा नेव्ही ब्लेझर्समध्ये होते, पांढरे शर्ट,

त्यावर डिझायनर टाय आणि मनगटावर रोलेक्स घड्याळ आहे. नंतर बायकांना असे विचारण्यात आले की कोणत्या पुरुषांकडे तुम्ही अधिक आकर्षित झालात? आणि कोणाबरोबर तुम्हाला कॉफी प्यायला जायला आवडेल? कोणाबरोबर डेटला जायला आवडेल? कोणाबरोबर प्रणय करायला आवडेल? आणि कोणाबरोबर लग्न करायला आवडेल? त्याच बायकांना नंतर अशा पुरुषांचे फोटो दाखवण्यात आले की, ज्यांचे कपडे सामान्य होते जसे की, टी-शर्ट्स, जीन्स, बर्मुडा, साधी कॅप वगैरे वगैरे. सर्वसाधारणपणे सर्वच स्त्रियांनी असे उत्तर दिले की ज्या पुरुषांनी किमती पोशाख घातला आहे त्यांच्याबरोबर कॉफी प्यायला, डेटिंगला जायला, प्रणय करायला व लग्न करायला आवडेल; पण सामान्य कपड्यांमधील पुरुषांबरोबर यातले काहीच करायला आवडणार नाही. हेच निष्कर्ष सगळ्याच संस्कृतींमध्ये दिसून आले! तर सांगायचा मुद्दा हा की ज्याची शिकारीची कौशल्ये उत्तम आहेत, ज्याच्याकडे भरपूर साधनसंपत्ती आहे त्याच्यावर बायका फिदा होतात.

एलिझाबेथ हिल, इलेन नॉक्स आणि ल्युसिंडा गार्डनर यांनी शरीरयष्टी आणि कपडे, ज्वेलरी, प्रतिष्ठा यांचा आकर्षणाबाबत काय परिणाम होतो हे शोधून काढण्यासाठी ८१ बायका व ६१ पुरुष यांना काही प्रश्न विचारले. शरीरयष्टीबाबत आकर्षक कपडे घालून व शरीरप्रदर्शन करून आपले दोष झाकण्याचे प्रयत्न झाले; आपली सामाजिक प्रतिष्ठा उजळ दिसावी म्हणून ऐपत नसतानाही उच्च प्रतीचे कपडे घातले गेले आणि अशा प्रकारे आपल्याला अधिक चांगले मानांकन मिळून डेटिंग, प्रणय किंवा लग्न याबाबतीत पसंतीक्रम मिळावा म्हणून जाणीवपूर्वक प्रयत्न केले गेले. आपण जास्तीतजास्त आकर्षक दिसावे म्हणून आधी कपड्यांचे प्रदर्शन झाले, नंतर शरीराचे, पण तरीही असेच म्हणावे लागेल की शरीराच्या प्रदर्शनाने केवळ प्रणयापुरताच जोडीदार निवडला गेला, लग्नासाठी जोडीदार म्हणून निवड केली गेली नाही.

> मध्यमवयीन पुरुष आणि सर्कसमधला विदूषक यांच्यात काय फरक आहे? सर्कसमधल्या विदूषकाला माहिती असते की त्याने मजेशीर कपडे घातले आहेत.

पुरुषांना कपडे लवकर फेकवत नाहीत, त्यांच्या स्पोर्ट्स पॅण्टचे इलॅस्टिक गेलेले असले तरीसुद्धा ते ती वापरतात. फक्त त्यांना कपड्यांमधून काही टोचलेले चालत नाही किंवा कपड्यांवर डाग आवडत नाहीत. बायकांची मात्र

साधी चाचणी असते. वर्षभरात तुम्ही जर एखादा कपडा घातला नाही तर त्या तो कपडा बोहारणीला देतात, म्हणून अधूनमधून सगळे कपडे वापरत चला. विशेषत: अंतर्वस्त्रे! पुरुष स्वत:चे कपाट आपल्या बहिणीला, आईला, जोडीदाराला, मैत्रिणीला, शेजाऱ्यांना खुशाल उघडून दाखवून त्यांची मते आजमवण्याइतका खुल्या दिलाचा असतो आणि तो बायकोला आपल्या कपाटात काहीही कोंबायची मुभापण देतो.

६. *काळजी दाखवा -*

उत्क्रांतिवादी शास्त्रज्ञ पेगीला सेरा जॉन टूबी आणि लेडा कॉसमाइड्स यांनी एक अनोखा प्रयोग केला. त्यांनी बायकांना पुरुषांच्या तीन वेगवेगळ्या प्रतिमा दाखवल्या- त्यात पहिली 'तो एकटा उभा आहे'. दुसरी 'एका लहान मुलाबरोबर हसून-खेळून बोलतो आहे.' आणि तिसरी 'रडणाऱ्या मुलाकडे दुर्लक्ष करतो आहे.' तेव्हा 'जो पुरुष लहान मुलाबरोबर हसून-खेळून बोलतो आहे.' त्यालाच बायकांनी आपला पसंतीचा अग्रक्रम दिला आणि 'जो रडणाऱ्या मुलाकडे दुर्लक्ष करतो.' त्याला नाकारले! पण पुरुषांना जेव्हा बायकांच्या अशाच प्रतिमा दाखवल्या गेल्या तेव्हा पुरुषांचे लक्ष फक्त बाईकडेच होते. ती काय करते याकडे नव्हते, पण याच प्रयोगात शास्त्रज्ञांनी जेव्हा लहान मुलाऐवजी कुत्र्याचे छोटे पिल्लू ठेवले तेव्हासुद्धा बायकांनीच पुरुषांचे लक्ष वेधून घेतले, पण तरीही काही पुरुषांनी अशी टिप्पणी केली की बाई कितीही आकर्षक असली तरी तिने त्या पिल्लाबरोबर वाईट वागायला नको; एक वेळ लहान मुलाबरोबर चालेल, पण कुत्र्याच्या पिल्लाबरोबर नको! तर मुद्दा असा की, 'पुरुषांनो मुलांकडे किंवा बाईच्या कुत्र्याच्या पिल्लाकडे लक्ष द्या त्यामुळे मोठा लाभांश मिळेल!'

७. *प्रामाणिकपणा दिसू द्या -*

बायकांना पुरुषांचा सगळ्यात चांगला गुण कोणता वाटत असेल तर त्यांचा प्रामाणिकपणा. म्हणून दीर्घ काळ नातेसंबंध टिकवण्याच्या दृष्टीने पुरुषाने प्रामाणिकपणा दाखवला पाहिजे. तात्पुरत्या मैत्रीसाठीसुद्धा तो उपयोगी पडतो. ज्या पुरुषाला एखाद्या स्त्रीशी दीर्घ काळ मैत्री हवी असेल त्याने स्वत:च्या साधनसंपत्तीविषयी किंवा आपल्या सामाजिक स्तराविषयी पोकळ बढाया मारू नयेत. जर एखाद्या पिझ्झा पोहोचवणाऱ्या नोकराने मी फूड इंडस्ट्रीमध्ये आहे असे सांगितले तर तिच्यासाठी हा समजुतीचा प्रचंड घोटाळा ठरतो; पण हेच जर पिझ्झा विकणाऱ्या

मुलाने सांगितले की 'एक ना एक दिवस तो स्वतःचे पिझ्झाचे दुकान टाकणार आहे.' तर ती भारावून जाते. प्रामाणिक राहायचे याचा अर्थ असा नव्हे की जर बाईने विचारले की, 'मी या साडीत जाड दिसते का?' तर 'हो! नक्कीच, तुला अजून १० किलो वजन कमी करण्याची गरज आहे.' तुम्हाला वाटेल तुम्ही प्रामाणिक उत्तर दिले, पण हे पुढे त्रासदायक ठरते त्यापेक्षा,

प्रश्न : मी या साडीत जाड दिसते का?
उत्तर : हं! अगं, ऑरगन्झा साडीत ऐश्वर्या राय पण जाड दिसते.

८. प्रेमाचे प्रदर्शन करा -

तुमची प्रेम दर्शवणारी कोणतीही कृती ही वचनबद्धतेकडे बोट दाखवते. यामध्ये तिच्यासाठी एखादी खास भेटवस्तू, इतरांसमोर हलकेसे स्पर्श आणि नियमितपणे 'आय लव्ह यू' म्हणणे या गोष्टींचा समावेश होतो. जो पुरुष असे प्रेम दर्शवण्यासाठी विशेष कष्ट घेतो त्याला ती पसंतीत अग्रक्रम देते, पण पुरुषांना हे कळत नाही; साधे प्रेम दाखवायचे म्हणजे त्यांना महागडी गोष्ट वाटते आणि त्यांना ते नाटकीपणाचे वाटते. उदाहरणार्थ, तो तिला फुलांचा मोठा बुके पाठवतो, पण शब्दात काटकसर करतो. तिला महागड्या हॉटेल्समध्ये घेऊन जातो, वेटरला मोठी टिप देतो यामुळे नक्कीच त्याला मार्क्स जास्त मिळतात, पण तिचे आयुष्य अधिक सुखकर करण्यासाठी त्याने तिला घरकामात मदत केली पाहिजे, डिशेस धुतल्या पाहिजेत, मुलांना सांभाळले पाहिजे तरच ती पार्लरमधे जाऊन फेशियल किंवा मसाज घेऊ शकेल आणि त्यामुळे त्याच्यावर अधिक प्रेम करेल. तो काय विकत घेतो यापेक्षा तो तिच्यासाठी काय कष्ट घेतो हे अधिक महत्त्वाचे ठरते. त्याने हाताने लिहिलेली एक ओळ की 'तू माझ्यासाठी किती खास आहेस' हे ५०० रु.च्या नोटेपेक्षा अधिक परिणामकारक ठरते.

पुरुष आपल्या स्पर्धकावर टीका कशी करतात?

ज्या पुरुषाला आपल्या स्पर्धकावर मात करायची असेल व त्यायोगे समोरच्या बाईला आपण अधिक चांगले आहोत हे दाखवायचे असेल तो तिला सांगतो, 'त्याच्यात तर महत्त्वाकांक्षा नाही! त्याच्यापुढे कोणतेच ध्येय नाही! त्याची सगळी संपत्ती ही त्याच्या बापाची आहे! तो कोणत्याच गटाचे नेतृत्व करू शकत

नाही!' दुसऱ्या शब्दात सांगायचे झाले तर तो त्याच्या स्पर्धकाला निष्प्रभ करण्याचा प्रयत्न करतो - फक्त एवढ्यावरच थांबत नाही तर त्याच्या स्पर्धकाचे चारित्र्य वाईट आहे, तो बाहेरख्याली आहे असे पण इशारे तिला देत राहतो, तसेच तो कोणत्याही स्त्रीबरोबर एकनिष्ठ राहात नाही वगैरे-वगैरे माहिती पुरवतो, या शिवाय असेही सांगतो की त्याचे लग्न झालेले आहे, त्याला मुले आहेत. त्यामुळे तो त्याच्या साधनसंपत्तीचा ओघ तिच्याकडे वळवू शकणार नाही आणि ही मात्रा बायकांच्या बाबतीत बरोबर लागू पडते, कारण त्यांना त्याच्या साधनसंपत्तीत रुची असते आणि त्यामध्ये वाटेकरी तिला आवडत नाही. तो तिला हे कधीच सांगत नाही की तो कुरूप आहे किंवा त्याचे केस गळत आहेत, कारण त्याला माहिती असते की यामुळे तिला काही फरक पडत नाही, म्हणूनच ज्या गोष्टींना बायका विशेष महत्त्व देतात तेवढ्याच गोष्टी तो तिला तिखट-मीठ लावून सांगतो. आपल्याला अग्रक्रम द्यावा म्हणून पुरुष तिला नोकरी, पगार, प्रतिष्ठा आणि त्याची एकनिष्ठा याबद्दल बरेच काही खोटेनाटे सांगतो.

आपल्याला पुरुषांकडून पसंती मिळावी म्हणून बायकांनी करायच्या पाच गोष्टी:

आम्ही २०,००० पुरुषांची मते घेऊन जो अहवाल बनवला त्यातून आम्ही हा गोषवारा काढला की आपली आकर्षकता आणि पसंतीक्रम वाढवण्यासाठी त्यांनी खालील गोष्टी कराव्या.

१. आपली रूपसंपदा आणि व्यक्तिमत्त्व अधिक चांगले बनवावे -

आम्ही २४ देशांमधल्या मासिकांचा अभ्यास केला आणि आमच्या लक्षात आले की त्यामधील जाहिराती आणि गोष्टी सर्वत्र सारख्या होत्या. बायकांच्या मासिकामध्ये ज्या मुख्य गोष्टींना प्राधान्य दिले गेले त्या पुढीलप्रमाणे -

१. तुम्ही अधिक सुंदर कसे दिसाल?
२. तुमचे कामजीवन अधिक चांगले कसे होईल?
३. नातेसंबंधाविषयीच्या कथा
४. अन्न शिजवण्याच्या पद्धती आणि आहार, आरोग्य
५. चाचणी परीक्षा आणि कोडी - तुमचे तुमच्या पुरुषाबरोबर असलेल्या संबंधांना मार्क

बायकांनी त्यांचे रूप अधिक आकर्षक केल्यास त्यांना अधिक प्रेम आणि प्रणय मिळेल, पण मग याच पुस्तकामध्ये पुढच्या पानांवर पनीर, फ्रेंच फ्राईज, आइस्क्रीम्स, पुलाव, मिठाया यांच्या पाककृत्या असतात, जे पाहून आणि वाचून त्यांनी सडपातळ बांधा कसा ठेवावा?

या उलट पुरुषांच्या मासिकात काय असते?

१. आपले शरीर पिळदार कसे कराल?
२. त्याचे पौरुषत्व कसे वाढवावे?
३. अधिकाधिक प्रणय कसा मिळवावा?
४. टेस्टोस्टोरोनबद्दलचे म्हणजे फिशिंग, कॉम्प्युटर्स, शिकार, खेळ, गाड्या आणि करिअर

पुरुष स्त्रियांच्या रूपाला खूप जास्त महत्त्व देतात, म्हणूनच बायका स्वतःच्या तारुण्याचे, आरोग्याचे आणि आकर्षक शरीरसंपदेचे प्रदर्शन करण्यासाठी पुढे सरसावतात. आपण सुंदर दिसावे यासाठी स्त्रिया पुरुषांच्या तिप्पट प्रयत्न करतात आणि १५पट जास्त सौंदर्यप्रसाधने वापरतात. ज्या बायका असे आकर्षक दिसण्याचा प्रयत्न करत नाहीत त्या या मेटिंग-रेटिंगच्या खेळात मागे पडतात. आजकाल पुरुषसुद्धा सौंदर्यप्रसाधने वापरत असले तरी ती आफ्टरशेव्ह आणि केसांचे शाम्पूज, निव्हिया वगैरे पुरतेच मर्यादित आहे. जो पुरुष वारंवार आरशात बघतो आणि जरा जास्तच पावडरी वगैरे लावतो त्याला बायकांकडून 'गे' असे हिणवले जाते आणि त्याचा पसंतीक्रम बायकांसाठी एकदम खाली घसरतो.

दृष्टिभ्रम करणाऱ्या अनेक गोष्टी या बायकांकडून पुरुषांना फसवण्यासाठी आणि आकर्षित करण्यासाठी वापरल्या जातात. यामध्ये आपले पाय अधिक लांब दिसण्यासाठी (जननक्षमता जास्त असण्याचे लक्षण) उंच टाचांची पादत्राणे वापरली जातात. हात अधिक लांब दिसावेत म्हणून खोटी नखे वापरली जातात, मुसमुसलेले तारुण्य दिसावे म्हणून ब्रेस्ट इम्प्लांट केले जाते, सडपातळ दिसावे म्हणून गडद रंगांचे व उभ्या धारांचे कपडे वापरले जातात, केस रंगवणे, सौंदर्यवर्धक शस्त्रक्रिया करणे, केसांचे टोप लावणे, उभार देणारे कपडे वापरणे हे सगळे बायका पुरुषांचे आपल्याकडे लक्ष जावे म्हणून करतात. १९व्या शतकापर्यंत बायकांना पुरुषांचे लक्ष विचलित करणाऱ्या गोष्टी केल्याबद्दल शिक्षासुद्धा होत असे.

या सगळ्या युक्त्या यशस्वी ठरतात याचे कारण असे, की त्यामागे पुरुषांच्या

मेंदूचा केलेला अभ्यास आहे. बायकांना स्वत:ला हवे म्हणून त्या त्या गोष्टी करत नाहीत तर पुरुषांना असे हवे आहे हे बायकांना समजते म्हणून त्या तसे करतात.

एक भिकारी एका अद्ययावत फॅशनेबल स्त्रीजवळ गेला. ती रस्त्यावर खरेदी करत होती. तो म्हणाला, 'मी गेल्या ४ दिवसांत काही खाल्ले नाही.' तिने त्याच्याकडे पाहिले व म्हणाली, 'तू मला तुझी इच्छाशक्ती दिलीस तर बरे होईल.'

सौंदर्यवर्धक शस्त्रक्रिया करणारे व प्रसाधन उद्योग हे स्त्रियांच्या तरुण, निरोगी आणि सुंदर दिसण्याच्या हव्यासाला लक्ष्य बनवतात. चेहऱ्याची पावडर चेहेऱ्यावरील डाग-धब्बे दिसेनासे करते व त्वचा नितळ दाखवते आणि फेसलिफ्ट तुमचे वय कमी दाखवते. लिपस्टिक आणि कलोजेनची इंजेक्शने तुमचे ओठ आकर्षक दाखवतात आणि लाल रंगाच्या छटा तेथील रक्तप्रवाह वाढलेला दाखवतात ज्यामुळे ती स्त्री तुमच्या कामेच्छा वाढवते. मस्कारा डोळ्यांना लावला की डोळे लांब व रुंद दिसतात आणि पुरुषांना आकर्षून घेतात. केसांचे शाम्पू आणि कंडिशनर त्या स्त्रीचे चांगले आरोग्य दाखवतात. चकाकणारे गाल पुरुषांसाठी आमंत्रक असतात म्हणून तर बायका गालांवर ब्लशर्स लावतात. पुरुष शोधक नजरेने पाहतात म्हणून तर बायका पुश-अप ब्रा वापरतात आणि ब्रेस्ट इम्प्लांट करतात. ज्या बायका हे सगळे करतात त्या वरतून मल्लिनाथी अशी करतात की, 'आम्हाला बरे वाटते म्हणून आम्ही असे करतो.' त्यातली मेख अशी असते की पुरुष आकर्षित झाले तरच त्यांना बरे वाटते. स्त्रियांच्या मासिकांवर तरुण आकर्षक स्त्रियांची चित्रे असतात. पुरुषांच्याही मासिकांवर तरुण स्त्रियांची कामुक कपड्यांमधली, कामुक हावभाव दाखवणारी आणि प्रणयाला आसुसलेली अशी प्रतिमा दाखवतात. फक्त जेव्हा एखाद्या पुरुषाबद्दलची व त्याच्या शौर्याची कथा सांगायची असेल तेव्हाच पुरुषांच्या मासिकावर पुरुषाचे चित्र असते.

२. एकनिष्ठा सर्वांत महत्त्वाची -

डॉ. डेव्हिड बस यांनी २२ संस्कृतींमधील आकर्षकतेच्या १३० युक्त्या शोधून काढल्या आहेत. पुरुषांना स्त्रियांकडून हव्या असलेल्या ३ महत्त्वाच्या गोष्टी खालीलप्रमाणे:

१. विश्वास

२. इतर पुरुषांबरोबर प्रणय पूर्णपणे निषिद्ध
३. त्याग, श्रद्धा

पितृप्रधान संस्कृतीचे पाईक म्हणून पुरुषांनी वरील गोष्टी ९३% महत्त्वाच्या आहेत असे जाहीर केले. प्राचीन काळी पुरुषांना मूल हे त्यांचेच आहे हे सिद्ध करणाऱ्या कोणत्याच गोष्टींची माहिती नव्हती, पण ते बायकांना स्वतंत्र खोलीत ठेवत असत, त्यांच्यावर अनेक बंधने होती आणि म्हणून त्यांना खात्री असे. वरील तीन गुण हे आजच्या २१व्या शतकात पुरुषांना अधिक महत्त्वाचे वाटतात, कारण आजच्या स्त्रीला एकपत्नीत्वाचे पालन करणारा पुरुष हवा आहे. याचा अर्थ आपला बीजप्रसार करण्यासाठी तो जन्मभरासाठी फक्त एकाच बाईची निवड करू शकतो, म्हणून त्यालासुद्धा त्याच्या पितृत्वाबद्दलची खात्री हवी आहे.

आपल्याला हे माहितीच आहे की जेव्हापासून पितृत्व सिद्ध करण्यासाठी डीएनए टेस्ट प्रचारात आली तेव्हापासून उदाहरण द्यायचे झाले तर इंग्लंडमध्ये दर ११ मुलांमध्ये फक्त एकच मूल वैवाहिक संबंधातून नवऱ्यापासून होते, याचाच अर्थ बायकांच्या हातात एक फार मोठे शस्त्र असते. बायका दीर्घकालीन मैत्रीसाठी त्याचा वापर करू शकतात. पुरुषाच्या सहज प्रणय प्रवृत्तीचा किंवा अल्पकालीन नातेसंबंधांचा विचार केला तर असे हीन चारित्र्य असलेली स्त्री त्याच्यासाठी जास्त महत्त्वाची असते.

चारित्र्यहीन स्त्रीला संबोधण्यासाठी गेल्या १००० वर्षांपासून पुरुषांनी किमान १०० नावे शोधून काढली आहेत, त्या शब्दांवरूनच त्यांचे हीन अर्थ कळतात. चारित्र्यहीन पुरुषांसाठीसुद्धा अशी अनेक नावे आहेत, पण ती काहीशी अभिमानाने किंवा मत्सरापोटी घेतली जातात.

बायकांसाठी वेश्या, बाजारबसवी, चवचाल, सटवी, हडळ, कॉलगर्ल, रातकी रानी वगैरे वगैरे तर पुरुषांसाठी प्लेबॉय, गे, रूस्टर, मॅचो मॅन, जिगोलो वुमनायझर, स्टड वगैरे वगैरे, पण पुरुषांची ही नावे पुरुषांच्या जगात गौरवास्पद असतात, पण बायकांची ही नावे बायकांच्या व पुरुषांच्या जगात घृणास्पद असतात.

एकनिष्ठ राहण्याची इच्छा असलेल्या बायकांनी खालील तीन गोष्टी कराव्या.

१. तुमच्या गतजीवनातील पुरुषांबद्दल चकार शब्द काढू नका.
२. परपुरुषाबरोबर जवळीक करू नका.
३. नातेसंबंधाच्या सुरुवातीच्या काळात समागमाला तयार होऊ नका. आधी तो पुरुष तुमच्यासाठी वेळ व पैसा खर्च करतो की नाही ते पाहा.

३. *सहज वश होऊ नका -*

आपण खूप लाजाळू आहेत, भित्र्या आहोत, या खेळात नवख्या आहोत असे जर तुम्ही नाटक करू शकलात तर दीर्घ काळ संबंध ठेवू इच्छिणाऱ्या पुरुषावर याचा फार चांगला परिणाम होतो. लाजाळूपणाची तर पुरुषाच्या मनावर अशासाठी छाप पडते की जी स्त्री सहज प्राप्त होत नाही ती नक्कीच एकनिष्ठ राहील असे त्याला वाटते, पण जेव्हा स्त्री सहज प्राप्त होते तेव्हा आपल्यासारखीच ती इतरांनाही प्राप्त होत असणार अशी शंका त्याच्या मनाला चाटून जाते आणि मग त्याला त्याच्या पितृत्वाबद्दलही शंका वाटते, म्हणून पुरुषांना सहज वश न होणे ही सर्वोत्तम युक्ती आहे - ज्यामुळे पुरुषाचे दोन प्राचीन हेतू साध्य होतात. एक म्हणजे निष्ठा आणि दुसरे म्हणजे आपली मुले ही आपलीच आहेत याची खात्री.

इतरांच्या चारित्र्याबद्दलच्या गप्पा मारणे सर्वच स्त्री-पुरुषांना फार आवडते आणि या हेतूंनी प्रेरित होऊनच टी. व्ही. वरील अनेक वाहिन्यांवर टॉक शो, सच का सामना वगैरे मालिका चालू होतात. त्यामधून स्त्री-पुरुष संबंधाविषयीच्या सनसनाटी खबरांमुळे शांत जीवनात थोडी फार उलथापालथ होते. बायकांचा असा लाजाळूपणा काही पुरुषांना आवडत नाही, कारण मग बायकांना प्राप्त करण्यासाठी फार पैसा, वेळ, ऊर्जा खर्च होतात. जी स्त्री समागमाला तयार होत

> 'तुझ्यावर प्रेम करणारा मी पहिलाच पुरुष आहे का?' त्याने विचारले. 'कोण जाणे.' ती म्हणाली, 'पण तुझा चेहरा ओळखीचा वाटतो.'

नाही तिला पसंतीक्रमात अग्रक्रम मिळतो, कारण पुरुषाला तिच्याबद्दल खात्री वाटून तो दीर्घ काळ मैत्रीसाठी तयार होतो. जुजबी ओळखीत प्रणय करणाऱ्या स्त्रीकडे पुरुष तात्पुरत्या मजेसाठीच बघतो.

४. *शरीरप्रदर्शन करू नका -*

नॉक्स, हील आणि गार्डनर या शास्त्रज्ञांनी स्त्री व पुरुषांना विरुद्धलिंगी स्त्री-पुरुषांचे नग्न, अर्धनग्न व व्यवस्थित कपडे केलेले असे फोटो दाखवले. ज्या स्त्रीने जास्तीतजास्त शरीरप्रदर्शन केले तिच्याबरोबर सहज प्रणयासाठी अनेक पुरुष उतावळे झाले, पण दीर्घकालीन मैत्रीसाठी त्यांनी तिला नाकारले. ज्या स्त्रियांनी शरीराचे उत्तान प्रदर्शन करणारे कपडे घातले होते त्यांना पुरुषांनी अल्पकालीन

मैत्रीसाठी प्राधान्य दिले, पण लग्नासाठी नाकारले.

बायकांनीसुद्धा कमी कपड्यांमधल्या पुरुषांना थोड्या वेळ मैत्रीसाठी पसंत केले, पण चांगले कपडे केलेल्या पुरुषांना लग्नाचा जोडीदार म्हणून पसंत केले. बायकांच्या ड्रेसचा गळा जेवढा खोल आणि वक्षस्थळांचे प्रदर्शन जेवढे अधिक तेवढी पुरुषांनी त्यांच्याबद्दल कमी आस्था दाखवली व त्यांना ते विसरूनसुद्धा गेले.

बायकांनी यापासून हाच बोध घ्यावा की शरीराचे प्रदर्शन करण्यापेक्षा ते झाकल्यानेच त्यांना पसंतीक्रम मिळेल; विशेषत: कामोत्तेजक अवयवांचे प्रदर्शन करू नये.

५. *तुम्ही मुक्या, निराधार आणि समजूतदार असण्याचे नाटक करा* - डॉ. बस यांच्या असे लक्षात आले की या ३ युक्त्या अल्पकालीन मैत्रीसाठी (४८%) पुरुषांना आकर्षून घेण्यास उपयोगी ठरतात, पण दीर्घकालीन मैत्रीसाठी (२३%) याचा फारसा उपयोग नाही. दीर्घ काळासाठी आपण बावळट आहोत किंवा निराधार आहोत किंवा नेहमीच पडती बाजू घेणे हे स्त्रीच्या व्यक्तिमत्त्वाच्या दृष्टीने फारसे हितावह नाही; अशाने तो आयुष्यभर तिचा गैरफायदा घेईल.

बायका आपल्या स्पर्धकावर टीका कशी करतात?

जेव्हा एखाद्या बाईला आपल्या स्पर्धकाला पसंतीक्रमाच्या स्पर्धेतून खाली खेचायचे असेल तेव्हा ती तिच्या सौंदर्यावर व आरोग्यावर टीका करायला सुरुवात करते. ती सांगते, 'तिने ब्रेस्ट इम्प्लांटेशन केले आहे', 'तिने फेसलिफ्ट केले आहे', 'तिला गुप्तरोग झाला आहे', 'ती कोणाबरोबरही झोपते' या सगळ्या गोष्टींमुळे पुरुष नक्कीच बिथरतो, कारण त्याचा प्राधान्यक्रम हा आरोग्य, तारुण्य आणि एकनिष्ठा यालाच असतो. ती त्याला असे कधीच सांगणार नाही की तिच्या स्पर्धक स्त्रीने नोकरी तिच्या गुणांवर मिळवलेली नाही किंवा तिला स्वत:चे घर नाही. काही वेळेस तर ती इतका अतिरेक करते आणि स्पर्धकाच्या वयाबद्दल खोटेच सांगते. तिच्या स्पर्धकाच्या प्रियकरांविषयी खोटे सांगते व तिने कशी प्लास्टीक सर्जरी करून रूपाचा आभास निर्माण केला हे सांगते.

याचे कारण असे की पुरुषांना स्त्रियांच्या रूपाचे फार अप्रुप वाटते, म्हणून स्त्रिया सौंदर्याचे संवर्धन करण्यासाठी झटतात! एवढेच नव्हे तर आपल्या स्पर्धकांविषयी अफवा पसरवतात. 'ती जाड, कुरूप, बेढब, अनाकर्षक आहे' असे सांगून त्यांच्याबद्दल हीन भावना पसरवतात. 'तू तिला मेकअपशिवाय पाहिली

आहेस का?' किंवा 'तिची ब्रेस्ट खोटी आहे, तिचे ओठ रंगवलेले आहेत' वगैरे वगैरे. तुम्ही असे कधीच ऐकणार नाही की, एखादी बाई सांगते की माझ्या स्पर्धकाला महत्त्वाकांक्षा नाही किंवा तिला स्वत:ची गाडी नाही.' दुसऱ्या बाईच्या चारित्र्यावर शिंतोडे उडवल्याने अशा बायकांचे काम फत्ते होते, कारण मग पुरुष अशा बाईशी कधीच दीर्घ काळ मैत्रीचा विचार करत नाही, पण तुम्ही त्या बाईला चवचाल म्हटले तरी पुरुष लगेच तिच्याशी सहज प्रणय करण्याची स्वप्ने पाहातो.

पुरुषाबरोबर तुम्हाला आनंदाने संसार करायचा असेल तर तुम्ही त्याला जास्तीतजास्त समजून घेतले पाहिजे, प्रेम थोडेसेच केले तरी चालेल. बाईबरोबर तुम्हाला आनंदाने संसार करायचा असेल तर तिच्यावर भरपूर प्रेम करा, पण तिला समजून घेण्याचा जराही प्रयत्न करू नका.

* विरुद्धलिंगी व्यक्तीबरोबर तुमचा पसंतीक्रम वाढवणे सहज शक्य असते.
* पुरुषांनी संवेदनशील असले पाहिजे आणि स्त्रियांच्या पाठीशी आधार देऊन राहिले पाहिजे. खूप, मोठ्या, महागड्या भेटवस्तूंपेक्षा तिच्याशी प्रेमाचे दोन शब्द, थोडीतरी वचनबद्धता यांचे मोल तिच्यासाठी जास्त असते.
* बायकांनी एकनिष्ठतेवर भर दिला पाहिजे, शरीराचे प्रदर्शन टाळले पाहिजे आणि व्यक्तिमत्त्व सुधारण्यावर भर दिला पाहिजे. तर त्यांना पुरुष प्राधान्यक्रम देतील.
* स्त्री व पुरुष दोघेही आपल्या स्पर्धकांवर भरपूर टीका करतात आणि त्यांचा पसंतीक्रम '०' (शून्या)वर आणण्याचा प्रयत्न करतात; बायकांना मिळवण्यासाठी पुरुष दुसऱ्या पुरुषांच्या साधनसपंत्तीवर टीका करतात तर बायका इतर बायकांच्या रंगरूपावर टिप्पणी करतात.

प्रकरण ११

सहजीवनाचे उज्ज्वल भविष्य...

"थेरड्या, तो हेअरड्रायर इकडे दे."

आपले वय कितीही असले तरी जेव्हा आपण प्रेमात पडतो तेव्हा तरुण मुला-मुलींसारखे वागतो. त्या स्त्रीला पुन्हा एकदा नव्याने प्रेमातली रोमांचकता, साहस, अनुभवायचे असते. प्रणयात डुंबायचे असते आणि मुक्त, स्वतंत्र, काळजीमुक्त जीवन जगायचे असते. तिला हे सगळे करू देणारा पुरुष हवा असतो आणि असा पुरुष मिळवणे हेच तिचे स्वप्न असते. या नवीन पुरुषालासुद्धा जे इतर पुरुषांना हवे असते, तेच हवे असते- म्हणजे कौतुक करून हवे असते, आदर हवा असतो, समजून घेणे हवे असते आणि त्याचा जोडीदार निष्ठावान हवा असतो आणि जर तिने नोकरी न करण्याइतकी घरात आर्थिक सुबत्ता असेल तर, तिने घरीच राहावे असा त्याचा आग्रह असतो.

स्त्रीवादी चळवळींनी नेहमी असाच पवित्रा घेतला की हजारो वर्षांपासून पुरुषांनी जगभरच आर्थिक बाबतीत महिलांची कोंडी करून ठेवली आहे आणि

बायकांना गरोदर करून त्यांना सामर्थ्यहीन आणि निर्धन करून त्यांच्यावर नियंत्रण ठेवले आहे. तुम्ही जर आपल्या इतिहासाचा अभ्यास केला तर नक्कीच ही गोष्ट खरी आहे असे दिसते; पण हे प्रथमदर्शनी किंवा वरवरचे झाले! पण मानवाच्या प्रजातींचा खोलवर अभ्यास केला तर एक महत्त्वाचा प्रश्न पडतो की का पुरुषांनी संपत्तीचा, प्रतिष्ठेचा आणि सत्तेचा ध्यास का घेतला? तर त्याचे उत्तर असेच येईल की बायकांची उत्पत्ती ही मुलांचे संगोपन करणाऱ्या आणि आपल्या मुलांना खाऊ-पिऊ घालून त्यांचे रक्षण करणाऱ्या पुरुषाचा शोध घेणारी स्त्री म्हणूनच झाली आहे; आणि पुरुषाच्या मनाच्या कोपऱ्यात ही गोष्ट ठसलेली आहे म्हणूनच तो आयुष्यभर प्रतिष्ठा, सत्ता आणि साधनसंपत्ती मिळवण्यासाठी धडपड करत राहातो आणि स्त्रीच्या गरजा पुरवत राहातो. का प्रत्येक ठिकाणी पुरुष आपले आरोग्य धोक्यात घालून, ठिकठिकाणी ठोकरा खाऊन, इतर पुरुषांशी शारीरिक व मानसिक पातळीवर संघर्ष करून, अधिक चांगल्या नोकऱ्या, अधिक प्रतिष्ठा व अधिक पगार मिळवण्यासाठी धडपडतो? याचे कारण असे की त्यांना माहिती आहे जर साधनसंपत्ती, प्रतिष्ठा या बाबतीत ते इतर पुरुषांपेक्षा सरस ठरले तरच अधिक चांगल्या बायका त्यांच्याकडे आकर्षित होतील. जर पुरुषांना बायकांची जोडीदार म्हणून गरज नसती तर साधनसंपत्ती एवढ्या घाईने जमा करण्याची त्यांना गरज नव्हती. पुरुषाने कमी तणावपूर्ण आयुष्य घालवले असते. तो मस्तपैकी फिशिंगला गेला असता, बिअर प्यायला असता, भरपूर झोपला असता आणि वाटेल तिथे वाटेल तेव्हा पादला असता.

आज सर्वत्र बायका भरपूर श्रीमंत माणसांचा शोध घेताना दिसतात किंवा ज्याच्यामध्ये भरपूर पैसे कमवण्याची क्षमता आहे असा पुरुष निवडताना दिसतात. बायका अशा पुरुषाला नाकारतात जो निर्धन आहे किंवा ज्याला महत्त्वाकांक्षा नाही. काही लोकांना एखाद्या जोडप्याच्या निरीक्षणातून लगेच समजते की दोघांपैकी कोण आर्थिक महत्त्वाकांक्षा असणारे आहेत आणि कोण मागच्या सीटवर बसणार आहे, पण असे जोडपे फारच क्वचित दिसते.

जे पुरुष लग्न करतात ते अविवाहित पुरुषांपेक्षा अधिक कमावतात.

काही स्त्री-मुक्तिवादी स्त्रिया अशी घोषणा देत सांगतात की पुरुषांचा मुख्य हेतू हा स्त्रियांना दाबून टाकणे आहे! पण खरी गोष्ट अशी आहे की पुरुष हा सत्ता,

प्रतिष्ठा व संपत्ती यासाठी दुसऱ्या पुरुषाबरोबरच संघर्ष करतो, स्त्रियांबरोबर नाही! आणि हेही दुसऱ्या पुरुषाबरोबरचा संघर्ष कशासाठी असतो, तर हवी ती स्त्री मिळवण्यासाठी आणि संपत्तीच्या या स्पर्धेत पुरुष मोजमाप तरी कसले लावतात, तर स्त्रिया कशाला प्राधान्यक्रम देतात ते पाहतात! यामुळे जे तणावपूर्ण जीवन त्यांना जगावे लागते, त्यामुळे त्यांचा मृत्यू त्यांच्या वयाच्या स्त्रीपेक्षा ७ वर्षे आधी येतो, एवढेच नाही तर प्रेमाच्या खेळात अनेक पुरुष इतर पुरुषांचा खूनसुद्धा करतात. कल्पना करा की पुरुषांनीसुद्धा बायकांसारखेच दृष्टिकोन ठेवले असते व सामाजिक जीवनात प्रेम, नातेसंबंध या बाबतींत त्यांची तीच मते असती तर पुरुष म्हणाला असता, 'ए, असे काय करतेस? तू माझ्यापेक्षा मित्र-मैत्रिणींशीच फोनवर बोलत बसतेस, तुझे माझ्यावर प्रेमच नाही!' किंवा, 'तू मला साडी खरेदीसाठी कधीच बरोबर नेत नाहीस! संगीतालाच नेतेस; तुला मी फक्त प्रणयासाठीच हवा असतो का?'

दुर्दैवाने त्याच्या नैसर्गिक गरजांमुळे पुरुष फार बदनाम झाला आहे; पण बायका मात्र त्यांच्या फाजील बडबडीसाठीसुद्धा 'अप्रतिम संवादकर्त्या' नावाखाली गौरविल्या जातात. जर सगळीच समानता बघायची तर पुरुषाच्या बीजप्रसाराच्या महान कार्याचा 'वंडरफूल क्रियेटर' म्हणून उल्लेख व्हायला हवा.

यात आश्चर्य नाही की ७६% पुरुष हे कबूल करतात की ते स्त्रियांकडे 'सेक्स ऑबजेक्ट' म्हणून पाहतात, पण फक्त पाहतात; कारण बायकांकडून त्यांच्यावर लैंगिक शोषणाची टीका होईल अशी भीती त्यांना वाटते; किंवा ते तेवढे कावेबाज असतात. विवाहित लोकांची संख्या आता कमी होऊ लागली आहे.

विवाहसंस्था मोडकळीस आली का?

तुम्ही जर विवाहित असाल तर हळूहळू तुम्ही अपवादात्मक परिस्थितीत जाल. विवाहित जोडप्यांची संख्या पाश्चिमात्त्य देशांमध्ये कमी झाली आहे. अमेरिकेतील जनगणनेनुसार प्रसिद्ध झालेल्या अमेरिकन कम्युनिटी अहवालाप्रमाणे १११.२ लाख जोडप्यांपैकी ४९.७% किंवा ५५.२ जोडपी मुलांसहित अथवा मुलांशिवाय एकत्र राहात आहेत. गेल्या काही दशकांपासून हे प्रमाण घसरत आहे. १९३०मध्ये ८४% जोडपी होती तर १९९०पर्यंत विवाहित जोडप्यांचे प्रमाण ५६%पर्यंत घसरले होते. या अहवालानुसार रूममेट व पार्टनर यामध्ये प्रश्नावलीत वेगळे रकाने होते.

इंग्लंडमध्ये इ.स. २००८मध्ये कायदेशीररीत्या विवाहबंधनात असणाऱ्यांपेक्षा

विवाहबाह्य संबंधात एकत्र राहणारी जोडपी जास्त होती. इ.स. १९९८ आणि २००७मध्ये प्रौढांच्या विवाहाचे प्रमाण ८%ने घसरले होते. इ.स. १९७९मध्ये केलेल्या सर्व्हेनुसार ७५%, १८ ते ४९ वयोगटातील स्त्रिया विवाहित होत्या. त्याच्या निम्म्यापेक्षाही कमी स्त्रिया इ.स. २००७मध्ये विवाहित होत्या. इ.स. १९७९पेक्षा तिप्पट कमी स्त्रिया २००७मध्ये अविवाहित होत्या. इ.स. २००६मध्ये २,३६,९८० इतकेच विवाह इंग्लंड आणि वेल्समध्ये मिळून झाले. इ.स. १८९५पासून इतकी कमी संख्या यापूर्वी कधीच नव्हती. सध्याच्या काळात प्रौढ स्त्री-पुरुष एकटेच राहणे पसंत करतात किंवा जोडीदाराबरोबर विवाहाशिवाय राहतात, त्यामुळे विवाहसंस्थेपुढे हे मोठे आव्हान आहे.

स्त्री-पुरुष एकत्र राहण्यामागे अनेक कारणे आहेत, पण त्यांना परवडेल असे घर शोधणे हे जिकिरीचे काम असते. प्रणयाबरोबरच व्यवहारसुद्धा महत्त्वाचा असतो, कारण दोन माणसे एकत्र राहिल्याने खर्च कमी होतो. अनेक जोडपी असेही सांगतात, की एकत्र राहणे हे नातेसंबंध प्रस्थापित करण्याची चाचणी परीक्षा असते.

भविष्यात काय आहे ते माहिती नाही, पण काही झाले तरी मानवजातीसाठी प्रेम करणे आणि प्रेम करवून घेणे हे आरोग्याला उत्तम असते. कॅलिफोर्निया येथे काही शास्त्रज्ञांनी ७०० स्त्री-पुरुषांवर ९ वर्षांपर्यंत काही प्रयोग केले. त्यांच्या असे लक्षात आले की, ज्या स्त्री-पुरुषांनी आपल्या मित्रांशी, नातेवाइकांशी, प्रिय व्यक्तींशी, समाजाशी, जोडीदाराशी संबंध ठेवले नाहीत त्यांचा मृत्यू लवकर झाला. स्वीडनमध्येही अशाच प्रकारचा प्रयोग केला गेला. त्यांनी १७,००० स्त्री-पुरुषांवर ६ वर्षे प्रयोग केले. तेव्हा असा निष्कर्ष हाती आला की त्या स्त्री-पुरुषांची जात, लिंग, व्यायामाची सवय वेगळी असली तरीही एकाकी राहणाऱ्या स्त्री-पुरुषांचा मृत्यू चौपटीने लवकर होतो.

आजचे तरुण अधिक माहीतगार आहेत का?

इंग्लंडमधील एका अहवालानुसार ८०% सोळा वर्षीय मुले त्यांचे कौमार्य जेव्हा ते एखाद्या तणावाखाली असतात किंवा दारू पितात तेव्हा गमावतात आणि त्यांपैकी निम्मे असुरक्षित संभोग करतात. ३००० शालेय मुलामुलींचा अहवाल हे दाखवतो की १५ ते १८ वयातील ३९% मुले आपल्या मित्राच्या किंवा मैत्रिणीच्या इच्छेविरुद्ध संभोग करतात. १०पैकी ३ तर नकारात्मक कारणांसाठी आपले कौमार्य गमावतात. उदा. आपल्या मित्र-मैत्रिणींना खूश करण्यासाठी. पुढे जाऊन हे पण सांगता येईल की ५१% मुली व ३७% मुलांनी असुरक्षित संभोग

उपभोगला; तर ५८% मुली कंडोमशिवाय एकत्र झोपल्या आहेत. ही आकडेवारी सोळा वर्षीय मुला-मुलींचे प्रचंड अज्ञान दाखवते.

ज्या पालकांचे घटस्फोट झाले आहेत अशा घरातील मुलेसुद्धा जोडीदाराच्या निवडीबाबत आपल्या पालकांचे अनुकरण करतात. त्यांचे पालक विभक्त झाले तेव्हाच ते असे शिकतात की आयुष्यभरासाठी एकाच जोडीदारावर अवलंबून राहणे चुकीचे आहे. ते फार लवकर वयात येतात. अशा पालकांच्या मुलींचे मासिक चक्र लवकर सुरू होते आणि पौगंडावस्थेतच मुले-मुली प्रणयाची मजा चाखतात. अविभक्त जोडप्यांच्या मुलांमध्ये हे प्रमाण कमी दिसते.

'तू जरा जास्तच काळजी घेतोस असे नाही तुला वाटत?'

या सगळ्या गोष्टींचा विचार केल्यास आजच्या तरुणाला कदाचित काही गोष्टींची माहिती अधिक असेलही, म्हणजे त्यांच्या पालकांपेक्षाही ते जास्त ज्ञानी असतील, तरी पण ते बेजबाबदार आहेत आणि ते विनाकारण गरोदरपण, एड्स आणि गुप्तरोग यांसारख्या व्याधींना आमंत्रण करतात.

नव्या नव्हाळीच्या दिवसात प्रेम आश्वासक का वाटते?

पिढ्यानपिढया आपल्या मेंदूत हे पक्के बसले आहे की आपण अशा जोडीदाराकडे आकृष्ट होतो ज्याच्यापासून आपल्याला निरोगी मुले होतील. प्राण्यांमध्येसुद्धा

असेच असते, त्यामुळेच तुमच्या असे लक्षात येईल की काही वेळेस तुमच्या प्राधान्यक्रमाच्या यादीऐवजी तुम्ही दुसऱ्याच माणसाकडे आकर्षित होता. एखाद्यापासून चांगले मूल होणे म्हणजे त्या व्यक्तीबरोबर संपूर्ण आयुष्य सुखाने घालवणे असे नव्हे. पुरुष नेहमी घीसी-पीटी वाक्ये वापरताना दिसतात की, 'तुझ्यासारखे दुसरे कोणीच नाही!' किंवा 'तुझ्याबद्दल मला जे वाटले ते दुसऱ्या कोणत्याच स्त्रीबरोबर वाटले नाही' आणि 'आपले जन्मजन्मांतरीचे नाते आहे.' बायकांनी हे समजून घेणे महत्त्वाचे आहे की एखाद्या नातेसंबंधांच्या सुरुवातीच्या काळात पुरुष जेव्हा स्त्रीला असे म्हणतो तेव्हा त्याच्या शरीरातील रासायनिक प्रक्रिया त्याला असे बोलायला भाग पाडतात, कारण तो आता समागमाच्या क्रियेसाठी व्याकूळ झालेला असतो! पण नेमके त्याचवेळी तिच्या मेंदूतील रासायनिक क्रिया तिला त्याच्यावर विश्वास ठेवायला भाग पाडतात आणि त्यावेळी तिचे 'लाय डिटेक्टर'सुद्धा बंद असते. ठीक आहे, काही हरकत नाही. प्रेमाची अनुभूती विलक्षण असते. त्याची मजा लुटा! पण हे लक्षात ठेवा की भावनिक पातळीवर हे सगळे फारसे मनावर घेऊ नका, कारण त्या वेळेस दिलेली वचने ही पाळण्यासाठी नसतात. जोपर्यंत तो पुरुषच हे ठरवत नाही की हे नातेसंबंध आयुष्यभरासाठी आहेत तोपर्यंत ती स्त्री शिकार म्हणूनच राहणार आणि तो पुरुष शिकारी! बहुतांशी पुरुष थोड्या काळासाठीच नातेसंबंधांमध्ये प्रवेश करतात. त्याच्या मूलभूत गरजा भागवण्यासाठी पुरुषाला स्त्री हवी असते आणि त्याच्या मेंदूतील रासायनिक उलथापालथ थांबली की तो पण थांबतो व दुसरे मॉडेल शोधायला लागतो.

नक्कीच आपण वेगळे आहोत...

स्त्री आणि पुरुष यांची वैचारिक पातळी आणि वागणूक किती भिन्न आहे याचे आता पर्वताएवढे पुरावे आम्ही जमा केले आहेत. त्यांच्या वागणुकीतील भिन्नता दाखवणाऱ्या काही गोष्टी...

स्त्री शॉवर बाथ कशी घेते?

१. अंगावरील कपडे काढून लॉण्ड्रीच्या शेल्फमधील कप्प्यांमध्ये हलक्या रंगाचे, गडद रंगाचे, पांढरे असे वेगवेगळ्या कप्प्यांत वर्गीकरण करून नीट रचून ठेवते.
२. नंतर अंगावर लांब ड्रेसिंग गाऊन चढवून बाथरूमकडे चालत जाते. रस्त्यात नवऱ्याने जर पाहिलेच तर गाऊन पुन्हा अंगभर

सावरून घेऊन तातडीने बाथरूममधे जाते.

३. आरशामध्ये आपले अंग न्याहाळून पोट जरा आत ओढते.
४. स्वत:शीच 'आपण किती जाड झालो आहोत' याची तक्रार करते.
५. शॉवर सुरू करते.
६. प्युमिस स्टोन, स्क्रबर, लुफा यांच्या साहाय्याने साबण लावून चेहरा व शरीर स्वच्छ करते.
७. ८३ व्हिटॅमिन्स असलेल्या काकडी आणि पिअर्सच्या शाम्पूने केस स्वच्छ करते.
८. पुन्हा एकदा ८३ व्हिटॅमिन्सयुक्त काकडी आणि पिअर्स शाम्पूने केस स्वच्छ करते.
९. आता काकडी व पिअर्सयुक्त कंडिशनर लावते ज्यामध्ये नैसर्गिक संत्र्याचे तेल आहे. आता १५ मिनिटे केसांवर कंडिशनर तसेच ठेवते.
१०. आता चेहऱ्याला सफरचंदाचा स्क्रब लावते आणि १० मिनिटे चेहरा तसाच ठेवते.
११. आता सर्व शरीर जिंजर नट आणि जाफा बॉडीवॉशने धुते.
१२. आता जवळपास १५ मिनिटे कंडिशनर निघून जाण्यासाठी केस धुते, केस झटकते.
१३. बगलेतले व पायांवरचे केस काढते. वॅक्सिंगही करते.
१४. तेवढ्यात नवऱ्याने जर टॉयलेटमधील फ्लश सोडला तर शॉवरचे पाणी कमी झाले म्हणून जोरात किंचाळते.
१५. शॉवर बंद करते.
१६. शॉवरचा ओला नळ पुसून कोरडा करते.
१७. तिच्यामुळे बाथरूममध्ये झालेला सर्व पसारा आवरते.
१८. शॉवरमधून बाजूला होते.
१९. टॉवेलने अंग पुसते.
२०. दुसऱ्या टॉवेलने केस बांधते.
२१. सर्व शरीर पुन्हा एकदा तपासून घेते.
२२. छानसा ड्रेसिंग गाऊन घालून आणि डोक्यावर टॉवेल ठेवून बेडरूमकडे परतते; नवरा दिसल्यास पुन्हा गाऊन सावरून घेते आणि नंतर तासभर कपडे करते.

पुरुष शॉवर बाथ कसा घेतो?

१. कॉटच्या कडेवर बसून कपडे काढतो आणि तिथेच त्याचा ढीग बनवतो.
२. काही न घालता तसाच बाथरूमकडे जातो; रस्त्यात बायको दिसलीच तर विजयीवीराचे स्मित फेकतो.
३. आरशात स्वत:ची प्रतिमा पाहून खूश होतो.
४. शॉवर सोडतो.
५. कपडे धुण्याचा विचारही करत नाही.
६. चेहरा धुतो.
७. बगला धुतो.
८. मोठा आवाज करून नाक शिंकरतो.
९. शॉवरच्या पाण्यात मोठा आवाज करून पादतो.
१०. प्रायव्हेट पार्ट धुतो.
११. साबणाला लागलेले केस तसेच ठेवतो.
१२. शाम्पू वापरतो, कंडिशनर वापरत नाही.
१३. शाम्पू धुवून टाकतो.
१४. पडद्यामधून पुन्हा आरशात डोकावतो.
१५. शॉवरच्या पाण्यात लघवी करतो.
१६. केस झटकून शॉवरमधून बाहेर येतो. बाथरूमच्या बाहेरपर्यंत आलेल्या पाण्याकडे दुर्लक्ष करतो.
१७. अर्धवट अंग पुसतो.
१८. आरशात बघून स्वत:च्या पिळदार स्नायूंचे कौतुक करतो.
१९. शॉवरचा पडदा तसाच उघडा ठेवतो. पंखा, लाईट चालूच ठेवतो. बाथरूमबाहेरचे मॅटही ओले करून ठेवतो.
२०. टॉवेल गुंडाळून बेडरूममध्ये येतो, बायकोकडे पाहून 'हाय बेबी' करून चीत्कारतो.
२१. कॉटवर ओला टॉवेल तसाच टाकून पुन्हा कालचेच कपडे घालतो.

विरुद्धपण खरोखर आकर्षित करते का ?

जुनी म्हण 'विरुद्ध गोष्टींमध्ये आकर्षण असते' ही आता खोटी ठरत आहे असे वाटते. स्त्री व पुरुष यांच्यातील घटस्फोट हेच दाखवत आहेत. जर एखाद्या

जोडप्यातील स्त्रीला नीटनेटकेपण आवडत असेल, पण त्यातील पुरुष जर कपडे इतस्तत: फेकत असेल तर? त्याला जर फुटबॉलमध्ये प्रचंड रुची असेल आणि तिला ते बोअरींग वाटत असेल तर? तिला कलादालनांना भेट देणे आवडत असेल, पण त्याला डिस्कोला जाणे आवडत असेल तर? त्याला अगदी दारूला स्पर्श करायचा नसेल, पण तिला अल्कोहोल आवडत असेल तर? या विरुद्धपणाबद्दल आम्ही बोलत आहोत. याबद्दलचा सगळा अभ्यास हेच सांगत आहे की जोडप्यांची वागणूक, दृष्टिकोन आणि दीर्घ काळचा सहवास हेच स्पष्टपणे दाखवतो की जरी सुरुवातीच्या काळात विरुद्धपणातील आकर्षण भावत असले तरी पुढे काळाच्या ओघात त्यामुळे ताणतणाव आणि ताटातूटच संभवते. ज्या जोडप्यांमध्ये इतकी मतभिन्नता असते त्याचे पर्यवसन पुढे घटस्फोटात होते.

आम्हाला असे म्हणायचे नाही की, सगळीच जोडपी- ज्यांचे स्वभाव भिन्न आहेत, वैचारिक मतभेद आहेत- त्यांचे घटस्फोट होतात, पण थोड्या प्रमाणावर तरी होतातच, पण ज्यांचे घटस्फोट होत नाहीत त्या जोडप्यांमध्येसुद्धा सतत वादावादी आणि भांडणे होतात, त्यामुळे त्या दोघांचीही प्रगती खुंटते व त्यांना आपल्या ध्येयाप्रत जाता येत नाही. ज्या जोडप्यांची उद्दिष्टे वेगळी असतात तेव्हा ते त्यांचा मूल्यवान वेळ विनाकारणच एकमेकांना विरुद्ध दिशेने ओढण्यात खर्ची घालतात. डेव्हिड बस यांनी निरीक्षणाअंती असा निष्कर्ष काढला की, ज्यांची जात, धर्म, वंश, मूल्ये आणि सामाजिक, नैतिक दृष्टिकोन सारखे आहेत, ज्यांची राजकारणाबद्दलची मते सारखी आहेत, अशी जोडपी दीर्घ काळपर्यंत यशस्वीरीत्या नातेसंबंध आनंदाने टिकवू शकतात. त्यांच्यात घटस्फोट, ताटातूट होत नाही.

मग सोपे आहे, जर तुम्हाला दीर्घ काळासाठी यशस्वी आयुष्य जोडीदाराबरोबर काढायचे असेल तर तुमच्याशी मिळता-जुळता दृष्टिकोन आणि मूल्ये असलेला जोडीदार निवडा. दुसऱ्या शब्दात सांगायचे तर तुमच्यासारखाच तुमचा जोडीदार शोधा ज्याची मूल्ये व विश्वास तुमच्यासारखी असतील.

जगातील सर्वांत वाईट प्रेमवीर

मग जगातील कोणते पुरुष हे सर्वांत चांगले प्रेमवीर आहेत व कोणते सर्वांत वाईट प्रेमवीर आहेत? इ.स. २००५ मध्ये बायर हेल्थकेअरने एक अहवाल प्रसिद्ध केला. त्याचे नाव होते 'सेक्स ॲण्ड दि मॉडर्न वुमन'- ज्यामध्ये १६ देशांमधील ४० वयाच्या वरील १२०६५ महिलांना त्यांना पुरुषांकडून मिळणाऱ्या समाधानी कामजीवनाबद्दल विचारणा करण्यात आली. या देशांमध्ये ब्राझील,

फ्रान्स, जर्मनी, इटली, मेक्सिको, पोलंड, सौदी अरेबिया, साऊथ आफ्रिका, स्पेन, टर्की, इंग्लंड, ऑस्ट्रेलिया आणि व्हेनेझुएला यांचा समावेश होतो. काहींनी अंदाज केला असेल की जगातील कोणत्या स्त्रियांचे कामजीवन समाधानकारक आहे हो! नक्कीच, सौदी अरेबियामधील महिलांचे! त्या खालोखाल मेक्सिकन मग स्पॅनिश, मग इटालियन नंतर व्हेनेझुलेन. सौदी अरेबियन स्त्रियांचे जीवन परिपूर्ण आणि समाधानी आहे (९२%) आणि त्यातील खूप जास्त समाधानी ६४% स्त्रिया आहेत. जवळपास सगळ्या सौदी अरेबियन बायकांचा असा विश्वास आहे की त्यांच्या पुरुषांचे कामजीवनसुद्धा तितकेच समाधानी असणे महत्त्वाचे आहे. टर्कीश स्त्रिया या कामजीवनात सर्वांत जास्त असमाधानी आहेत.

सौदी अरेबियन स्त्रिया या कामजीवनात संपूर्ण जगभरात सर्वांत समाधानी आहेत.

या अभ्यासातील एक सल्लागार डॉ. जॉन डिन म्हणतात की सौदी आणि इतर अरब देशांमधील समाजात कामजीवनाला फार महत्त्व आहे. ही दैवी देणगी आहे आणि तिचा उपभोग घेतला पाहिजे असे ते समजतात. सामान्यपणे मुस्लीम जगतात प्रणय हा फक्त विवाहित जोडप्यांसाठीच राखीव असतो. कुराणात असे सांगितले आहे की, पुरुषांनी बायकांचा आदर राखलाच पाहिजे आणि त्यांच्या गरजा पुरवल्या पाहिजेत आणि त्यांच्याबरोबर वेळ घालवणेसुद्धा महत्त्वाचे आहे. कुराणात असे म्हटले आहे की, 'आपल्या पत्नीशी देवदूताप्रमाणे वागा. तुमच्यासमोर उंट लीन होतो व तुम्ही त्यावर बसता अशी तुमची कृती नको.' दुसरी एक सूचना अशी दिली आहे की, ज्याप्रमाणे बायकांची काही कर्तव्ये आहेत त्याचप्रमाणे त्यांना काही हक्कसुद्धा आहेत! सौदी अरेबियन स्त्रियांनासुद्धा कामजीवनाचे महत्त्व समजते. त्या स्वत: तर कामजीवनाची मजा उपभोगतातच आणि आपल्या पुरुषांना पण उपभोगता यावी म्हणून सदैव तयार असतात.

इतर देशांतील स्त्रियांचा प्रणयाकडे पाहण्याचा दृष्टिकोन

ज्या स्त्रियांनी सांगितले की त्या जीवनात समाधानी आहेत त्यांनी कामजीवनाला भरपूर महत्त्व दिले. लॅटीन अमेरिकेत ९२% स्त्रियांनी त्यांच्या जोडीदाराचे समाधानसुद्धा गरजेचे मानले तर ९१% महिलांनी स्वत:चे समाधान महत्त्वाचे मानले आणि ८२% व्हेनेझुएलिन बायकांनी कामजीवनाला महत्त्वाचे मानले. त्यानंतरचा नंबर

मेक्सिकन स्त्रियांचा! त्यांनी ८०% महत्त्व दिले.

पण इंग्लंडच्या फक्त ६१% महिलांनी कामजीवनाला महत्त्व दिले. १३% फ्रेंच स्त्रियांचेसुद्धा हेच मत होते. ३०% जर्मन स्त्रियांचे असे मत होते की प्रणय हा तितकासा महत्त्वाचा नाही किंवा अजिबातच महत्त्वाचा नाही. ३२% टर्किश स्त्रियांचेसुद्धा हेच मत पडले.

प्रणयातील सातत्य गरजेचे किंवा महत्त्वाचे आहे असे ९२% इटालियन महिलांचे मत पडले. पोलंडच्या ९१% स्त्रियांचे हेच मत होते, पण फक्त १८% इंग्लंडच्या स्त्रियांना प्रणयातील सातत्य महत्त्वाचे वाटले. हा सगळ्यात खालचा आकडा आहे. ३७% फ्रेंच स्त्रियांना मात्र त्यांच्या कामजीवनात सुधारणा व्हावी असे वाटले; तर २६% स्त्रियांना कधीतरी सुधारणा व्हावी असे वाटले. इटालियन स्त्रिया आहे त्यात समाधानी आहेत. फक्त ४% स्त्रियांना सुधारणा हवी वाटते तर १४% स्त्रियांना कधीतरी सुधारणा व्हावी असे वाटते.

कोणाकडे काय नाही?

पश्चिम जगतातील सर्वांत असमाधानी स्त्रिया कोण असतील तर त्या ऑस्ट्रेलियन स्त्रिया! ३३% ऑस्ट्रेलियन स्त्रियांनी सांगितले की त्यांचे कामजीवन समाधानी नाही. फक्त २६% ऑस्ट्रेलियन स्त्रियांनी सांगितले की त्यांचे कामजीवन खूप सुखी आहे आणि ३६% स्त्रियांनी सांगितले की बरे आहे.

WAYN.COM ही एक नेटवर्किंगची साइट आहे. त्यांनी ज्या ५० देशांतील १०,००० स्त्रियांची मते घेतली व विचारले होते की, त्यांच्या मते जगातील बेस्ट लव्हर्स कोण आहेत आणि त्यांना पुरुषांचे काय आवडत नाही तेव्हा त्या उत्तरांमधून पुढील गोष्टी लक्षात आल्या:- जर्मन लोक हे जगातील सर्वांत वाईट प्रेमवीर आहेत, कारण ते अत्यंत स्वार्थी आहेत. दुसऱ्या नंबरचे वाईट प्रेमवीर स्वीडीश आहेत, कारण त्यांना प्रचंड घाई असते. तिसऱ्या नंबरवर डच आहेत, कारण ते अत्यंत राकट आहेत. चौथ्या नंबरवर अमेरिकन्स आहेत, कारण ते हुकूमशाही गाजवतात, त्यानंतर वेल्श, कारण ते अति भावनाशील आहेत. स्कॉटीश खूप उर्मट आहेत तर टर्की लोक घामट आहेत. इंग्लिश प्रेमवीर खूप जाडजूड आहेत तर ग्रीक पुरुषांच्या अंगाचा घाण वास येतो. रशियन्स पुरुष खूप केसाळ आहेत. मग सर्वांत चांगले प्रेमवीर कोण? तर इटालियन्स व फ्रेंच!

एका महिलेला एक पुरुष बारमध्ये भेटतो. ते गप्पा मारतात, मग त्यांचे संबंध वाढतात व ते एकत्र राहायचे ठरवतात. ते दोघे त्याच्या घरी जातात. तेव्हा तिच्या असे लक्षात येते की त्याच्या बेडरूममधे असंख्य गोडगोड टेडी बेअर्स आहेत. एका शेल्फमध्ये वेगवेगळ्या आकारांचे, रंगांचे, अत्यंत आकर्षक जवळपास १०० टेडीबेअर्स होते. सगळ्यात वरच्या कप्प्यात तर एक प्रचंड आकाराचा टेडीबेअर होता. आपल्या मित्राच्या स्वभावाचा हा संवेदनशील, कनवाळू कोपरा पाहून तिलाही गहिवरून येते ती त्याच्याजवळ जाते, मिठी मारते आणि ते भरपूर प्रेम करतात. अशा संवेदनशील पुरुषाबरोबर बेभान रात्र घालवल्यानंतर सकाळी त्याला ती विचारते, 'कसे वाटले तुला माझ्याबरोबर?'
तो म्हणतो, 'त्या खालच्या कप्प्यातले कोणतेही टेडीबेअर तुला बक्षीस म्हणून घेऊन जा.'

तुमच्या बोटांवरून तुमची कामेच्छा आणि यश जाणा.

शास्त्रानेसुद्धा आता हे मान्य केले आहे की हस्तरेषांवरून भविष्य समजते. हस्तसामुद्रधुनीचा अभ्यास आता हे सांगते की तुमचे क्रीडाकौशल्य ते बौद्धिक क्षमता आणि कामजीवन ते संभाव्य आजार या सगळ्याची माहिती तुमच्या बोटांच्या लांबीवरून समजते.

आत्ता लगेच तुमच्या स्वत:च्या हातांवर तुम्ही प्रयोग करू शकता. तुमच्या चेहऱ्यासमोर तुमचे तळहात धरा आणि तुमची बोटे जास्तीतजास्त ताठ धरण्याचा प्रयत्न करा. आता फरक लक्षात घ्या. तुमच्या दर्शक बोटामध्ये आणि अनामिकेत काय फरक आहे? या दोन बोटांमधील फरकाने तुम्ही जेव्हा आईच्या पोटात होतात तेव्हाच तुमच्यामध्ये असलेल्या टेस्टोस्टोरोनच्या प्रमाणाबद्दल भाकीत केले होते.

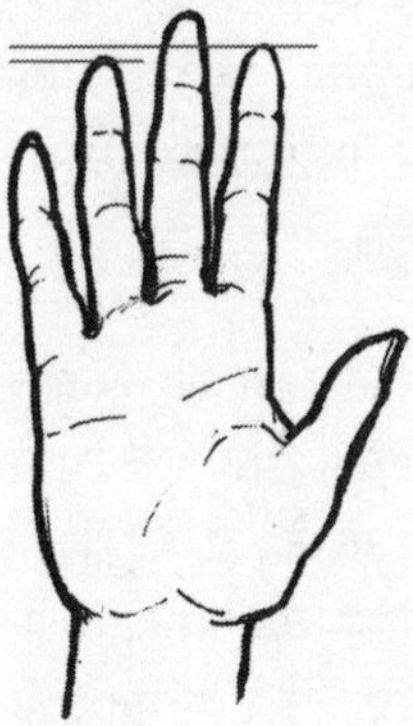

बाईची बोटे

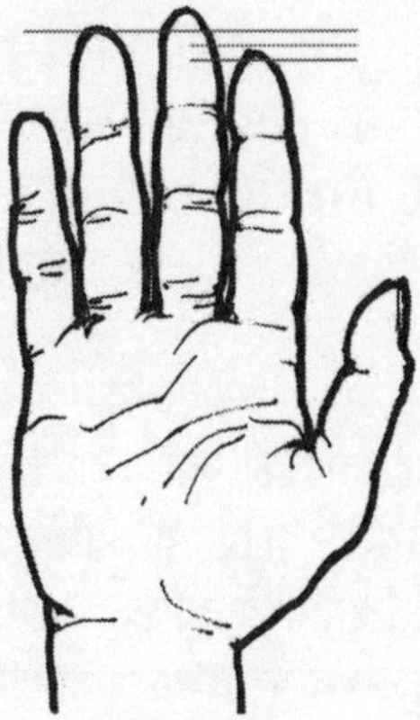

पुरुषाची बोटे

सामान्यपणे पुरुषाच्या हातांची बोटे पाहिल्यास त्यांच्या अनामिकेची लांबी बायकांच्या हाताच्या अनामिकेपेक्षा जास्त असते. पुरुषांमध्ये टेस्टोस्टोरोनचे प्रमाण जेवढे जास्त तेवढी त्याची अनामिका लांब आणि तेवढे त्याचे पौरुषत्व अधिक. जे मूल अनामिकेच्या लांबीचे हे प्रमाण घेऊन जन्मेल, मग मुलगा असो की मुलगी त्याच्यात टेस्टोस्टोरोनचे प्रमाण अधिक.

असेही म्हटले जाते की ज्यांची अनामिकेची लांबी जास्त, ते क्रीडांगणावर विशेष यश संपादन करतात. विशेषत: धावण्यात आणि फुटबॉलमध्ये; आणि सायन्स आता त्याचे उत्तर असे देते की - अनामिकेमध्ये टेस्टोस्टोरोन रिसेप्टर्स इतर बोटांपेक्षा अधिक असतात. दर्शक बोटामध्ये मात्र ॲस्ट्रोजेनचे रिसेप्टर्स अधिक असतात. टेस्टोस्टोरोनची उच्च पातळी तुम्हाला ठरावीक व्यवसायात ढकलते आणि तुमच्या कामेच्छांना तीच कारणीभूत ठरते.

आईच्या पोटात असतानाच ज्यांचे दर्शक बोट हे अनामिकेपेक्षा बुटके आहे त्यांच्यात टेस्टोस्टोरोनचे प्रमाण अधिक तर ज्यांचे दर्शक बोट हे अनामिकेपेक्षा अधिक लांब आहे त्यांच्यात ॲस्ट्रोजेनचे प्रमाण अधिक. या अभ्यासावरूनच हेसुद्धा समजते की ज्या स्त्रीचे दर्शक बोट अधिक लांब आहे ती जिचे दर्शक बोट बुटके आहे तिच्यापेक्षा बहुप्रसवा असते. हा फरक अगदी क्षुल्लक म्हणजे २-३% असेल, पण तो एखाद्याचे स्त्रीत्व किंवा पौरुषत्व ठरवण्यासाठी फार महत्त्वाचा असतो.

‘बघू, बघू तुझा हात! आणि मला तुझी बोटे दाखव.’ संदीपने आपल्या नव्या मैत्रिणीला म्हटले. ‘पण का?’ तिने विचारले. ‘मला तुझे नेलपॉलिश बघायचे आहे.’ संदीप उत्तरला.

इ.स. २००७मध्ये मार्क ब्रॉसनान यांनी १० स्त्री-पुरुषांचे निरीक्षण केले आणि सांगितले की ज्यांचे दर्शक बोट अधिक लांब आहे त्यांचे संभाषणचातुर्य आणि वाययीन कौशल्य अधिक चांगले असते. ही मेंदूतील कौशल्ये आहेत आणि ती स्त्रियांमध्ये अधिक असतात. ब्रॉसनानच्या असेही लक्षात आले की मुले म्हणजे मुलगे व मुली ज्यांची अनामिका लांब आहे ते गणित आणि फिजिक्समध्ये अधिक हुशार असतात. त्यांनी असे सांगितले की ज्या मुलांच्या अनामिका अधिक लांब आहेत त्यांच्यात ऑटिझम असण्याची शक्यता असते. जो मुलांमध्ये मुलींच्या चौपट प्रमाणात जास्त असतो, तसेच अशा मुलांना फार लहान वयात हार्टअ‍ॅटॅक येण्याची शक्यता असते. ज्या बायका लेस्बियन असतात त्यांच्या अनामिका अधिक लांब असतात; कारण त्यावरून त्यांची टेस्टोस्टेरोनची पातळी अधिक आहे हे समजते. हे सगळे मातेच्या उदरात असतानाच ठरलेले असते.

‘दि फिंगर बुक’ या पुस्तकाचे लेखक प्रो. जॉन मॅनिंग यांनी असे म्हटले आहे की बोटांच्या लांबीचे हे प्रमाण मातेच्या गरोदरपणाच्या सुरुवातीच्या काळातच ठरते आणि हे टेस्टोस्टेरोन व अ‍ॅस्ट्रोजेन यांचे प्रमाण निश्चित करते आणि त्यावरून ती व्यक्ती भविष्यात किती ताकदवान ठरणार आहे याचे भाकीत समजते. त्यांनी गे पुरुषांवर पण काही प्रयोग केले, तेव्हा असे निष्कर्ष त्यांच्या हाती आले की गे पुरुषांच्या बोटांच्या लांबीचे प्रमाण हे बरेचसे स्त्रियांसारखे असते, ज्यावरून हे समजते की मातेच्या उदरात असतानाच त्यांच्यात टेस्टोस्टेरोनचे प्रमाण कमी असते.

इ.स. २००८मध्ये केंब्रिज विद्यापीठातील जॉन कोट्स आणि त्यांच्या सहकाऱ्यांनी लंडन स्टॉक एक्स्पेंडामध्ये काम करणाऱ्या ४४ पुरुषांच्या उजव्या हातांचा अभ्यास केला व त्यांच्या सकाळच्या आणि संध्याकाळच्या लाळेचे काही नमुने घेतले. २० महिन्यांपर्यंत त्यांनी त्या पुरुषांचे निरीक्षण केले आणि त्यांच्या लक्षात आले की ज्यांची अनामिका दर्शक बोटापेक्षा अधिक लांब आहे, त्यांनी ज्यांची अनामिका सगळ्यात छोटी आहे त्यांच्या ११पट अधिक पैसे कमावले. त्याचवेळी जे या क्षेत्रातले अनुभवी दिग्गज होते त्यांनी ९पट अधिक पैसे

कमावले. फक्त अनुभवाचाच विचार केला तर अनामिका लांब असलेल्या लोकांनी अनामिका सर्वांत लहान असलेल्या लोकांच्या ५पट अधिक पैसे कमावले. त्यांच्या असेही लक्षात आले की ज्यांची सकाळी टेस्टोस्टोरोनची पातळी अधिक होती त्यांनी त्या दिवशी खूप जास्त पैसे कमावले. शास्त्रज्ञांचा असा विश्वास आहे की, बोटांच्या लांबीचे हे प्रमाण ट्रेडिंगच्या व्यवसायात यशाचे द्योतक आहे; कारण टेस्टोस्टोरोनच्या प्रभावामुळे आक्रमकता, आत्मविश्वास आणि साहस स्वीकारण्याची प्रवृत्ती बळावते.

भविष्यात प्रेम कसे असेल यामागचे शास्त्र

आपण भविष्यात कशा प्रकारचे प्रेम करणार आहोत हेसुद्धा आता सायन्स शोधून काढणार आहे.

प्रेम आणि प्रणय याबाबतचा वंशशास्त्राचा अभ्यास हा प्राण्यांपुरता आणि फार तर साध्या-सोप्या प्रश्नावलीपर्यंतच मर्यादित राहिला आहे; त्याचा सखोल अभ्यास उत्तर अमेरिकेतील व्होलशी (उंदराची एक जात) येतो जे कोणतेही बंधन न पाळता समोर येणाऱ्या प्रत्येक व्होल या प्राण्यावर प्रयोग करून केला गेला. हे प्रेअरी प्रदेशातील एकनिष्ठ उंदीर आहेत, पण त्यांचा संबंध पर्वताळ प्रदेशातील व्होल्सशी येतो. ते कोणतेही बंधन न पाळता समोर येणाऱ्या प्रत्येक व्होलबरोबर रत होतात. जॉर्जियातील अटलांटा विद्यापीठात काम करणारे थॉमस इन्सेल आणि लॅरी यंग यांनी असे शोधून काढले की, प्रेअरी प्रदेशातील एकनिष्ठ व्होल्समध्ये जो जीन आहे तो पर्वताळ प्रदेशातील व्यभिचारी व्होल्समध्ये नाही. जो जीन पर्वताळ प्रदेशातील व्यभिचारींमध्ये नव्हता, तो या शास्त्रज्ञांनी त्यांच्या शरीरात टोचला आणि या साध्या कृतीतून या विशिष्ट प्रजातीची व्यभिचारी प्रवृत्ती थांबली. लवकरच हा प्रयोग मानवी शरीरावरसुद्धा यशस्वी होईल व पुरुषांमध्येसुद्धा एकनिष्ठता आणता येईल असा शास्त्रज्ञांना विश्वास वाटतो.

> विवाह आणि प्रेम हे पूर्णपणे रासायनिक प्रक्रियेचा भाग आहेत, म्हणूनच एकजण दुसऱ्याला विषारी कचरा (टॉक्सिक वेस्ट) समजतो.

चांगल्या जोडीदाराचा हुंगून घ्यायचा शोध

वंशशास्त्राचा अभ्यास करणाऱ्या शास्त्रज्ञांनी असे सप्रमाण सिद्ध केले आहे की,

आपल्यापैकी प्रत्येकजण ज्याच्याकडे एका विशिष्ट जीन्सचा समूह आहे ज्याला MHC (मेजर हिस्टोकंपॅबिलिटी कॉम्प्लेक्स) असे म्हणतात, त्याच्याकडे आकर्षिला जातो. MHC हा जीन्सचा असा समूह आहे की जो आपल्या प्रतिकार शक्तीमध्ये बाधा आणणाऱ्या अणूरेणूंना ओळखतो. ज्या पालकांचे MHC जिन्स अधिक सशक्त त्यांच्या मुलांची प्रतिकारक्षमता अधिक चांगली. इ.स. १९९५ साली स्वित्झर्लंडमधील एका जीवशास्त्राच्या प्रोफेसर क्लॉस बेडेकाईंड याने एक प्रसिद्ध 'स्वेटी टी शर्ट'चा प्रयोग केला, ज्यामधून आपण आपल्याही नकळत आपल्याशी साम्य नसलेल्या MHCचा कसा शोध घेत असतो हे त्याने दाखवून दिले. त्याने बायकांचा एक गट बोलावला आणि त्यांना पुरुषांनी २ दिवस साबण, डिओ किंवा कलोन न वापरता घातलेल्या टी शर्ट्सचा वास हुंगायला दिला. ते शर्ट्स समान पेट्यांमध्ये ठेवले, नंतर त्या बायकांना विचारण्यात आले की कोणत्या टी शर्टमुळे त्यांची कामुक इच्छा बळावली? आणि आश्चर्यकारक निकाल हाती आला की ज्यांच्याबरोबर त्यांचे MHC मॅच करत नव्हते, अशा पुरुषांच्या घामाच्या वासाकडे त्या आकर्षिल्या गेल्या. इ.स. २००२मध्ये असा एक प्रयोग केला गेला की एखाद्या व्यक्तीचे MHC ओळखण्यासाठी त्याचा वास कसा उपयोगी ठरतो!

तथापि जर त्या बायका गर्भनिरोधक गोळ्या घेत असत्या तर त्यांचा प्राधान्यक्रम बदलला असता. इ.स. २००५मध्ये गर्भनिरोधक गोळ्या घेणाऱ्या ५८ बायकांवर हाच प्रयोग केला असता असे लक्षात आले की त्यांच्या MHCशी मॅच करणाऱ्या पुरुषांचे टी शर्ट्स त्यांची कामेच्छा वाढवणारे ठरले. ज्या बायकांनी गर्भनिरोधक गोळ्या घेतल्या नाहीत त्यांचा असा काही विशेष पसंतीक्रम नव्हता. यावरून असे दिसते की गर्भनिरोधक गोळ्या घेणारी स्त्री स्वत:च्या इच्छेनुसार विरुद्ध लिंगी पुरुषाला आकर्षित करू शकते. या अभ्यासावरून पुन्हा एकदा असे शिक्कामोर्तब होते की, अक्षरश: लोक जोडीदाराचा शोध त्याच्या शरीरातून प्रसवणाऱ्या द्रव्याच्या वासावरून हुंगून घेतात आणि बायकांचा त्यांच्या शरीराच्या वासाशी साधर्म्य साधणाऱ्या पुरुषाला प्राधान्यक्रम असतो. यालाच 'सेक्सुअल केमिस्ट्री' म्हणतात. तुमच्याही असे लक्षात आले असेल की तुमच्या सानिध्यात आलेल्या एखाद्या पुरुषामुळे तुम्ही का भारावून जाता याचे कोणतेही स्पष्टीकरण देता येत नाही.

तुमचा योग्य जोडीदार तुम्हाला तुमच्या नाकाखाली (हुंगून)च मिळेल.

MHC शोधून काढण्यासाठी वांशिक फरक लक्षात घ्यावा लागतो. इ.स. २००८मध्ये सेंटर नेले ऑक्सफर्ड युनिव्हर्सिटीचे आणि वेलकम ट्रस्ट फॉर ह्युमन जेनेटिक्सचे डायरेक्टर आणि त्यांच्या सहकाऱ्यांनी असे दाखवून दिले की, MHCचा संबंध जोडीदार निवडीच्या बाबतीत फक्त युरोपिअन अमेरिकन्सच्या बाबतीत खरा ठरतो, अफ्रिकन्सच्या नाही.

आता अनेक औषधे व इतर उपचारपद्धती शोधून काढल्या गेल्या आहेत ज्या लोकांना प्रेमात ढकलू शकतात आणि बाहेरही काढू शकतात आणि त्यांच्या प्रेमभंगाच्या दु:खातून त्यांना सावरू पण शकतात. मग प्रेमाचे भविष्य काय आहे? एखाद्या गोष्टीचे खूप जास्त ज्ञान झाले की त्याचा गैरवापर करण्याची क्षमता माणसांमध्ये येते, तसेच त्या गोष्टींचे नियंत्रण पण मानवाच्या हाती येते. आता लोक प्रेमाच्या या वासना, जिव्हाळा वगैरेसारख्या पायऱ्या या उपचारपद्धती घेऊन टाळू शकतील आणि औषधे घेऊन स्वत:वर प्रतिबंधक उपायसुद्धा करू शकतील. ज्या पुरुषांचे नातेसंबंधातील रेकॉर्ड खराब आहे आणि म्हणून पुन्हा प्रेमात पडून पुन्हा दु:ख पदरी घेण्यापेक्षा स्वत:चा वेळ आपली करिअर घडवण्यासाठी वापरतील किंवा ते आता अशा मताचे होतील की प्रेमात पडणे हे फार महागडे आहे आणि ते आता प्रेमाशिवाय अधिक चांगले जीवन जगू शकतात किंवा त्यांना एखाद्या प्रेमप्रकरणातून बाहेर पडायचे असेल तर ते आपल्या जोडीदाराला असे एखादे औषध खाऊ घालतील व मुक्त होतील किंवा याच्या उलट एखादी मुलगी जोडीदार म्हणून पसंत असल्यास तिला प्रेमात पडण्याचे औषध खाऊ घालतील.

म्हणून प्रेमासाठी आणि प्रेमिकांसाठी भविष्यात अशा काही गोष्टी असतील की ज्या आपण पूर्वी फक्त पडद्यावर पाहिलेल्या असतील.

प्रणय हे चांगले औषध आहे, याची १० कारणे -

१. प्रणयामुळे सौम्य नैराश्य दूर होते, कारण रक्तामध्ये एंडॉरफिन स्रवते आणि त्यामुळे स्वर्गीय आनंद मिळतो.
२. प्रणय हे नैसर्गिकरीत्या ॲलर्जीपासून मुक्ती देते; त्यामुळे अस्थमा किंवा ताप बरा होतो. प्रणयाच्या काळात सर्दी होत नाही.
३. प्रणय काळात भरपूर जेवणावर जरी ताव मारला तरी चरबी वाढत नाही.
४. प्रणयामुळे तुमचे मसल्स पुष्ट होतात आणि हे पोहोण्यापेक्षाही अधिक चांगले असते.

५. बायका जेव्हा प्रेम करतात तेव्हा त्यांची ॲस्ट्रोजेनची पातळी वाढते ज्यामुळे त्यांची कांती मऊ होते व केसांना चमक येते.
६. तुम्ही जेवढे अधिक प्रेम कराल तेवढा अधिक प्रणय तुम्हाला मिळत जाईल आणि असे कामजीवन सुखी असलेल्या शरीरातून फेरोमोन्स स्त्रवतील. त्याच्या वासामुळे समोरील विरुद्धलिंगी व्यक्ती आसक्त होईल.
७. वेलियम या गोळीच्या दहापट परिणामकारक प्रणयाची गोळी आहे.
८. किसिंगमुळे अधिक लाळ निर्माण होऊन अन्न दातापासून अलग होते व ॲसिडची पातळी कमी होऊन दंतरोग होत नाहीत.
९. प्रणयामुळे डोकेदुखी थांबते, कारण मेंदूला रक्तपुरवठा करणाऱ्या वाहिन्यांचा मार्ग ताणतणाव कमी झाल्यामुळे सुधारतो.
१०. सौम्य, हळुवार, आनंददायी प्रेम तुमच्या त्वचारोगांना- डाग, धब्बे-यांना दूर ठेवते. जो घाम येतो त्याने रंध्रे स्वच्छ होतात व त्वचा चमकते.

आत्तापर्यंत कित्येकांना मूर्ख बनवले गेले.

आजही काही कावेबाज, धूर्त लोक या म्हणण्याला विरोध करतात की आपण वेगवेगळे सॉफ्टवेअर्स मेंदूत घेऊन जन्माला आलो आहोत, ज्यानुसार आपल्या आवडीनिवडी व प्राधान्यक्रम वेगळा असतो. ज्या पालकांना मुलगा व मुलगी असे दोन्ही वाढवण्याचे भाग्य लाभते त्यांना हा फरक कळतो. तुम्ही मुलाला आणि मुलीला सारखेच प्रेम दिले, सारख्याच संधी उपलब्ध करून दिल्या आणि बाकी सगळे जरी समान दिले तरी त्यांच्याकडून येणारा प्रतिसाद वेगळा असतो. ३ वर्षांच्या मुलाला व मुलीला टेडीबेअर घेऊन बघा. ती मुलगी त्या टेडीबेअरचे प्रेमाने संगोपन करते. त्याचे नाव ठेवते आणि त्याला आपला मित्र बनवते! पण तो मुलगा मात्र टेडीबेअरपासून दूर बसेल, त्याच्यावर काहीबाही फेकेल, त्याच्या आत काय आहे हे पाहण्यासाठी त्याचा चोळामोळा करेल आणि नंतर त्याला तसेच टाकून निघून जाईल. झाडावर जर एखादा पक्षी गात असेल तर मुलगी लक्षपूर्वक ते ऐकेल, पण तिचा भाऊ मात्र पक्ष्याला दगड मारेल. आई-वडील तर आपल्या मुलांना असे वागायला शिकवत नाहीत, पण मुलांचे सॉफ्टवेअर आईच्या पोटात असताना असेच तयार झालेले असते आणि म्हणूनच आजसुद्धा एखाद्या सुंदर बाईकडे पुरुष माना वळवून ती दूर जाईपर्यंत पाहात राहातात आणि

बायका उत्तम शरीरयष्टी असलेल्या, सोन्याचे घड्याळ घातलेल्या आणि सुहास्य फेकत गाडीत बसणाऱ्या पुरुषाच्या मागावर असतात.

> पुरुषाला आता इथून पुढे कोणी 'बिअर गट' म्हणणार नाही; किंवा पिऊन गाडी चालवली म्हणून 'गेट लॉस्ट' म्हणणार नाही तर आता त्याला 'द्रवरूप धान्याचे कोठार' असण्याची सुविधा असलेला व आपला नवीन मार्ग शोधून काढणारा असा पुरुष म्हणतील. आता तो टकलू, म्हातारा, थेरडा नाही किंवा 'क्रॅडल स्नॅचर' पण नाही तर आता तो असा पुरुष आहे की ज्याच्या पौरुषत्वाच्या संप्रेरकांनी पीछेहाट केली आहे आणि ज्याला आता पिढ्यानपिढ्या वेगळ्या प्रकारचे नातेसंबंध हवे आहेत. बाईला इथून पुढे मोठ्ठे नाक असलेली मूर्ख स्त्री- जी कोणाहीबरोबर फिरते- असे संबोधणार नाहीत तर, ती आता स्तनांचे सौंदर्य गेलेली एकेकाळची सौंदर्यवती स्वतंत्र महिला आहे.

कोणाला कोण मिळते?

वास्तव आयुष्यात आकर्षक, बुद्धिमान अनुरूप जोडप्यांचे प्रमाण फार कमी असते. आकर्षक लोक सगळ्यांनाच आवडतात, पण खरे तर ते जोडीदार म्हणून तेवढे चांगले नसतात आणि म्हणूनच बरेचसे लोक आपल्याला योग्य जोडीदार शोधतात. अनेक लोकांना आपण रोज ज्या छोट्या छोट्या गोष्टी करतो त्याचे रूपांतर पुढे गरजेत कसे होते ते समजत नाही. उदाहरणच द्यायचे झाले तर काही बायकांना आपल्या चेहऱ्यावरील सुरकुत्या झाकण्यासाठी फेस क्रीम घेणे गरजेचे होते, तर ओठ उठावदार दिसावेत म्हणून लिपस्टिक घ्यावी लागते, केस चमकदार दिसावेत म्हणून कंडिशनर वापरावे लागते आणि ते ही कशासाठी तर पुरुषांचे लक्ष वेधून घेणाऱ्या इतर स्त्रियांशी स्पर्धा करण्यासाठी! पुरुष जिममध्ये जाऊन शारीरिक कसरती करतात पण ते इतर पुरुषांशी स्पर्धा करायची म्हणून नव्हे किंवा जंगलात जाऊन वन्य प्राण्याशी कुस्ती खेळायची म्हणून पण नव्हे, तर त्यांचा एकमेव उद्देश असतो की त्यांचे त्यांच्या साधनसंपत्तीवर नियंत्रण असावे.

स्त्री आणि पुरुष यांचे जोडीदार निवडीबद्दलचे निकष आता इतके बदलले आहेत की खरे सांगायचे तर स्त्री व पुरुष यांना जोडपे म्हणून एकत्र राहणे आता दिवसेंदिवस अवघड होऊन बसले आहे, त्यामुळे त्यांच्यात वेळोवेळी संघर्ष होतात; कारण भोवतालच्या परिस्थितीतील बदलाला त्यांना सामोरे जावे लागते. जर तुम्ही हे स्वीकारले की संघर्ष तर होणारच आणि त्या संघर्षांचा सामना करण्यासाठी तुम्ही काही युक्त्या वापरल्या तर तुमच्या जोडीदाराबरोबरचे तुमचे आयुष्य अधिक सुरळीत जाईल. संघर्षमुक्त नातेसंबंधांच्या विचारांमुळे तुमच्या रात्रीच्या कथा अधिक रंगतील. नातेसंबंधांतील खुमारी जर टिकवायची असेल तर तुमच्या जोडीदाराच्या गरजा समजून घ्या व त्या पूर्ण करण्याचा प्रयत्न करा आणि तेच तुमचे ध्येय ठेवा.

नातेसंबंध हे पूर्णवेळ नोकरीप्रमाणे असतात आणि आपण ते त्याचप्रमाणे सांभाळले पाहिजेत. जर तुमच्या जोडीदाराला तुम्हाला रजा द्यायची असेल तर त्यांनी तशी दोन आठवड्यांची नोटीस द्यायला पाहिजे. त्यांना पगार असायला हवा आणि चांगल्या कामगिरीबद्दल बोनससुद्धा आणि जर दोघांपैकी एकाला सोडून द्यायचे असेल तर बदली जोडीदार पण द्यायला हवा.

- बॉब एटिंजर

उत्क्रांती बहुधा आता थांबली आहे.

पॉप्युलर आणि सायंटिफिक प्रेसना असे शोधनिबंध प्रसिद्ध करणे आवडते की जे स्त्री-पुरुष यांच्यातील मतभेद दाखवतात, पण ते नेहेमी लिंग-फरकाकडे दुर्लक्ष करतात. स्त्री-पुरुष यांच्यातील फरकापेक्षा त्यांच्यातील समानता विसरणे हे सोपे आहे; तसेही आता काळानुसार स्त्री-पुरुष व्यक्तिश: आणि समाज म्हणूनही बदलू लागले आहेत. गेल्या ३ दशकांपासून तर काही प्रमुख विरुद्धलिंगी फरकांमध्येही बदल झाले आहेत. ते फरक आता तीव्रतेने जाणवत नाहीत. विशेषत: जो आपण पिढ्यानपिढ्या दाखवत आलो की बायकांची उत्तम संभाषण कला आणि पुरुषांचे उत्तम गणिताचे ज्ञान.

याचे स्पष्टीकरण देण्यात येणाऱ्या कारणांमधील एक मुख्य कारण असे सांगतात की आता आपण लहान मुलांमध्ये मुलगा व मुलगी असा भेदभाव करत नाही,

त्यांना एकमेकांपासून वेगळे ठेवत नाही, तसेच पूर्वी मुलांसाठी साहसाचे किंवा धाडसाचे काही वेगळे खेळ राखीव असायचे ते आपण आता त्यांना खेळू देत नाही किंवा मुलींनाही असे सांगत नाही की हे क्षेत्र खास मुलांचे आहे. याचा संबंध हार्मोन्सच्या वाढीशी नक्कीच असतो, म्हणजेच आपण मुलांचे टेस्टोस्टोरोन संप्रेरक वाढण्यासाठी किंवा मुलींचे ॲस्ट्रोजेन संप्रेरक वाढण्यासाठी प्रोत्साहन देत नाही.

नातेसंबंधातील माधुर्य वाढवण्यासाठी पुढील सूचना -

१. **नातेसंबंधासाठी एक गुरू निवडा** - एखादी अशी व्यक्ती निवडा की जी तुम्ही जेव्हा नातेसंबंधात प्रवेश कराल तेव्हा ती तुमच्यावर लक्ष ठेवून असेल व तुम्हाला वेळोवेळी मार्गदर्शन करेल.

२. **अशी अपेक्षा करू नका की आपला एकदाच प्रेमभंग होईल** - आकडेमोडीचे शास्त्र हेच सांगते की फक्त एखादेच प्रेमप्रकरण होईल असे नव्हे. अनेक अपयशी ठरलेल्या नातेसंबंधातील लोकांचीसुद्धा दीर्घ काळ मैत्री टिकू शकते.

३. **सुट्टीवर जाणे टाळा** - अनेक जोडप्यांचा हा गैरसमज असतो की एकत्र सहलीला सुट्टी घालवायला गेल्याने नातेसंबंध पुन्हा सुधारतील. वास्तव असे आहे की प्रवासास निघणे हे काहीसे तणावपूर्ण असते आणि अनेक नातेसंबंधामध्ये सुट्टीतच कटूता येते. यामागची कारणे म्हणजे अधिक अल्कोहोलचे सेवन; वाढलेल्या भावनिक अपेक्षा आणि अपरिचित वातावरण ही असू शकतात. नव्या व्यक्तीला तर अशा ठिकाणी कधीच नेऊ नका, ज्यामुळे तुम्हाला भूतकाळातील काही कडवट प्रसंग आठवतील.

४. **इतक्यातच मुलाची घाई नको** - अनेक जोडप्यांचा असाही गैरसमज असतो की एकदा का मुलाचा जन्म झाला तर जादूची कांडी फिरेल आणि नवरा-बायकोमधले नातेसंबंध सुधारतील, उलट मुलांमुळे नातेसंबंध अधिक गुंतागुंतीचे होत जातात असेच चित्र दिसते. नवीन जन्माला आलेले मूल हे घरातले केंद्रबिंदू बनते; नवरा-बायकोतील कामजीवन तात्पुरते का होईना पण संपुष्टात येते आणि त्यामुळे एकमेकांतील दोष फार तीव्रतेने जाणवतात. तुमचे नातेसंबंध दृढ, बळकट झाल्याशिवाय मुलाची घाई करू नका आणि दुसरी गोष्ट

म्हणजे 'आता मूल हवे' असे दोघांनाही वाटले पाहिजे, अन्यथा दुःख, घटस्फोट आणि गैरसमज अटळ आहेत.

समस्यांविषयी कधी बोलावे...

आपल्या कामजीवनाविषयी आपल्याला काय आवडत नाही किंवा काय आवडते या विषयीची चर्चा आपण जेव्हा तो विषय आपल्या डोक्यात असतो तेव्हाच करतो. दुर्दैवाने ही चर्चा नेहमी समागमाच्या आधी, त्यावेळी किंवा त्यानंतर लगेचच केली जाते. हा विषय बोलण्याची ही वेळ अत्यंत दुर्दैवी असते, कारण नेमके त्यावेळी दोन्ही जोडीदारांना असुरक्षित वाटत असते. त्यापेक्षा या विषयावर बोलण्यासाठी ठरावीक वेळ निश्चित करा; जागा घरापासून दूरची ठरवा म्हणजे समुद्रकिनारी, पार्कमध्ये किंवा कॉफीशॉपमध्ये आणि तिथे तुम्हाला एकमेकांच्या कोणत्या गोष्टी आवडत नाहीत याची चर्चा करा. घराबाहेरची जागा निवडल्यामुळे तुम्ही मूळ मुद्यापासून दूर जात नाही.

जेव्हा स्त्रीचे वय वाढते तेव्हा ही समस्या आणखी गंभीर होते. तिच्या वाढत्या वयाच्या खुणा तिच्या शरीरावर उमटू लागतात. तिला तिच्या पुरुषाने जर सांगितले की ती अजूनही आकर्षक, तरुण दिसते तर तिचे मनोबल वाढेल. तिला जर त्याच्याकडून असा मानसिक आधार मिळाला नाही तर तिचा प्रतिसाद थंडावेल. पुरुषाने हे समजून घेतले पाहिजे की जेव्हा तिचे वय वाढते तेव्हा तिला त्याच्याकडून 'त्याला ती अजूनही तेवढीच आवडते' अशी काही आश्वासक वाक्ये हवी असतात, पण तिनेही हे समजून घेतले पाहिजे की, जेव्हा पुरुषाची टेस्टोस्टोरोनची पातळी वाढते तेव्हा तिच्या अंगावरील सुरकुत्यांकडे त्याचे लक्षही जात नाही.

> 'तू एकदम मठ्ठ प्रियकर आहेस.' तिची तक्रार.
> 'तुला हे अवघ्या ४ मिनिटांत कसे कळले?' तो म्हणतो.

सारांश —

वास्तव असे आहे की आपल्या बऱ्याचशा प्रणयाच्या गरजा आणि आपले प्राधान्यक्रम जे आपल्या मेंदूतील सॉफ्टवेयरशी निगडित आहेत, ते आपल्या जीवशास्त्रीय विचारसरणीचा निषेध करत नाहीत. पुरुष व्यभिचार करतात म्हणून त्यांना शिक्षा करत नाहीत, कारण त्यांच्या शारीरिक गरजांचा विचार केला जातो